తిరిగి పాత రోజుల్లోకి

(అనుభూతి కథలు – 2)

విజయ్ ఉప్పులూరి

ఛాయ

హైదరాబాద్

తిరిగి పాత రోజుల్లోకి

TIRIGI PATHA ROJULLOKI
Stories by **VIJAY UPPULURI**
vijayuppuluri @gmail.com
96420 00406

First Edition :
April, 2023

Copies : 500

Published By:
Chaaya Resources Centre
103, Haritha Apartments,
A-3, Madhuranagar,
HYDERABAD-500038
Ph: (040)-23742711
Mobile: +91-70931 65151
email: chaayaresourcescenter@gmail.com

Publication No.: CRC- 98
ISBN No. .978-93-92968-61-7

Cover Design : Rampa
Book Design :
Kranthi @7702741570

For Copies:
All leading Book Shops
https:/amzn.to/3xPaeId
bit.ly/chaayabooks

అందరిలో మంచిని మాత్రమే చూసే
నా జీవిత భాగస్వామి
శ్రీలేఖకు

ప్రేమానురాగాలతో

విజయ్

తిరిగి పాత రోజుల్లోకి...

"తిరిగి పాత రోజుల్లోకి" గురించి చిన్న మాట   07
రచయిత మనసులో మాట   09

❖ స్పష్ట సంకేతం   13
❖ సశేషం   17
❖ తాజ్‌మహల్ కోసం   24
❖ మరియు   32
❖ క్షమ   40
❖ ఈ దారి అటు కాదు   48
❖ అనుభూతి   56
❖ స్నేహ   64
❖ తిరిగి పాత రోజుల్లోకి   89
❖ కొత్త భూతం   95
❖ ఏమో మరి   103
❖ నేనుసైతం   117
❖ కిం కర్తవ్యం   123
❖ మలుపు   132
❖ అబద్ధం   140
❖ పావులు   146
❖ కసి   154

"తిరిగి పాత రోజుల్లోకి" గురించి చిన్న మాట

బలభద్రపాత్రుని రమణి
ప్రముఖ రచయిత్రి

తిరిగి పాత రోజుల్లోకి.. ఎవరికి మాత్రం వెళ్లాలని వుండదు చెప్పండి.. ఆ పాత మధురాలు తలుచుకోడం దగ్గర వాళ్లతో పంచుకోడం చాలా బావుంటుంది.. విజయ్ ఉప్పులూరి గారు అలాంటి బృహత్కార్యమే తల పెట్టారు అది తను 70లలో, 80లలో, ఇటీవలా రాసిన కథలు కొన్ని ఇంకో కథల సంపుటిగా తీసుకురావడం.. ఇంతకు ముందే ఆయన రాసిన అనుభూతి కథలను చదివి ఆనందించాము. ఆయన రాసిన కథల శైలి మనకి తెలీకుండా ముందుకి తీసుకెళ్లి చివరి దాకా చదవడం ఆపనీయదు." రాజా నీకు శ్రమ తెలీకుండా ఓ కథ చెప్తాను.. విని సమాధానం చెప్పు.."అన్న భేతాళ, విక్రమార్కుడి కథలు చదువుకున్నాం కదూ, అలాగే ఈ కథల్లో కుడా.. చివర్లో ఓ కొస మెరుపు వూహించని విధంగా ప్రతి కథలో వుంది.

నాకు ఈయన కథల్లో బాగా నచ్చినదేంటి అంటే,కథ చెప్తున్న రచయిత తన లోనే, మనుషుల లో సహజంగా వుండే బలహీనతలు దాగున్నట్లు ఉత్తమ పురుషలో చెప్పడం. 'అబద్ధం' కథలో లేని పోని డాబుల కోసం కాదు ఓ అబద్ధం జీవితాలని మంచి మార్గం లో పెట్టడానికి మాత్రం వాడచ్చు అని చెప్పారు..'కిం కర్తవ్యం'లో కుడా డాక్టర్ దంపతుల సంఘర్షణా, తెలివైన నిర్ణయం వలన సమాజానికి కలిగే లాభం నాటకీయంగా చూపించారు.. మనుషుల్లో కుళ్లూ కుతంత్రం, మాత్సర్యం, అహం, అనవసరపు పటాటోపాలు అన్నీ వారి కథల్లో కనపడినప్పుడు ఆ పాత్రలు మనం చూసినవే అనిపిస్తాయి..'క్షమ' కథలో సీతాపతి పాత్ర చిత్రణా, చివర్లో కథకుడి పశ్చాత్తాపం..' తిరిగి పాత రోజుల్లోకి'లో బషీర్ పాత్రా, మనని కొద్దిగా కలవరపెడతాయి.. ఎందుకో తెలీని అకారణ ద్వేషాలూ స్వార్థపూరిత కారణాలూ తో ఎవరినైనా బాధపెట్టామా అనిపిస్తుంది.. వారు అంత మంచిగా కనిపించడానికి కారణం

సమాజం లో చెడు ఎక్కువగా వుండడమే!.. వారు మానవత్వం తో మసలుతున్నారు అంతే.. అదే సమాజంలో కొరవడ్తోంది అని చెప్పడం రచయిత వుద్దేశం.. 'తాజ్ మహల్' కథలో శారద చేజేతులా తన రాత తనే రాసుకుంటే.. 'ఏమో మరి' లో గోమతిలాంటి అమాయక స్త్రీల గీతలు సమాజం గీస్తుంది.. కొన్ని కథలు నవ్వుకోడానికి తేలిగ్గా రాసారు..కొన్ని చైతన్యం తీసుకురాడానికి శ్లేష గా రాసారు.. కొన్ని మనసుని నిగ్గదీసినట్లు ప్రశ్నలు సంధిస్తే కొన్ని కన్నీరు తెప్పించేట్లూ రాయగలననిపించారు..

కథా రచన ఈయన కి కొత్త కాదు.. తారీఖులని బట్టీ చూస్తే నా కన్నా సీనియర్ రచయిత. నన్ను ముందుమాట వ్రాయమని అడగడం ఆయన నిరాడంబరత. ఈ కథలన్నీ జనాదరణ పొంది విజయ్‌గారు ఇంకా ఎన్నో పుస్తకాలు వ్రాయాలని కోరుకుంటున్నాను.

నమస్కారాలతో

బలభద్రపాత్రుని రమణి

రచయిత మనసులో మాట

"తిరిగి పాత రోజుల్లోకి" నా రెండో కథల సంపుటి.

గత సంవత్సరం (2022) లో నేను అచ్చొత్తించిన "అనుభూతి కథలు" పాఠకుల మన్ననకు నోచుకోవడం నాకు చాలా ఆనందాన్ని కలిగించింది. "అనుభూతి కథలు" ఆవిష్కరణ సభలో హితులూ, విజ్ఞులూ అందించిన ప్రోత్సాహం, అభినందనలు నన్ను ఈ రెండో కథల సంపుటి తేవడానికి పురిగొల్పాయి.

ఏ వ్యక్తీ పుట్టుకతోనే చెడ్డవాడు కాదు. పెరిగిన వాతావరణం, జీవిత విధానం తెచ్చిన మార్పులు, దుర్జనుల సాంగత్యం, పరిస్థితుల నేపథ్యంలో చోటు చేసుకున్న

ఈర్ష్యాసూయలు - మనిషి దారి తప్పడానికి దోహదం చేస్తాయి. కరుడు గట్టిన నేరస్తులను మినహాయిస్తే, తెలిసో తెలియకో ఇతరులకు హాని, లేక ఇబ్బంది కలిగేలా ప్రవర్తించిన సగటు మనిషి తిరిగి ఎప్పుడైనా గతావలోకనం చేసినప్పుడు తన తొందరపాటు చర్యలకు పశ్చాత్తాపం చెందే అవకాశం కలుగుతుంది. క్షణికావేశంలో తీసుకున్న కొన్ని అపసవ్య నిర్ణయాలు మార్చుకునే అవకాశం లభిస్తే అంతకు మించిన అదృష్టం మరోటి ఉండదన్న భావం కలిగి తిరిగి పాత రోజుల్లోకి వెళ్ళి, చేసిన తప్పులు సరిదిద్దుకోవచ్చునని ఆశించని వాళ్ళుండరేమో? ఈ అంశం మీద ఆధారపడిన కథలు ఈ సంపుటిలో చాలా మట్టుకు చోటు చేసుకోవడంతో "తిరిగి పాత రోజుల్లోకి" మకుటం ఈ సంపుటికి సరైనదని భావించడం జరిగింది. అంతేకాక ఈ సంపుటిలో కథలు కూడ వివిధ అనుభూతుల సమ్మేళనం కావడంతో సంపుటికి ఉప శీర్షికగా "అనుభూతి కథలు - 2"గా పేర్కొనడం జరిగింది. అందుకే ప్రత్యేకించి అత్యధిక పాఠకుల ప్రశంసలకు నోచుకున్న "అనుభూతి కథలు" సంపుటిలోని "అనుభూతి" కథను ఈ సంపుటిలో చేర్చాను.

ఈ సంపుటిలో కథలు ప్రత్యేకించి సామాజిక స్పృహను దృష్టిలో పెట్టుకొని రాసినవి కాకున్నా కేవలం ఆహ్లాదమే కాక ఆలోచన రేకెత్తించేవి కూడ కొన్ని ఉన్నాయి.

తరాలు మారినా, జీవన విధానంలో వచ్చే మార్పులు తప్ప మంచీ చెడూ లకు సంబంధించి వ్యక్తి ప్రవర్తనలో మార్పు ఉండదనేది వాస్తవం. పాత కథలైనా, కొత్త కథలైనా ఈ అంశం పరిధిలోనే పరిభ్రమిస్తూ ఉన్నాయి - ఉంటాయి. అందుకే - "తిరిగి పాత రోజుల్లోకి" సంపుటిలోని కథలన్నీ

20 వ శతాబ్దం, 21 వ శతాబ్దంలో నేను రాసిన పాత,కొత్త కథల సమాహారంగా నేను భావిస్తాను.

సాంకేతికంగా మానవుడు నానాటికి అభివృద్ధి పథంలో పురోగించడంతో - సుఖవంతమైన జీవనానికి కొత్త దారులేర్పడ్డాయి. ఉత్తరాలు రాసే రోజులు పోయి - ఇంటర్ నెట్ ఆవిష్కరణతో, క్షణాల్లో మెయిల్స్ పంపే సౌకర్యం అందుబాటులోకి వచ్చింది. ఫేస్ బుక్, ట్విట్టర్, వంటి సామాజిక మాధ్యమాల వేదికలు ఎన్నో మన గడప ముందుకొచ్చి నిలుచున్నాయి. ఈ సౌకర్యాలను సద్వినియోగం చేసుకోవడం మాని, వక్రమార్గంలో దుర్వినియోగం చేసే దుర్మతులు అడుగడుగునా మనకు తారసపడుతూనే ఉంటారు.

అభం శుభం తెలియని అమ్మాయిల్ని ఫేస్‌బుక్‌లో మారు పేర్లతో, అబద్ధపు,తప్పుడు వివరాలతో వల వేసి మోసం చేసే వంచకుల గురించి మనం నిత్యం టీ.వీ మాధ్యమం ద్వారా వింటూనే ఉంటాం. గతంలో కూడా ఇలాంటి ప్రబుద్ధులు ముద్రణ మాధ్యమం (ప్రింట్ మీడియా)ను ఆసరాగా చేసుకుని దుశ్చర్యలకు పాల్పడేవారని చెబితే ఆశ్చర్యపడాల్సిన అవసరం లేదు.

ఉదాహరణకు 1978 ప్రాంతంలో ఒక ప్రముఖ వార పత్రిక యువ తరం కోసం సదుద్దేశంతో ప్రవేశపెట్టిన "కలం స్నేహం" శీర్షికను కొందరు నీచులు అమాయక యువతులను వశపరుచుకునే నిమిత్తం దుర్వినియోగం చేయడం నా దృష్టికి వచ్చింది.

నా తోటి యువ తరానికి అప్రమత్తంగా ఉండాల్సిన ఆవశ్యకతను కథ రూపంలో తెలియజేయాలన్న భావన నాలో కలిగింది. వెంటనే "కలం స్నేహం" ఉత్తరాల నేపథ్యంలో ఒక కథ రాసి -ప్రారంభించిన స్వల్ప కాలంలోనే పాఠకుల విశేష ఆదరణ పొందిన విజయవాడ నుంచి వెలువడే ఒక మాస పత్రికకు పంపాను.

ఆ కథ ప్రచురణకు స్వీకరించినట్లు పత్రిక నుంచి సమాచారం కూడ వచ్చింది. కాని, నా కథ ప్రచురణకు నోచుకునేలోగానే అనివార్య కారణాల వల్ల కొన్నాళ్ళకే ఆ పత్రిక ఆగిపోయింది. నేను నిర్లిప్తతకులోనై ఆ కథను తర్వాత వేరే ఏ పత్రికకూ

పంపలేదు. అముద్రితంగా నా వద్దే ఉండిపోయింది.

ఈనాడు సామాజిక మాధ్యమాలను ఆసరాగా చేసుకుని జరుగుతున్న మోసాల గురించి తరుచూ టీ.వీ ల్లో వచ్చే కథనాలు చూసాక ప్రచార,ప్రసార సాధనాలు మారాయే తప్ప వాటిని దుర్వినియోగం చేసే హీనుల వైఖరిలో మార్పు రాలేదనేది నాకు అవగతమైంది.

అందుకే నేటి తరం వారికి నాటి మోసపూరిత చర్యలు పరిచయం చేయాలనిపించి నేటికీ అముద్రితంగా ఉన్న నా "స్నేహ " కథను ఈ సంపుటిలో చేర్చడం జరిగింది.

రచనలతో, ఇతర వ్యాపకాలతో నిత్యం క్షణం తీరిక లేకుండా గడిపే వ్యక్తి బలభద్రపాత్రుని రమణి గారు. అందుకే నేను ముందు మాట రాయమని కోరడానికి ముందు తటపటాయించాను.

కాని అడిగిన వెంటనే కాదనకుండా ముందు మాట రాసి ఈ సంపుటికి విలువను పెంచిన రమణి గారికి కృతజ్ఞతాంజలి.

బాలి గారితో నాకున్న అనుబంధం ఈ నాటిది కాదు. ఎంతో అభిమానంతో గత సంవత్సరం (2022) వచ్చిన నా "అనుభూతి కథలు" సంపుటికి చక్కని ముఖ చిత్రం అందించారు. "తిరిగి పాత రోజుల్లోకి" సంపుటికి కూడా కవర్ పేజే కాకుండా కథలన్నింటికీ కొత్త బొమ్మలు వేస్తానని వారే చెప్పారు. చెప్పిన పదిహేను రోజులు గడవక ముందే ఆయన ఈ లోకం విడిచి వెళ్ళడం నన్ను కలచి వేసింది. అది నాకు తీరని లోటు. వారి ఆత్మకు శాంతి కలగాలని కోరుకుంటూ స్మృత్యంజలి ఘటిస్తున్నాను.

ఆరోగ్యం సరిలేకున్నా, స్నేహ ధర్మం పాటిస్తూ -

"తిరిగి పాత రోజుల్లోకి" పుస్తకానికి భావస్ఫోరకమైన ముఖ చిత్రంతో పాటు చాలా మట్టుకు కథలకు బొమ్మలు వేసి ఆదుకున్న నా చిరకాల మిత్రుడు - రచయిత,చిత్రకారుడు "రాంపా" కు ప్రత్యేక కృతజ్ఞతలు.

"అనుభూతి కథలు" ఆవిష్కరణ సభను వారి "సిరికోన సాహితీ అకాడమీ " ఆధ్వర్యంలో అపూర్వంగా నిర్వహించడమే కాక అడగ్గానే "తిరిగి పాత రోజుల్లోకి" పుస్తకానికి ప్రశస్తమైన "గ్రంథ ప్రశస్తి" (Blurb) రాసిన ద్రావిడ విశ్వవిద్యాలయం పూర్వ కులపతి, రచయిత, కవి, అనువాదకులు, విమర్శకులు శ్రీ గంగిశెట్టి లక్ష్మీనారాయణ గారికి ప్రణామం.

"అనుభూతి కథలు" ఆవిష్కరణ సభకు అధ్యక్షత వహించిన "కౌముది అంతర్జాల మాస పత్రిక సంపాదకులు, కవి శ్రీ కిరణ్ ప్రభ గారికి కృతజ్ఞతాభివందనం.

సభలో వక్తలుగా పాల్గొన్న ప్రముఖ రచయిత్రి కల్పనా రెంటాల, సన్నిహితుడు, కవి వేణు ఆసూరి గార్లకు ప్రత్యేకించి నా కృతజ్ఞతలు తెలియజేస్తున్నాను.

సభలో పాల్గొనడమే కాక, నన్ను తిరిగి కథలు రాయడానికి, "తిరిగి పాత రోజుల్లోకి" కథల సంపుటి ప్రచురించడానికి నన్నెంతో ప్రోత్సహించిన హితులు పెద్దలు అందరికీ నా హృదయపూర్వక ధన్యవాదాలు.

"అనుభూతి కథలు" పుస్తకం చూడ ముచ్చటగా డిజైన్ చేసిన అక్షర క్రియేటర్స్ "సీత గారికి, అంతే చక్కగా "తిరిగి పాత రోజుల్లోకి" పుస్తకం డిజైన్ చేసిన క్రాంతి గారికి ప్రత్యేక అభినందనలు.

కేవలం వ్యాపార దృష్టితో కాక ఉత్తమ సాహిత్యాభిలాషతో పుస్తకాలు ప్రచురించే ఛాయా పబ్లికేషన్స్ ద్వారా నా "అనుభూతి కథలు" వెలుగులోకి తెచ్చి ఇప్పుడు "తిరిగి పాత రోజుల్లోకి" కథా సంపుటి ప్రచురిస్తున్న మోహన్ బాబు గారికి ధన్యవాదాలు.

"తిరిగి పాత రోజుల్లోకి" పుస్తకంలోని కథల్ని ప్రచురించి, ప్రోత్సహించిన పత్రికా సంపాదకులు – ఆంధ్రజ్యోతి పురాణం సుబ్రహ్మణ్య శర్మ గారు, ఆంధ్ర సచిత్ర వార పత్రిక వీరాజీ గారు, అపరాధ పరిశోధన శ్యామ్ దామోదర్ రెడ్డి గారు, ఆంధ్ర భూమి సికరాజు గారు, నవ్య వార పత్రిక శ్రీ రమణ గారు, సారంగ అంతర్జాల పత్రిక కల్పనా రెంటాల గారు, కౌముది అంతర్జాల పత్రిక కిరణ్ ప్రభ గారు – అందరికీ నమస్సులు.

"తిరిగి పాత రోజుల్లోకి" పుస్తకంలోని ఇతర కథలకు మెరుగులు దిద్దిన చిత్రకారులు – శ్రీయుతులు బాలి, శంకు, త్రిగుణ్, హేమంత్, చిదంబరం గార్లకు కృతజ్ఞతాభినందనలు.

"తిరిగి పాత రోజుల్లోకి" ప్రచురణ సందర్భంగా శుభాకాంక్షలు తెలియజేసిన శ్రీయుతులు మాడభూషి శ్రీధర్, గంగిశెట్టి లక్ష్మీ నారాయణ, కిరణ్ ప్రభ, కల్పనా రెంటాల, వేణు ఆసూరి గార్లకు నమస్సుమాంజలి.

చదివించే కథలన్నీ మంచి కథలుగా భావించే పాఠక మహాశయుల మన్ననకు ఈ "తిరిగి పాత రోజుల్లోకి" కథా సంపుటి కూడా నోచుకుంటుందని ఆశిస్తూ –

మీ

విజయ్ ఉప్పులూరి

1

స్పష్ట సంకేతం

నేను తిరిగి మనుషుల్లో పడుతున్న దాదాపు నెల రోజులకు వచ్చిందా ఫోన్ కాల్! అది చందూ దగ్గర్నించి.

"ఏరా!' ఏమంటున్నది నీ హృదయం' ఛలోక్తి విసిరాడు.

అసలే సున్నితమైనదాన్ని. ఎలాంటి ఒత్తిడికి తట్టుకోలేను. ఇకపై ఎలా చూసుకుంటావో మరి?- అంటోంది" నేనూ అదే ధోరణిలో బదులు చెప్పాను.

"గుడ్! నీలో సెన్సాఫ్ హ్యూమర్ సజీవంగా ఉంది. ఎక్కడ డీలా పడిపోయావోనని

హదలి వచ్చాను?

నేను బదులు పలకలేదు. మళ్లీ చందూయే అన్నాడు - "నేను బొంబాయిలో ఉండగా తెలిసింది విషయం. మూర్తి ఫోన్ చేసి చెప్పాడు. వెంటనే రావాలనుకున్నాను కానీ ఇప్పటికి కుదిరింది ఈ ఊరు రావడం! హెూటల్ గోకుల్‌లోనే దిగాను. సాయంత్రం వస్తావుగా? ఈ సందర్భాన్ని మనం సెలబ్రేట్ చేసుకోవాలి."

"సారీ చందూ! నేను తాగడం మానేసాను" ఒక క్షణం ఆగి అన్నాను. "ఒరేయ్ వంశీ! ఆగాగు! రెండుసార్లు స్ట్రోక్ వచ్చిన వాడ్ని నేనే నిక్షేపంగా రోజూ మందు కొడుతున్నాను. ఒక్కసారి చిన్నగా గుండె లయ తప్పిందని ఏకంగా నువ్వు సన్యాసం పుచ్చుకుంటాననడం ఏమీ బాగాలేదు" ఆందోళనగా అన్నాడు చందూ.

"అది కాదురా! ఇక డ్రింక్స్ జోలికి పోనని సుధకు ఒట్టేసి మరీ చెప్పాను"

"చాల్లేవోయ్! అసలు ఒట్టేయడమే ఒక నేరం! చెంపలేసుకుని ఒట్టును గట్టెక్కించి మందు పూజలో కూర్చోకపోతే అది మహాపాపం. జస్ట్ రెండంటే రెండు పెగ్గులు తీసుకుని పోదువుగాని! ఆ మాత్రం తట్టుకోగలదు నీ గుండె! కాదంటావా...? నేను చచ్చినంత ఒట్టు!"

"సరే సరే! అలాగే వస్తాను. ఇక గోల పెట్టకు!" అప్రయత్నంగానే నానోటి వెంట దూసుకొచ్చాయా మాటలు.

"అదీ మంచి పిల్లవాడి లక్షణం. అయితే సాయంత్రం ఏడింటికల్లా నువ్వు నా గదిలో వుంటావ్! ఆపై గుండె సొదలు కలిసి వెళ్లబోసుకుందాం. ప్రస్తుతానికి వుంటా మరి!" అన్నాడు చందూ.

ఫోన్ పెట్టేసి ఆలోచనలో పడ్డాను.

నెల కిందటి మాట. ఆ రోజు రాత్రి పార్టీలో మోతాదుకు మించే తాగాను. మరుసటి ఉదయం తల భారంగా ఉన్నా ఆఫీసుకు వెళ్లడం తప్పనిసరి కనుక సిద్ధమవుతుంటే సన్నగా మొదలయింది గుండెల్లో నొప్పి. క్షణాల మీద చెమటలు పట్టి ఆయాసం ఎక్కువై ఊపిరి పీల్చడం కష్టమయింది. అది హార్ట్ ఎటాక్ అని గ్రహించేసరికి గుండాగినంత పనయింది. చచ్చిపోతానేమోనన్న భయం ఆవహించింది. సుధ కంగారు పడుతూ సంజీవికి ఫోన్ చేసింది. క్షణాల మీద వాడు రావడం, తన నర్సింగ్ హెూమ్‌కి తరలించడం జరిగింది.

సంజీవి ట్రీట్‌మెంట్‌తో, సుధ శుశ్రూషతో నేను త్వరలోనే కోలుకున్నాను. నన్ను డిశ్చార్జ్ చేసేటప్పుడు సంజీవి అన్నాడు. - "ఒక డాక్టర్‌గా కాక నీ స్నేహితుడిగా రెండు ముక్కలు చెప్తాను. ఫోర్ షాడోస్ అంటే తెలుసుగా? జరగబోయే వాటిని సూచించే

నీడలు. జాగ్రత్తపడమని ప్రతి మనిషికీ విధి పంపే సంకేతాలు. అవి గుర్తించి మెలిగితే కథ సుఖాంతం. లేకుంటే విషాదమే! ఇప్పుడు నీకొచ్చింది మైల్డ్ ఎటాక్ మాత్రమే! నీ గుండె బలహీనంగా వుందన్న సంకేతం నీకందింది. ఆరోగ్యం పట్ల ఇకనైనా నువ్వు శ్రద్ధ వహించాలి. డ్రింక్స్ తీసుకోవడం పూర్తిగా మానేయాలి! ఇంతకు మించి వివరించి చెప్పాల్సిన అవసరం లేదు. నువ్వు అర్థం చేసుకోగలవ్!"

నేను అర్థం చేసుకున్నాననే అనుకున్నాను. మాది అనుకూల దాంపత్యం. ఇంటర్ చదివే కొడుకూ, టెన్త్ చదివే కూతురూ ఉన్నారు. ఇక నాకు డబ్బుంది. ఆఫీసర్ హెూదా వుంది. సంఘంలో గౌరవ మర్యాదలున్నాయి. అసలు నాకేం తక్కువ? అందుకే నేను మళ్లీ మందు జోలికి పోలేదు. సుధ కూడా సంతోషించింది. కానీ గత పది రోజులుగా తాగాలనే కోరిక నెమ్మదిగా పురులు విప్పుకోవడం మొదలెట్టింది. ఎలాగోలా దాన్ని అణగదొక్కి వుంచాను కానీ ఈ రోజు చందూ ఆహ్వానంతో కోరిక నిగ్రహాన్ని జయించింది. నిజం చెప్పొద్దూ? ఇంకో నాలుగు రోజులు గడిస్తే చందూ రాక కోసం నేనే ఎదురు చూసేవాణ్ణేమో! కనుక మితంగా సేవిస్తే ప్రమాదమేమీ ఉండదని నాకు నేనే సర్ది చెప్పుకున్నాను.

సాయంత్రం ఆఫీసయిపోగానే ఇంటికి పోనియ్యమని డ్రైవర్‌తో చెప్పాను. ఫ్రెష్ అయి తీరిగ్గా చందూ దగ్గరకు వెళ్లాలని నా ఆలోచన. మరి సుధకు ఏమని చెప్తే బాగుంటుందా అని ఆలోచిస్తున్నాను. ఉన్నట్లుండి డ్రైవర్ సడన్ బ్రేక్ వేయడంతో ముందుకు ఎగిరి పడ్డంత పనయింది. రోడ్డుకు అడ్డం వచ్చిన సైకిల్ తొక్కుతున్న కుర్రాడ్ని తిట్టిపోసాడు డ్రైవర్. కారు మళ్లీ ముందుకు కదిలింది.

"కాస్తవుంటే కారు కింద పడేవాడు సార్! ఇంత జరిగినా వాడికింకా బుద్ధిరాలేదు" అన్నాడు డ్రైవర్. నేను వెనక్కి తిరిగి చూశాను. సైకిల్ హేండిల్ వదిలేసి వంకర టింకరగా తొక్కుతూ రోడ్డుమీద విన్యాసాలు చేస్తున్నాడా అబ్బాయి. వాడికి మహా వుంటే పదహారేళ్లుంటాయేమో! నేను చిన్నగా నవ్వుకున్నాను.

దాదాపు గంట తరువాత హెూటల్ గోకుల్ వైపు పరుగుతీస్తోంది నా కారు. పనిమీద బయటకెళ్తున్నానని అబద్ధం చెప్పినా పసిగట్టేసింది సుధ. కంట తడిపెట్టుకుంది. కసరడం నావంతయ్యింది. విసురుగా వచ్చి కారులో పడ్డాను. కాస్త సందు దొరికిందంటే చాలు! ఈ ఆడవాళ్లు భూతద్దాలు చేతబడతారు అనుకున్నాను.

రోడ్డు మీద జనం మూగి వుండడంతో కారు స్లో చేశాడు డ్రైవర్! ఏదో ఆక్సిడెంటయినట్లుంది.

జనంలోంచి అంటున్న ఓ వ్యక్తి మాటలు నా చెవిన పడ్డాయి - పాపం లారీ డ్రైవర్ తప్పేం లేదండీ! ఆ కుర్రాడే అంతవరకూ తిన్నగా తొక్కుతున్న వాడల్లా గబుక్కున

రోడ్డుకడ్డంగా వచ్చాడు. నిండు ప్రాణం పోగొట్టుకున్నాడు.

ఉలిక్కిపడి కారు విండోలో నుంచి తొంగిచూశాను. రక్తపు మడుగులో రోడ్డు మీద పడివున్నది అంతకు ముందు విన్యాసాలు చేస్తూ నాకారు కింద పడబోయిన కుర్రాడే! ఎవరో వెన్నుమీద చరిచినట్లయ్యింది నాకు. ఇంత జరిగినా వాడికింకా బుద్ధి రాలేదన్న మా డ్రైవర్ మాటలు గుర్తుకొచ్చాయి. "జాగ్రత్త పడమని విధి పంపే సంకేతాలు గుర్తించి మెలిగితే కథ సుఖాంతం. లేకుంటే విషాదమే!" సంజీవి మాటలు స్ఫురణకొచ్చాయి. ఆ కుర్రాడిది ముక్కుపచ్చలారని వయసు!

సూచనలూ సంకేతాలూ గ్రహించే ఆలోచన అనుభవం లేదు.

మరి నేనో...!

ఏమాత్రం అస్పష్టతకు తావులేని మలుపు తిరిగిన జీవితం నాది.

ఇక నేను క్షణం ఆలోచించలేదు. కారు వెనక్కి తిప్పి ఇంటికి పోనియ్యమని డ్రైవర్‌కి చెప్పాను.

❖❖❖

(ఆర్ట్సకో పోటీలో మొదటి బహుమతి కథ - 1995)

2

సశేషం

అదొక ఖరీదైన కారు.మెత్తని రోడ్డు మీద చాలా దూకుడుగా పోతోంది.కారులో ఇద్దరున్నారు.వాళ్ళు తండ్రీకొడుకులు. ఎయిర్ పోర్ట్ నుంచి ఇంటి దారి పట్టిన వారి మధ్య సంభాషణ ఉభయ కుశలోపరి తరువాత ఇలా సాగింది.-

"నేను పెళ్ళి చేసుకున్నాను"

"ఏమిటీ...?"

"నేను చేసుకున్నది ఏమిటి కాదు - పెళ్ళి! నెలయింది.-రోడ్డు పక్కన కారాపుతూ అన్నాడు రాజశేఖర్!.

"నిజమా? నాకు చాలా సంతోషం కలిగించే వార్త చెప్పావ్ నాన్నా! అయాం రియల్లీ హేపీ" ఆశ్చర్యం నుంచి తేరుకున్నాక అభినందన పూర్వకంగా తండ్రి చేయి నొక్కుతూ అన్నాడు చంద్రశేఖర్.

"థాంక్స్! ఛీ కొడతావేమోనని భయపడ్డానురా"

"అవేం మాటలు నాన్నా! ఇన్నాళ్ళకైన నా సుఖం గురించే కాక మరో మంచి ఆలోచన నీకు వచ్చినందుకు ఆనందంగా ఉంది.

"కాని... ఇదేంటి అని చెవులు కొరుక్కుంటోందిరా.....!"

ఎవరు...పిన్నా? అదేంటి నాన్నా... కొత్త పెళ్ళికూతురు కదా... తనకదేం ఖర్మ?- తండ్రి మాటలకు అడ్డం వస్తూ అన్నాడు చంద్రశేఖర్.

"ఛ ఛ.... ఆ పని చేస్తున్నది మీ పిన్ని కాదురా!... లోకం..." ఇన్నేళ్ళూ బాగానే ఉన్నాడు కదా... ఇప్పుడు ముసలాడికి దసరా పండగ కావల్సి వచ్చిందా... కన్నెపిల్ల గొంతు కోసాడూ అని నోళ్ళు నొక్కుకుంటోందిరా పాడు లోకం." బాధగా అన్నాడు రాజశేఖర్.

"పాడు లోకమని నువ్వే అంటున్నావు కదా నాన్నా!మరి బూజు పట్టిన ఈ సమాజం గురించి ఎందుకు పట్టించుకోవాలి? దాన్ని మొరగనీయ్! మొరిగి మొరిగి నోరు నొప్పెట్టి అదే ఊరుకుంటుంది."

"నువ్వన్నది నిజమేరా చందూ! ఇకపై ఆ పాడు మాటలు గుర్తు చేసుకోను. ఇదిగో! బుర్రలోంచి తుడిపేస్తున్నా!" కొడుకు మాటలతో రాజశేఖర్ ముఖంలో ప్రశాంతత చోటు చేసుకుంది.

"సరే కాని నాన్నా... వాంఛలూ, సుఖాలూ... అన్నీ త్యజించి ఒక యోగిలా బ్రతుకుతున్న నువ్వు ఉన్నట్టుండి ఈ నిర్ణయం తీసుకున్నావంటే ఏదో బలమైన కారణం

ఉండే ఉంటుంది. తెలుసుకోవాలని నాకు చాలా కుతూహలంగా ఉంది. చెప్తావనే ఆశిస్తున్నా!" తండ్రి వైపు అపేక్షగా చూస్తూ అడిగాడు చందూ.

"అందుకేరా ఇక్కడ కారు ఆపింది...! లోకానికి ఎలుగెత్తి చాటాల్సిన అవసరం నాకు లేదు కాని నీకు చెప్పాల్సిన బాధ్యత నాకుంది. నీకో చిత్రమైన కథ చెబుతా! శ్రద్ధగా విను." కథ చెప్పడానికి ఉపక్రమించాడు రాజశేఖర్.

❖❖❖

"సుజీ! నువ్వు నా ప్రాణం"–చెప్పాడు రాజు.

"తెలుసు"

"లేదు... నీకు తెలియదు."

"అబ్బా! తెలుసండీ! మీరిప్పటికి చాలాసార్లు చెప్పారు."

"చెప్పి ఉండొచ్చు! అయినా మళ్ళీ చెబుతున్నా! నువ్వు నా ప్రాణం." నిన్ను నా గుండెల్లో భద్రంగా దాచుకున్నాను!"

"నిజమే! నన్ను మీ హృదయంలో నిలుపుకున్నారు, కాని ఒక్కసారి బయటకు తీసి మీ వాళ్ళకు చూపించడానికి మాత్రం దారి లేదు."

"సమయం రావాలి సుజీ! మన విషయం తెలిసిన తక్షణం ఆస్తులు–అంతస్తులూ అంటూ మన మధ్య అడ్డుగోడలు కట్టడం మొదలెడతాడు మా నాన్న. అందుకు ఆయనకు ఇటుకలు అందించమంటాడు. చేతులన్నా విరిచేసుకుంటాను తప్ప ఆ కట్టడం వ్యవహారంలో చస్తే సహకరించను. రాళ్ళెత్తని కూలీగా మిగిలిపోతాను. ఎందుకో తెలుసా?"

"నాకు తెలుసు."

నీకు తెలియదు. నేను చెబుతున్నా విను... నువ్వు నా ప్రాణానివి. నా సర్వస్వానివి. మనది జన్మ జన్మల బంధం! ఈ బంధం కొనసాగుతుంది." అతడలా అనగానే తథాస్తు దేవతలు మురిసి దీవించినట్లు ఆకాశంలో చిన్న మెరుపు.

❖❖❖

"సుజీ! మన విషయం మా నాన్నకు తెలిసిపోయింది–నిలదీసి అడిగాడు."

"మీరేమన్నారు?"

"నిన్ను ప్రేమించాననీ, పెళ్ళంటూ చేసుకుంటే నిన్నే చేసుకుంటానని నిక్కచ్చిగా చెప్పాను."

"తర్వాత....?"

"ఏముందీ... ఘర్షణ పడ్డాం".

"ఆ పిల్లతో నీ పెళ్ళి అసంభవం. వంశ మర్యాద అంటూ ఒకటుంది. అది మంటగలిసిపోవడం చూస్తూ సహించలేను. తలచుకుంటే ఏమైనా చెయ్యగలను. - అంటూ చిందులు తొక్కాడు మా నాన్న."

"మరెట్లా..?" బేలగా అడిగింది సుజాత.

ఆమె వంక సూటిగా చూసాడు రాజు.

"సుజీ! ఇది మన ప్రేమకు పరీక్షా సమయం. నువ్వు ధైర్యంగా నిలబడగలవనే నా నమ్మకం. నిన్ను నాకు కాకుండా చెయ్యడానికి మా నాన్న ఈసరికే పథకాలు వెయ్యడం ప్రారంభించి ఉంటాడు. ఆయన ఎత్తుగడలు సాగడానికి వీల్లేదు. అందుకు నీ సహకారం కావాలి."

"నేనేం చెయ్యగలను?"- హీన స్వరంతో అంది సుజాత.

"మనం మద్రాస్ పారిపోదాం సుజీ! అక్కడ నాకో స్నేహితుడున్నాడు. వాడి సహాయంతో మనం పెళ్ళి చేసుకుందాం. తరువాత మా వాళ్ళ వేడి చల్లారాక తిరిగి వద్దాం. పెళ్ళయ్యాక మనల్ని కాదనే వాళ్ళుండరు. అంతా దానంతటదే సర్దుకుంటుంది."

"కానీ..."

"అడ్డు చెప్పకు సుజీ! మన ప్రేమ వర్ధిల్లాలంటే ఇదొక్కటే మార్గం. మరో దారి లేదు. మద్రాస్ రైలు రాత్రి పదకొండున్నరకు కదులుతుంది. ఈ రాత్రి పదకొండు గంటలకు నీకోసం స్టేషన్లోఎదురు చూస్తుంటాను. నువ్వు రావడం, మనం బండెక్కడమే తరువాయి. అంతే! మనం కన్న కలలన్నీ నిజమవుతాయి."

"నాకేదో భయంగా ఉంది."

"నీకేం భయం వద్దు సుజీ! మన ప్రేమను ఆటంకపరిచే హక్కెవరికీ లేదు. మనల్నెవరూ విడదీయలేరు. అలా నీరసంగా ఉంటే కుదరదు. ఏది... ఒక్కసారి నవ్వు! నవ్వాలి మరి!"

" నవ్వు పెదాలపై పులుముకుంది సుజాత."

"గుడ్! అలా ఉండాలి. -రాత్రి పదకొండు గంటలకురావాలి- గుర్తుంచుకో! జాగ్రత్త!"

ఆ రాత్రి పన్నెండు గంటలు దాటింది. మద్రాస్ పోయే బండి వెక్కిరిస్తూ వెళ్ళి పోయింది- రాజునొక్కడ్నే ప్లాట్ఫారం మీద వదిలేసి.

"సుజాత ఎందుకు రాలేదు? వాళ్ళింట్లో పసిగట్టేసారా? లేక... ఊహూ... సుజాత ప్రేమను శంకించలేడు. తన కోసం ఎలాంటి గడ్డు పరిస్థితినైనా ఎదుర్కోవడానికి సుజాత సిద్ధమే! మరెందుకు రాలేకపోయింది?" పరిపరి విధాలుగా ఆలోచనలు రాజు మస్తిష్కాన్ని తొలిచేస్తున్నాయి. యాంత్రికంగా స్టేషన్ నుంచి బయటకు వచ్చాడు.

ఎలాగోలా తెల్లారింది- అంతేనా...? పాడు బావిలో పడిన సుజాత బ్రతుకూ తెల్లారిందన్న వార్త ఊరంతా గుప్పుమంది. గుప్పు గుప్పున సిగరెట్ పొగలు వదుల్తూ రాత్రంతా జాగరణ చేసిన రాజుకీ ఘోరం తెలిసిన వెంటనే పరుగులు తీసాడు. కాని ఏం మిగిలింది? గుండెలు పగిలేలా ఏడ్చాడు. బ్రతుకు మీద పూర్తిగా విరక్తి పుట్టి పిచ్చివాడిలా తయారయ్యాడు. నిర్ధాక్షిణ్యంగా తన చేయి విడిచిన సుజాత తలపులతోనే రోజులు గడపసాగాడు.

ఐతే, సుజాత ఆత్మహత్య చేసుకోలేదనీ, ఆమె మరణం వెనుక తన తండ్రి అదృశ్య హస్తం ఉందనీ, ఆమె హత్య చేయబడిందనీ తెలిసిన రోజున అతడి ఆగ్రహం అవధులు దాటింది. తన ప్రేమకు సమాధి కట్టిన తన తండ్రి మీద కసి తీర్చుకోవడానికి బయలుదేరాడు. కాని, ఇంటికి చేరేసరికి ఎదురు చూడని సంఘటన ఎదురయింది. మేడ మెట్ల మీదనుంచి దొర్లి క్రిందపడిన తన తల్లి చావు బ్రతుకుల మధ్య ఉంది. చివరి కోర్కెగా మేనరికాన్ని చేసుకోమని ప్రాధేయపడిన ఆమె కన్నీటికి కరిగి పోయాడు. తన తప్పును మన్నించమని తల వంచిన తండ్రిని క్షమించకుండా ఉండలేక పోయాడు.

అలా రాజుకి పెళ్ళయింది. సుజాత స్మృతులు తనను అనుక్షణం వెంటాడుతున్నా, కట్టుకున్న భార్యకు అన్యాయం చెయ్యకూడదనుకున్నాడు. జీవితంతో రాజీ పడడానికి శాయశక్తులా ప్రయత్నించాడు. కాని, దురదృష్ట దేవత కరుణాకటాక్షం కారణంగా మగబిడ్డను కని భార్య కన్నుమూసింది.ఇక ఆ పసికూనే తన సర్వస్వమనుకున్నాడు. తన సుఖ సౌఖ్యాల గురించి యోచించలేదు. తాతలు,తండ్రులు ఆర్జించి పెట్టిన ఆస్తిని తన బుద్ధికుశలతతో ఎన్నో రెట్లు పెంచి పెద్ద ఆర్థిక సామ్రాజ్యం నెలకొల్పాడు. తనయుడ్ని గారాబంగా పెంచాడు. పెద్ద చదువుల నిమిత్తం అమెరికా పంపాడు. చదువు పూర్తయి వచ్చిన కొడుకుని చెట్టు కింద నిలబెట్టి కథ చెప్పడం మొదలెట్టాడు."

ఫక్కున నవ్వాడు చందూ! "నిలబెట్టి చెప్పలేదు నాన్నా! నా కాళ్ళెక్కడ నొప్పెడతాయోనని ఇప్పుడు కూడా కారులోనే కూర్చోబెట్టి కథ చెప్పావు!"

రాజశేఖర్ తనూ నవ్వేసి ప్రేమగా చందూ భుజం తట్టి ఇలా అన్నాడు-

ఈ కథకీ, నా పునర్వివాహానికీ సంబంధమేమిటా అన్న సందేహం నీకు కలగడం సహజం. అదే నేను చెప్పబోయే చిత్రమైన అంశం. శ్రద్ధగా విను- ఈమధ్య నా పర్సనల్ సెక్రటరీ అమెరికా సంబంధం కుదరడంతో ఉద్యోగానికి రాజీనామా చేసింది.

కొత్త సెక్రటరీ కోసం పేపర్లో ప్రకటన ఇచ్చాను. కొన్నాళ్ళ తరువాత ఒక రోజున వచ్చిన అభ్యర్థుల్ని వరుసగా ఇంటర్వ్యూ చేస్తున్నాను. అప్పుడు నా గదిలోకి సుడిగాలిలా దూసుకువచ్చిందామె. ఆమె పేరు నళిని. తనని చూడగానే నేను నివ్వెరపోయాను. కలా? నిజమా? అన్న భ్రాంతికి లోనయ్యాను. నన్ను చూడగానే నళిని కూడా అప్రతిభురాలయ్యింది. నా వంక అలా పిచ్చిగా చూస్తూ చూస్తూ మైకం కమ్మినట్లు తూలి స్పృహ తప్పి కుప్పగా కూలిపోయింది.

చందూ! ఇది నిజం. నువ్వు నమ్మి తీరాలి. ఆమె ముమ్మూర్తులా నా సుజాతను పోలి ఉంది. అదే రూపం... అదే వర్చస్సు! నువ్వు తిన్నగా విదేశాలనుంచి వస్తున్నావు. జన్మ సిద్ధాంతాన్ని నువ్వు నమ్మకపోవచ్చు. కాని ఇది ఊహకందని నిజం. స్పృహ వచ్చాక నళిని నన్ను గుర్తించింది. ఆమె ఎవరో కాదు. నా సుజాతే! నా కోసం తిరిగి జన్మెత్తి వచ్చింది. నన్ను చేరుకుంది. నెమ్మదిగా ఆమెకు పూర్వ జన్మలో సంఘటనలన్నీ గుర్తొచ్చాయి. ఎడారిలాంటి నా జీవితంలో తిరిగి వసంతం తొంగి చూసింది. నాలో కొత్త ఉత్సాహాన్ని నింపింది. నళినిని నాదాన్నిగా చేసుకున్నాను.

లోకం కూసే కారుకూతల్ని నేను లెక్క చెయ్యలేదు. ఈ అసాధారణమైన సత్యాన్ని ఎలుగెత్తి చాటాలని నేను ప్రయత్నించలేదు. ఇదిగో! నేను అపురూపంగా నా పర్స్ లో దాచుకున్న సుజాత ఫోటో. ఇదేమో... ఈమధ్య తీసిన నళిని ఫొటో! ఏమంటావు? ఆశ్చర్యంగా లేదూ? పవిత్ర ప్రేమకు ఓటమి లేదు చందూ! ఇదీ జరిగింది... అర్థం చేసుకోగలవ్ కదూ? నా ఆనందంలో పాలు పంచుకుంటావు కదూ?

బదులుగా చెమ్మగిల్లిన కళ్ళతో చూస్తూ ఆప్యాయంగా ఆయన చేయి నిమిరాడు చందూ!

❖❖❖

మరుసటి రోజు రాత్రి... నళిని ఒడిలో సేద తీరుతూ అంటున్నాడు రాజశేఖర్– "చందూ అమెరికాలో ఒక అమ్మాయిని ప్రేమించాడట. పెళ్ళాడి అక్కడే సెటిలయి పోతానంటున్నాడు."

"మంచిదేగా! అలాగే కానివ్వండి."

"అది కాదు సుజీ! నువ్వు ఒంటరిదానివైపోతావనే నా బెంగ."

"మీరుండగా నేను ఒంటరిదాన్ని ఎలాగవుతాను?

"పిచ్చి సుజీ! నేను అయిదో పడిలో పడ్డాను. మృత్యువుకు సమీపంలో ఉన్నాను. నేను చచ్చి..."

"ఛీ.. ఏమి మాటలవి? అశుభం పలకొద్దు! ఏ శక్తికీ మనల్ని విడదీసే శక్తి

లేదు. మనది జన్మ జన్మల బంధం." అతని నోరు నొక్కేసి హృదయానికి హత్తుకుంటూ అంది నళిని. సరిగ్గా అప్పుడే ఆకాశంలో పెద్ద మెరుపు...

ఇది జరిగిన పాతికేళ్ళ తరువాత– ఒక ఇంట్లో కిరీటి అనే యువకుడు తన తండ్రితో ఘర్షణ పడుతూ ఇలా అంటున్నాడు... "మీరెన్నయినా చెప్పండి! నేను నళినిని వివాహమాడే తీరుతాను. దయచేసి కారణాలు అడక్కండి!"

నీకు పిచ్చి పట్టిందిరా! లేకుంటే ఎంత డబ్బున్నదయితే మాత్రం కోరికోరి ఒక ముసలిదాన్ని పెళ్ళాడతానని భీష్మించుకు కూర్చోవురా! కుల మతాల ప్రసక్తి   కూడా తీసుకురాము. నీకు జోడైన పిల్లను చేసుకుని మా ముచ్చట తీర్చరా!"– ఇది అతని తండ్రి వేడికోలు.

అయినా కిరీటి తన   పట్టిన పట్టు విడువలేదు.

తన పంతం నెగ్గించుకున్నాడు.

ఇదిలా జరిగిందా...? జరిగి ఆగిందా....?

ఊహూ... మరో పాతికేళ్ళ అనంతరం.

జ్యోతి అనే పడుచుపిల్ల తల్లిదండ్రుల మాట కాదని కిరీటి అనే పండు ముదుసలిని పరిణయమాడింది.

అలా మరో పాతికేళ్ళు గడిచాయో లేదో... గిరి అనే నవ యువకుడు జ్యోతి అనే వృద్ధ వనితను...

సశేషం.

(సారంగ సాహిత్య పక్ష పత్రిక – 1 మార్చి 2023)

3

తాజ్ మహల్ కోసం?

దూరంనుంచే కిరీటిని చూసి నవ్వింది శారద. అంతలోనే అతని వాలకం గమనించి కాస్త కంగారుపడింది. మాసిన గడ్డం, సంస్కారంలేని జుట్టు, నిద్రలేమిని సూచిస్తూ ఎర్రబారిన కళ్ళు– జబ్బుపడి లేచినవాడిలా కనిపిస్తున్నాడు.

"ఏమిటలా వున్నావ్? ఏమయింది కిరీటీ?" అంది గాభరాగా.

"ముందు నీ విషయం చెప్పు. నువ్వెందుకని మూడురోజుల నుండి కాలేజీకి రాలేదు? రోజు సాయంత్రం మీ కాలేజీ గేటుముందు కళ్ళు కాయలు కాచేలా

ఎదురుచూడడం తప్ప వేరే ప్రయోజనం లేకపోయింది. ఏమిటి ఈ మూడు రోజుల్లోనే యింత చిక్కిపోయావ్? ఒంట్లో బాగుంటం లేదా?" బదులుగా ప్రశ్నల వర్షం కురిపించాడు కిరీటి.

చిన్నగా నవ్వింది శారద. "అవును జ్వరం వచ్చింది. గట్టిగా కౌగిలించుకుని ఒకపట్టాన వదల్లేదు. అందుకే కాలేజీకి రాలేకపోయాను. మరి నువ్వెందుకిలా అయిపోయావ్ ?"

"ఎందుకా? నువ్వు ఒక్కరోజు కనిపించకపోతే నేనేమయిపోతాను? పిచ్చివాణ్ణయిపోతాను. మీ యింటిచుట్టూ కూడా కొన్ని వందలసార్లు తిరిగాను. మీ యింటికెదురుగా వున్న కొట్లో మప్పై సార్లు సోడా కూడ తాగాను. నువ్వు కనిపించకపోతావా అన్న పిచ్చి ఆశ. అంతే" ఆమెనే తదేకంగా చూస్తూ అన్నాడు కిరీటి.

శారద మాట్లాడలేదు. ఒక క్షణం అతనివైపు ఆదోమాదిరిగా చూసి అంది.

"నీకెందుకు నేనంటే అంత పిచ్చి యిష్టం కిరిటీ? ఒకవేళ నేను నీకు కాకుండా అయిపోతే ?"

"అంత మాటనకు శారదా! నా గుండె ఆగిపోతుంది. నువ్వు లేకపోతే నేను బ్రతుకలేదు. మన బంధం యీనాటిది కాదు. కొన్ని జన్మలనాటిది. కొన్నేమిటి? ఎన్నో జన్మల నుండి నిన్ను ప్రేమించి తరించడానికే నేను పుడుతున్నాను." ఉద్వేగంతో అన్నాడు కిరీటి,

శారద నవ్వింది.

ఇద్దరూ నడుస్తున్నారు. కబుర్లు చెప్పుకుంటున్నారు. వారికి నడక భారమనిపించదు. కాళ్లు నెప్పులుపుట్టవు. ప్రేమ మత్తు అలాంటిది. అందుకే ఎంతోదూరం చెట్టాపట్టాలు వేసుకుని నడిచారు. నదీతీరానికి చేరుకున్నారు. ఎప్పుడూ కూర్చునే ఇసుక తిన్నెపై చతికిలబడ్డారు. చుట్టుపక్కల ఎవరూ లేరు. చల్లటి పిల్లగాలి మాత్రం వాళ్ళను పలుకరించి ఏవేవో ఊసులు చెప్పాలని తెగ తాపత్రయపడుతోంది.

కాని వారిద్దరూ వాళ్ళ ప్రపంచంలో వాళ్ళున్నారు. ఒకరి కళ్ళల్లోకి ఒకరు చూసుకుంటూ తన్మయత్వంలో మునిగి తేలుతున్నారు.

కిరీటి చేతిని తన చేతిలోకి తీసుకుంటూ అంది శారద.

"నువ్వీ మూడు రోజులూ మా కాలేజీ గేటు దగ్గర కాలుకాలిన పిల్లిలా తిరిగిన సంగతి నాకుముందే తెలుసు."

"ఎలా తెలుసు?"

"మా మనోరమ చెప్పింది."

"మనోరమంటే ఆ పొడుగాటి అమ్మాయేనా?"

"అవును. నాకున్న ఒకే ఒక్క మంచి స్నేహితురాలు."

"ఆ అమ్మాయికి మన సంగతి పూర్తిగా తెలుసా?"

"తెలుసు. నేనే చెప్పాను. మా యిద్దరి మధ్య దాపరికాలు లేవు. అన్నట్లు నీకో విషయం చెప్పనా మా మనోరమకు నువ్వంటే చాలా యిష్టం."

"నేనంటే ఎందుకిష్టం ?"

"ఒక ఆడపిల్ల ఒక మగాడంటే ఎందుకిష్టపడుతుంది ?" నవ్వుతూ అంది శారద.

"నీ జోక్ ఏడ్చినట్లే వుంది." తేలిగ్గా నవ్వేసి ఆలోచనలో పడ్డాడు కిరీటి.

"ఏమిటి ఆలోచిస్తున్నావ్ ?"

"ఏమీలేదు. మీ మనోరమకు మాత్రమే మన గురించి తెలిసిన నిజం అందరికీ తెలిపే రోజు ఎప్పుడు వస్తుందా అని?"

శారద సిగ్గు పడడానికి ప్రయత్నించింది. మళ్ళీ కిరీటే అన్నాడు.

"నిజం శారదా! ఇలా ఎన్నాళ్ళు దొంగచాటుగా కలుసుకోవడం? నిన్ను త్వరగా పెళ్లాడేసి నీ ఒళ్ళో తల పెట్టుకుని తీరిగ్గా కలలు కనాలని వుంది."

"అప్పుడుకూడ కలలు కనడమేనా ?"

"అవును మరి. నువ్వు పిల్లల్ని కంటూవుంటే. కనీసం నేను కలలైనా కనొద్దూ?" చిలిపిగా, అన్నారు కిరీటి.

"ఛీ! పో" రెండు చేతుల్లో ముఖం దాచేసుకుంది శారద. కాస్సేపాగి తనే అంది.

"మన ఊహలన్నీ నిజమవుతాయంటావా ?"

"కావూ ? ఎందుకు కావు? నీ కెందుకొచ్చిందా సందేహం?"

"ఒకవేళ నేను చచ్చిపోతే?"

"నేను చచ్చిపోతాను. నువ్వు లేవన్న మరుక్షణమే నేనూ ప్రాణాలు విడుస్తాను."

"అంతేనా? షాజహాన్ లా తాజ్ మహల్ కట్టిస్తావనుకున్నాను." నవ్వింది శారద.

"అవును నిజమే! నేను చావను, నీకోసం ఒక్కటేమిటి? వెయ్యి తాజ్ మహల్‌లు కట్టిస్తాను. లోకమంతా మన పవిత్ర ప్రేమ గురించి చాటి మరీ చెప్తాను." ఆవేశంతో అన్నాడు కిరీటి.

కిరీటి వంక ప్రేమతో చూసింది శారద.

"నన్నింతగా ప్రేమించే నీ సాంగత్యం లభించడం నిజంగా నా అదృష్టం కిరీటీ!"

అంది.

కాని ఆ అదృష్టాన్నే కాదనుకుని కొన్నాళ్ళ తరువాత ఆమె మరో స్థితిపరుడ్ని పెళ్ళాడేస్తుందని కిరీటి అప్పట్లో ఉహించలేకపోయాడు. అతని అభ్యర్థనల్ని త్రోసిపుచ్చి ఆమె తన దారి తాను చూసుకుంది. ఎందుకిలా చేసావని అతడు నిలదీసి అడిగితే ప్రేమ వేరు – పెళ్లి వేరు. నన్నాట్టే విసిగించకు అని కుండ బద్దలుకొట్టినట్లు చెప్పేసింది.

ఆమె మోసం చేసిందన్న షాక్ నుండి కిరీటి తట్టుకోలేకపోయాడు. రోడ్ల వెంట పిచ్చివాడిలా తిరిగారు. అర్జంటుగా తాగుబోతుగా మారాడు.

అతడు తప్పతాగి నడిరోడ్డు మీద తెలివితప్పి పడిపోయినప్పుడు ఆ వార్త మనోరమ శారదకు చేరవేసింది. శారదలో కించిత్తు చలనం కూడ కలుగలేదు. చిన్నగా నవ్వేసి ఊరుకొంది.

ఆ తరువాత కిరీటి పరిస్థితి మరింత అధ్వాన్నంగా తయారయింది. మితిమీరిన తాగుడు మూలంగా ఆరోగ్యం పూర్తిగా చెడిపోగా అతడ్ని టీ. బి. శానిటోరియంలో చేర్పించారు. మనోరమ పనిగట్టుకుని వెళ్లి యీ విషయం శారదకు తెలియజేసింది.

"అవును మనూ! ఆమధ్య మీ కుక్కకు జబ్బు చేసిందన్నావు? ఎలాగుందిప్పుడు? బాగా తిరుగుతోందా?" అంది శారద బదులుగా ఆ శునకరాజంమీద తనకున్న ప్రేమను వ్యక్తం చేస్తూ.

ఆ క్షణంలో మనోరమ శారద వైపు చాల ఈపడింపుగా చూసింది. "నీకు నిజంగా హృదయం లేదు. నీవంటి నీచురాలు నా స్నేహితురాలు అని చెప్పుకోవడం కూడ సిగ్గు చేటు." అనేసి చరచరా వెళ్ళిపోయింది.

నీరసంగా మందహాసం చేసి ఊర్కొంది శారద.

ఆ తర్వాత మనోరమ మళ్ళీ శారదను కలుసుకోలేదు. శారదకూ కిరీటి వివరాలేమీ తెలియలేదు. ఈ కథ అప్పటి కంతటితో ఆగిపోయింది. ఆగి కొన్నాళ్ళ తరువాత ఒక పెద్ద పట్నంలో మళ్ళీ మొదలయ్యింది.

ఆ టైమ్‌లో శారద చేతిగడియారంలో, టైము చూసుకుంటూ ఒక బస్టాండ్‌లో నిలబడి వుంది. ఆమె ముఖంలో పూర్వపు కళాకాంతుల్లేవు. మనిషి చాలా నీరసంగా అగుపిస్తోంది. జీవితం మీదవిసుగు, బస్ రాలేదన్న విసుగు సమ్మిళితమై ఆమె ముఖం మీద ప్రతిబింబిస్తున్నాయి.

అప్పుడే ఆమె నిలబడ్డ బస్‌స్టాప్ పక్కగా వచ్చి ఆగిందో అందమైన కారు. ఆ కారులో నుండి బయటకు దిగిన వ్యక్తిని ఆమె తేలికగానే పోల్చుకుంది. అతడు కిరీటి. కారు బాక్ డోర్ తెరుచుకుని బుట్టబొమ్మలా ఉన్న పాప కాలు కింద పెట్టింది. కిరీటి

అక్కడే ఉన్న ఐస్‌క్రీమ్ బండివాడ్ని పిలిచాడు. ఐస్‌క్రీమ్ తీసుకుని పాప చేతిలో ఉంచాడు. పాప కళ్లు ఆనందంతో మెరిసాయి. మరో ఐస్‌క్రీమ్ తీసుకుని కారువైపు నడిచాడు. వంగి లోపలున్న భార్యకు కాబోలు అందించాడు. అందించి అంటున్నాడు – "నువ్వు రోజు రోజుకి మరీ చిన్నపిల్లవయిపోతున్నవ్. ఐస్‌క్రీమ్ కొనిపించడానికి బేబీ ఒకటి వంక దొరికింది నీకు?"

ఆమె నవ్వింది. చాలా తృప్తిగా గర్వంగా నవ్వింది.

కిరీటి పర్సు తెరిచాడు. అయిదురూపాయల నోటు తీసి ఐస్ క్రీం వాడికిచ్చాడు.

"నోటు నలిగిపోయింది సార్! మరొకటివ్వండి!"

కిరీటి చిరాగ్గా చూసాడతడిని.

"నా దగ్గర మరో చిన్న నోటు లేదు. వంద నోటుకి చిల్లరుందా?" దర్పంగా అన్నాడు.

ఐస్‌క్రీమ్ వాడు గొణుక్కొని ఆ అయిదు నోటే జేబులో వేసుకుని చిల్లరిచ్చాడు.

కిరీటి కారెక్కాడు. మరుక్షణంలో కారు వేగంగా ముందుకు దూసుకుపోయింది.

ఆ కారు సరిగ్గా తన గుండెల మీదనుండే పోయినట్లు ఫీలయ్యింది శారద. గుండెల్లో తెలియని బాధ చురుక్కుమని పొడుస్తోంది. పూర్తిగా ఎదురుచూడని సంఘటన. తనని తాను తమాయించుకోవడానికి ప్రయత్నిస్తోంది. ఇంకా నయం తనని చూసాడు కాదు. చూస్తే వెటకారంగా నవ్వివుండేవాడేమో? ఏమో?

తన ఆలోచనలను చంపి పాతిపెట్టేయాలన్నంత కోసం వస్తోంది శారదకు. తలగట్టిగా విదిలించింది. ఐస్ క్రీం బండివైపు చూసింది. "నేనూ ఐస్‌క్రీమ్ తింటాను. తినలేనా?" కసిగా అనుకుంది. అటు నడిచింది. ఐస్‌క్రీమ్ తింటుంటే చల్లగా లేదు. చాలా వేడిగా వుందనిపించింది. తనిచ్చిన పదిరూపాయల నోటు అందుకుని వాడిచ్చిన చిల్లరలో అంతకు ముందు కిరీటి ఇచ్చిన అయిదు రూపాయల నోటు కూడా ఉండడం గమనించింది. నీరసంగా నవ్వుకుంది. ఆప్యాయంగా ఆ నోటును నిమిరింది.

మళ్లీ కథ మొదలయ్యిన రోజు సాయంత్రం శారద ఆఫీసు నుండి తిరిగివస్తూ ఎదురైన మనిషిని చూసి ఆగిపోయింది.

ఆ మనిషి మనోరమ.

కొన్ని ఏళ్ల తరువాత కలుసుకున్న స్నేహితురాళ్లు ఎలా ప్రవరిస్తారో వాళ్లూ సరిగ్గా అలాగే ప్రవర్తించారు.

మనోరమ శారదను తన ఇంటికి తీసుకువెళ్లింది. తనక్కడ కాన్వెంట్‌లో టీచర్‌గా పనిచేస్తున్నానని చెప్పింది. నువ్వింకా పెళ్లెందుకు చేసుకోలేదన్న ప్రశ్నకు బదులుగా

నవ్వింది. నవ్వి శారద సంసారమెలా సాగుతున్నదీ అడిగింది.

శారద ముఖం వివర్ణమయిపోయింది. మౌనంగా నిట్టూర్చింది.

ఆ నిట్టూర్పుకు కారణం చెప్పమని మనోరమ ప్రశ్నలతో వేధించిన తరువాత నీకు చెప్పకపోతే నేనింకెవరికి చెప్తానే మనూ! తప్పకుండా చెప్తానంటూ యిలా చెప్పింది.

"పెళ్లయిన తరువాత కొంతకాలం వరకు ప్రతి ఆడపిల్ల జీవితం ఎంత కమ్మగా సాగిపోతుందో నా విషయంలోనూ అలాగే జరిగింది. నీకు తెలుసుగా నా భర్తకు చాలా ఆస్తి వుందని. ఆయనకు వ్యాపారంలో నష్టంరావడంతో ఆస్తి కాస్తా హరించుకుపోయింది. దానికి నేనేమీ బాధపడలేదు. కానీ" ఒక క్షణం ఆగింది.

మళ్లీ శారదే మొదలెట్టింది.

"మా పెళ్లి కాకముందే ఆయనకు గాంధర్వ వివాహంలాంటి మరొకటి జరిగిందని నాకు తర్వాతే తెలిసింది. ఆమెను ఆయన ఒదులుకోలేదు. అది నేను భరించలేను. దాంతో నేను ఉద్యోగంలో చేరాను. ఆయన కప్పుడప్పుడూ నేను గుర్తుకొస్తుంటాను. నాకిలా జరగాల్సిందేలే! నేను చేసిన తప్పుకు అనుభవిస్తున్నాను. కిరీటికి నేనన్యాయం చేసినా దేవుడు అతనికి మేలు చేశాడు. పెళ్లాం బిడ్డలతో హాయిగా ఉన్నాడు"

"కిరీటిని నువ్వు కలిసావా?"

"లేదు. ఒకరోజు నేను బస్‌కోసం ఎదురుచూస్తుంటే భార్యాబిడ్డలతో కనిపించాడు."

ఇద్దరూ కొన్ని క్షణాలు మౌనంగా ఉండిపోయారు.

"శారదా! ఒక మాటడగనా?"

"నువ్వేమడుగుతావో నాకు తెలుసు మనూ. కిరీటికి నేనెందుకు అన్యాయం చేశాననే కదూ?. నీకీరోజు ఆ విషయం కూడా చెప్తాను. నీ స్నేహితురాలు ఎంత పిచ్చిదో నీకైనా తెలియాలి. తెలిసితీరాలి." మనోరమ మాటలకు అడ్డొస్తూ అంది శారద.

"కిరీటిని నేను హృదయపూర్వకంగానే ప్రేమించాను. అతడూ నన్నూ అంత పిచ్చిగా ఆరాధించాడు. కిరీటికి నాపై వున్న ప్రేమకు లోలోనే మురిసిపోతూ నాఅంతటి అదృష్టవంతురాలు మరి ఉండదని అనుకుంటూ వుండేదాన్ని.

ఒకరోజు అతడ్ని నేను లేకుండపోతే ఏం చేస్తావని అడిగాను. నేను లేని జీవితం తనకొద్దన్నాడు. నేను కన్నుమూస్తే నా కోసం వెయ్యి తాజ్‌మహల్‌లు కట్టిస్తానన్నాడు. తనూ ప్రాణత్యాగం చేస్తానన్నాడు. సరిగ్గా అదే క్షణంలో పుట్టింది నాలో ఒక వెర్రి ఆలోచన. నేను దూరమైపోతే కిరీటి పిచ్చివాడైపోతాడని తెలుసు. నాకోసం అలమటిస్తూ తిరుగుతాడనీ తెలుసు. నేనతడ్ని మోసంచేస్తే నా ప్రేమ పిచ్చిలో పడి నాకొక చరిత్ర

కల్పిస్తాడనుకున్నాను. దేవదాసు, మజ్నూల వంటి అమర ప్రేమికుల జాబితాలో అతడు కూడా స్థానం కల్పించుకోగలిగితే పరోక్షంగా ఆ ఖ్యాతి నాకుకూడా దక్కుతుందనుకున్నాను. నా యీ మూర్ఖపు ఆలోచన నన్ను పూర్తిగా కమ్మేసింది. ఊహల్లో విహరించానేగానీ నా ఆలోచనలు ఎంత పెడత్రోవను తొక్కుతున్నాయో గ్రహించే పరిస్థితిలో నేను లేను. అందుకే నా ప్రేమను చంపుకుని అతనికి దూరమయ్యాను. మొదట్లో నేననుకున్నట్లు జరుగుతుండడం గమనించి సంతోషించాను. చివరకి ఏమయ్యింది? నేనే సర్వ నాశనమయిపోయాను. నా స్వయంకృతానికి ఫలితం అనుభవిస్తున్నాను. మనూ! నావంటి పిచ్చిది మరొకటి వుండదు. ఉండకూడదు." మనోరమ చేతుల్లో తలదాచుకుని వెక్కి వెక్కి ఏడ్చింది శారద. మనోరమ మాట్లాడలేదు. ఆమెనలాగే ఏడ్వనిచ్చింది. శారద వెళ్లిపోయిన తరువాత తనలో తాను అదోరకంగా నవ్వుకుంది.

❖❖❖

క్లాసులో నుండి బయటకు వస్తూ ఎదురైన కిరీటిని చూసి ఆగిపోయింది మనోరమ.

"మనోరమగారూ! మీరిక్కడా?" నవ్వుతూ పలకరించాడు కిరీటి.

"నన్ను గుర్తుపట్టారా? నేనిక్కడే టీచర్‌గా పనిచేస్తున్నాను." నెమ్మదిగా అంది మనోరమ.

'భలేవారే! తెలిసిన వాళ్లనంత తేలిగ్గా మరిచిపోయేవాణ్ణి కాదు నేను."

మనోరమ కళ్లల్లో చిన్న మెరుపు తృటికాలం మెరిసి మాయమైపోయింది.

"మా బేబీని కాన్వెంట్‌లో చేర్పించుదామని వచ్చాను. అడ్మిషన్ పూర్తయింది. రేపటి నుండి రెగ్యులర్‌గా పంపిస్తాను." అన్నాడు కిరీటి.

ముద్దొస్తున్న బేబీని ఎత్తుకుని "నీ పేరేమిటి పాపా!" అంది మనోరమ.

"స్మిత" అంది బేబీ మరింత ముద్దుగా.

"రండి" అంటూ టీచర్స్ రూమ్‌లోకి దారితీసింది మనోరమ.

ఆ రూమ్‌లో మరెవ్వరూ లేరు.

"కూర్చోండి" అంది కుర్చీ చూపిస్తూ.

కొన్ని క్షణాలు వాళ్లేమీ మాట్లాడలేదు.

కాసేపటికి కిరీటే అన్నాడు.

"చూడండి మనోరమ గారూ! మీరెవరో నాకు తెలుసు. నేనూ మీకు తెలుసు, అయినా మనం మొట్ట మొదటిసారి కలిసి మాట్లాడుకునే అవకాశం చివరికి ఇలా

కలిగింది. మనం ఎవరి ద్వారా ఒకరికొకరు తెలిసామో ఆ శారద ఇప్పుడీ ఊళ్లోనే ఉంది, మీకు తెలుసా?"

"ఓహో! అలాగా!" ముక్తసరిగా అంది మనోరమ. కానీ లోలోనే ఆశ్చర్యపడింది కిరీటికి ఆ విషయం ఎలా తెలుసా అని.

అందుకే అడిగేసింది.

బాధగా నవ్వాడు కిరీటి. "ఆమె విషయాలు నేను ఎప్పటికప్పుడు తెలుసుకుంటూనే ఉన్నాను. ఈ మధ్యనే ఆమెను బస్ స్టాప్‌లో చూశాను. ఆమె నన్ను చూసింది. నేను చూడనట్లు నటించాను. నిజానికి శారదనక్కడ చూసి చాలా చలించాను. అయినా నన్ను నేనే అదుపులో పెట్టుకున్నాను. ఆ రోజుల్లో ఆమె ఒక్కసారి కనిపిస్తే చాలని వాళ్ల ఇంటి చుట్టూ పిచ్చిగా తిరిగేవాడిని. ఈరోజున ఆమెను గమనించనట్లే వెళ్లిపోయాను. ఎందుకో తెలుసా? మనోరమగారూ! నేనిప్పుడు బంధితుడ్ని. సంసార బంధంలో కట్టుబడిపోయాను. నా పరిధి దాటి నేను బయటకు రాలేను. అలా చెయ్యడం నా భార్యాబిడ్డలకు అన్యాయం చెయ్యడమే అవుతుంది."

నిజానికి నన్ను తిరస్కరించి శారద ఏం బావుకుంది? ఉన్నట్లుండి తన మనసు మార్చుకుని నన్నెందుకు తృణీకరించిందన్న విషయం నాకిప్పటికీ ఒక శేష ప్రశ్నగానే మిగిలిపోయింది. బహుశా జీవితంలో ఆ ప్రశ్నకు సమాధానం తెలుసుకోలేను. తెలుసుకోవడానికి ప్రయత్నించే సాహసమూ చేయలేను" బరువుగా నిట్టూర్చాడు కిరీటి.

మనోరమ పెదవి విప్పలేదు. అతడు చెప్పేదంతా వింటూ కూర్చుంది.

"ఇక నేను వెళ్తాను మనోరమగారూ! మళ్లీ కలుద్దాం" లేచాడు కిరీటి.

అతడు కనుమరుగయిన తరువాత వేదాంత ధోరణిలో చిన్నగా నవ్వుకుంది అవివాహితగానే మిగిలిపోయిన మనోరమ.

❖❖❖

(ఆంధ్ర సచిత్ర వారపత్రిక - 21.1.1977)

4

మరియు

తీవ్రంగా ఆలోచిస్తూ గదిలో పచార్లు చేస్తున్న చలం ఒక్కసారిగా ఆగి తననే తేరిపారజూస్తూ కూర్చున్న చిన్నా వైపు తిరిగి గట్టిగా నిట్టూర్చి అన్నాడు- "తలచుకుంటేనే నా హార్ట్ బ్రేక్ అవుతోంది"

"ఏమైందిరా"- ఆదుర్దాగా అడిగాడు చిన్నా!

"తొందర్లో తెలుగు లాంగ్వేజ్ డెడ్ అయిపోతుందని తెలుగూస్ అందరూ ఫీలవుతున్నారు... నీకింకా తెలియదా?" ఆవేశంగా అన్నాడు చలం.

అప్పుడే వచ్చి గుమ్మం దగ్గర నిలబడి వాళ్ళ మాటలు వింటున్న చిట్టిని వాళ్ళు గమనించలేదు.

"డెడ్ అవడమేమిట్రా? తెలుగు బాష మృత బాషగా మారుతోందని అనలేవూ? నీ సంకర బాష చిట్టిగాడు గాని విన్నాడంటే నీ పీక పట్టుకుంటాడు" చిన్నగా నవ్వుతూ అన్నాడు చిన్నా!

"ఒరేయ్! అనవసరంగా వాడ్నెందుకు తలచుకుంటావ్? అర్జెంట్‌గా ఎంట్రీ ఇచ్చినా ఇవ్వగలడు!" ఉలిక్కిపడుతూ అన్నాడు చలం.

చలం అనడం తడవుగా ముందుకు దూకి వాళ్ళకు ఎదురుగా నిలబడ్డాడు చిట్టి.

"హలో ఫ్రెండ్స్! ఎలా ఉన్నారు? మీరూ, మీ జేబులూ కులాసాయే కదా?"నవ్వుతూ పలకరించాడు.

"కుశల ప్రశ్నలు సరే! ఏమిటిలా ఊడిపడ్డావ్?" చొక్కా జేబును అరచేత్తో మూస్తూ అడిగాడు చలం.

"మీరిద్దరూ నా నామజపం చేస్తున్నారని కర్ణపిశాచి నా చెవిలో గుసగుసలాడింది. వెంటనే ప్రత్యక్షమయి ఉద్ధరించకపోతే మీరు నొచ్చుకుని, తొందరపడి మీ జేబు బరువు ఎక్కడో దించేసి దబ్బు వృధా చేస్తారేమోనన్న భయంతో రాక తప్పలేదు" తిరిగి నవ్వులు చిందిస్తూ అన్నాడు చిట్టి.

"ఆ భయమేమీ అక్కర్లేదు. నో ప్రోబ్లెం! మా ఇద్దరివీ ఎంప్టీ పోకెట్లే! నువ్వు ఎన్ని నాటకాలాడినా

ఈసారి నీకు అప్పు పుట్టే. ఛాన్సే లేదు." హేళనగా బదులిచ్చాడు చలం.

"ఒరేయ్ చిట్టీ! నా జేబులోనూ చిల్లి గవ్వ కూడా లేదు" మరింత వెటకారం చూపించాడు చిన్నా!

"గవ్వలెవడికి కావాలిరా? చిన్నప్పుడు ఏరుకున్నవే... నా దగ్గర బోలెడున్నాయ్!" చిరాగ్గా చూస్తూ అన్నాడు చిట్టి.

"మరేం కావాలి?అప్పా...? అప్పు రేపు" బిగ్గరగా నవ్వి అన్నాడు చిన్నా!

"అప్పు ఎల్లుండి..." తనేమీ తీసిపోలేదన్నట్లు వంత పాడాడు చలం.

"అబ్బ! అప్పెవడు అడిగాడురా మిమ్మల్ని?" అనవసరంగా నన్ను అపార్థం చేసుకుంటున్నారు.

అప్పడగడం మానేసి చాలా గంటలయింది" దీనంగా చూస్తూ అన్నాడు చిట్టి.

"నిజంగానా?" ఒక్కసారిగా ఆశ్చర్యం ప్రకటించారు ఇద్దరూ!"

"నిజంగానేరా... మీ జేబుల మీద ఒట్టు!"

"అమ్మయ్య... బ్రతికించావ్! నిజానికి పోకెట్లో త్రీ ఫైవ్ హండ్రెడ్ నోట్లున్నాయ్!

వాటికెక్కడ రెక్కలొస్తాయేమోనని అనవసరంగా భయపడి చచ్చా!" దీర్ఘ నిశ్వాస విడుస్తూ అన్నాడు చలం.

"ఒరేయ్ చలం... తొందరపడి మాయాబజార్ సత్యపీఠం ఎక్కేసావురోరేయ్! మాయలో పడిపోకు- జాగ్రత్త! వీడేదో కుట్ర చేస్తున్నాడని నాకనుమానంగా ఉంది." ఖంగారుగా అన్నాడు చిన్నా!

"కుట్రా...? ఛ... తప్పురా... అప్పులడిగే మిత్ర ద్రోహులు చేసే పనది. విరాళం అడిగే నాబోటి 'స్నేహబంధు'లు చస్తే చెయ్యరా వెధవ పని!" చెంపలేసుకున్నాడు చిట్టి.

"విరాళమా... అదేంటి మళ్ళీ...?" ఇద్దరు మిత్రులూ ఒకేసారి అడిగారు.

"ఒరేయ్! చందాకొచ్చి జేబు దాచే మనిషిని కాదు నేను! అవతల మా పిల్లాడి పుట్టిన్రోజు దగ్గర పడుతోంది- ఘనంగా జరిపించడానికి ఇప్పటికే కొందరు దాతలు ముందుకొచ్చారు... మీరూ సాయం చేస్తే వాడి చేత కేక్ కట్ చేయించేస్తా!"

"ఓశ్... అంతేనా? అప్పంటే భయం కానీ... దొనేషనంటే బెదురెందుకు? నో ఫియర్! ఎంతివ్వమంటావ్-అడుగు...నో ప్రోబ్లం!" ధీమాగా అన్నాడు చలం.

"ఒరేయ్ చలం! దూకుడొద్దురా- వీడు మనకి బ్రైన్‌వాష్ చేస్తున్నాడురా... వీడికి అసలు ఇంకా పెళ్ళే అవలేదన్న సంగతి మరిచావురా?" ఆందోళనగా అరిచాడు చిన్నా!

"అవును కదా... నా మతి మండిపోనూ... వీడికి పెళ్ళే కాలేదు కదూ...? ఒరేయ్ చిట్టీ! ఏంట్రా ఇది? నీకు పెళ్ళెప్పుడయింది?" నాలిక కరుచుకుని గదమాయిస్తూ అడిగాడు చలం.

"స్వచ్ఛమైన బ్రహ్మచారినిరా! నన్ను శంకిస్తే కళ్ళు పోతాయ్!నిజంగా నాకు పెళ్ళయితే మిమ్మల్ని పిలవకుండా చేసుకుంటానురా... హరి... హరీ..!" చెవులు మూసుకుంటూ నాటకీయంగా అన్నాడు చిట్టి.

"అలా దారికి రా! పెళ్ళి కాకుండానే నీకు కొడుకెక్కడి నుంచి పుట్టుకొచ్చాడురా చిట్టి తండ్రీ? గుర్రుగా చూస్తూ అడిగాడు చిన్నా!

"దట్సిట్! అలా అడుగు! చెప్పరా చిట్టీ!"

"ఇద్దర్నీ జాలిగా చూస్తూ చిన్నగా నిట్టూర్చి చెప్పాదు చిట్టి... సరే... చెబుతారా... వినండి! నా ప్రాణ మిత్రులు మీరు! మీ జేబు సహకారంతోనే రేపో మాపో నాకు పెళ్ళవుతుంది... ఆ తర్వాత ఎలాగూ నాకు కొడుకు పుడతాడు... కదా...!" ఆగి ఓరగా చూసాడు చలం వైపు.

"కదా!" అనాలోచితంగా అనేసాడు చలం.

"పుట్టగానే వాడు ముందు కెవ్వుమంటాడు... తర్వాత కిలకిలా నవ్వుతాడు... కేరింతలు కొడతాడు... కొన్ని రోజులకి బోర్లా పడతాదు... కదా..?" మళ్ళీ ఆగి చలం వైపు చూసాడు చిట్టి.

"కదా..!" పాములాడించే వాడి పాములా తలాడిస్తూ స్పందించాడు చలం.

"ఇక పాకడం మొదలెడతాడు నా చిట్టి తండ్రి! తర్వాత తప్పటడుగుగులు వేస్తాడు... ముద్దు ముద్దుగా మాటలొస్తాయి... అప్పుడు వాడి పుట్టిన్రోజు పండగొస్తుంది. కేకు మీద కొవ్వొత్తి పెట్టి ఊదించవా... అన్నట్టు దీనంగా చూస్తాడు నా వైపు... అప్పుడు ఈ బీద తండ్రి గుండె తరుక్కుపోతుంది... కదా...!"

తన గుండెను కూడా ఎవరో నలిపినట్లు ఫీలయిపోతూ... "కదా...!" అనేసాడు చలం అప్రయత్నంగా!

ఈ తతంగమంతా గంటు ముఖం పెట్టుకుని వీక్షిస్తున్న చిన్నాపెదవి కదపలేదు. ఇదెంత దూరం పోతుందో చూద్దామనుకుంటున్న వాడిలా ప్రేక్షక పాత్ర వహించాడు.

"అప్పుడు విరాళాల సేకరణ తప్పదు కదా...?" రెచ్చిపోతూ అన్నాడు చిట్టి.

"కదా...!" తల ఊపాడు చలం.

"అప్పుడు ఒక కుచేలుడిలా నీ దగ్గరకొస్తా- మైనస్ అటుకులతో!"

ఒరేయ్ చిట్టీ.... నీ కంటికి నేనెలా కనబడుతున్నానురా.... నీ కథలో లొసుగులు కనిపెట్టలేననుకున్నావురా?"- ఒక్కసారిగా పూనకం వచ్చిన వాడిలా ఊగిపోతూ అరిచాడు చలం.

"అదీ అలా అడగరా చలం- ఖర్మకాలి వాడి మాయలో కూరుకుపోయావేమోనని భయపడ్డా- శభాష్.... నీ తడాఖా చూపించే ఘడియ వచ్చింది-ఇంకో ఆలోచన లేకుండ కడిగి పారేయ్" ఉత్సాహంగా అన్నాడు చిన్నా.

"లొసుగులా... అవేంటి...?"- అసలు చిన్నా మాటలు విననట్టే నటిస్తూ చలం వైపు అమాయకంగా చూస్తూ ప్రశ్నించాడు చిట్టి.

"కొడుకన్నావ్- బర్త్ డే అన్నావ్- అసలు నీకు కూతురు పుట్టదని గ్యారంటీ ఏమిటట? చావు తెలివి ప్రదర్శించాడు చలం.

చలం అడిగిన చచ్చు ప్రశ్నకు గాలి తీసిన బుడగలా అయిపోయి నుదురు బాదుకున్నాడు చిన్నా.

"అదేం కాదు- నాకు కొడుకే పుడతాడు... కావాలంటే బెట్ కదతా!" అదేమీ

గమనించని వాడిలా ధీమాగా అన్నాడు చిట్టి.

"ఓవర్ కాంఫిడెన్స్ కీ ఒక లిమిట్ ఉండాలి- చెప్పు... బెట్ ఎంత?"ఆవేశపడ్డాడు చలం.

"ఆగరా చలం... నిన్ను ముంచేస్తున్నాడురా వాడు! ఇక నేను చూస్తూ ఊరుకోను!" అరిచినంత పని చేసాడు చిన్నా.

తిరిగి తనే కోపంగా చూస్తూ అన్నాడు- ఒరేయ్ చిట్టిగా...ఏంట్రా ఇది? వాడ్ని పిచ్చివాడ్ని చేసి ఆడుకుంటున్నావ్! నువ్వసలు అప్పారావ్ గా ఉంటేనే బావుండేది.... అడగరా... అప్పడుగు... నేనిస్తా- ఎంత కావాలి... చెప్పు!"

"అరె... అనవసరంగా బి.పి. పెంచుకోకురా చిన్నా... వీడి సంగతి నాకు తెలియదా? వీడెంత వరకూ పోతాడో చూద్దామని జస్ట్ టెస్ట్ చేసా- అంతే! నిజంగా ఈ ఫ్రాడ్ తో తెలిసి తెలిసీ పందెం కాస్తాననుకున్నావా? నెవర్! హ.. హ.. హ" తన తెలివితక్కువతనం బయట పడకుండా నాలుక్కరుచుకుని మాట మార్చాడు చలం.

"ఇప్పుడు అర్థమయ్యింది కదరా చిట్టీ... నీ బుట్టలో పడేవాళ్ళు ఎవ్వరూ లేరిక్కడ! పిచ్చి వేషాలు మానేయ్! నువ్వు పడ్డ శ్రమకి పది విరాళం సమర్పిస్తా...అందుకుని చెక్కేయ్!" ఎగతాళిగా నవ్వాడు చిన్నా!

"పదా... వేలే కదా?" అమాయకత్వం నటిస్తూ అడిగాడు చిట్టి.

"జోకులెయ్యకురా చిట్టీ... పదంటే వేలు కాదు.. పది రూపాయిలే! ఆట్టే జోకావంటే పది పైసలు కూడా గిట్టవ్!" హేళనగా అన్నాడు చిన్నా.

"జోకులా...? హు... నా బ్రతుకే ఒక జోకయిపోయింది.సరే...వెళ్తాలే గాని ఎలాగూ జోక్ ప్రస్తావన వచ్చింది కనుక ఒక జోక్ చెప్తా... వింటారా?" హీన స్వరంతో అడిగాడు చిట్టి.

"వింటాం కాని... విన్నాక దానికి ఫీజ్ పే చెయ్యమంటే మాత్రం చెయ్యం గాక చెయ్యం" వెటకారంగా అన్నాడు చలం.

"కప్పం కూడా కట్టక్కర్లేదు. జోక్ విని నవ్వులు విసిరితే చాలు." రోషంగా చెప్పాడు చిట్టి.

"మళ్ళీ కుట్రేమీ లేదు కదా?" అనుమానంగా అడిగాడు చిన్నా.

"బొత్తిగా లేదు. అనవసరమైన శంకలు వద్దు." భరోసా ఇస్తున్నవాడిలా చెప్పాడు చిట్టి.

"అయితే వదులు మరి....", ఏక కంఠంతో అన్నారు చలం,చిట్టి.

“వినండి మరి...!”, గొంతు సవరించుకుని మొదలుపెట్టాడు చిట్టి– “అనగనగా ఒక చిన్నా... ఒక చలం!”

“ఒరేయ్ చిన్నా! మన పేర్లేరోయ్! సంబరంగా అన్నాడు చలం. అవును, మన పేర్లే! తేరగా దొరికాయి కదా? ఊరికే ఉబ్బిపోకు! వాడసలే గాలి తీసే రకం– ఒరేయ్ చిట్టీ! ఇంతకీ నీ జోక్ లో వాళ్ళిద్దరూ ఎవర్రా?” వ్యంగ్యంగా అడిగాడు చిన్నా.

“వాళ్ళా?... వాళ్ళిద్దరూ పిచ్చోళ్ళు.” తాపీగా చెప్పాడు చిట్టి.

“ఒరేయ్ మెంటల్ గాళ్ళకు మా పేర్లు పెడతావురా?నిన్ను...నిన్ను...!” ఆపసోపాలు పడుతూ గుడ్లెర్రజేసాడు చలం.

“సారీరా! వాళ్ళు వాళ్ళే... మీరు మీరే... మీరు వాళ్ళు కాదు... వాళ్ళు మీరు కాదు... సరేనా?– చేతులు జోడించాడు చిట్టి.

“ఓకే... ఓకే... ఇంతకీ జోక్ చెప్పేడ్వు!” చల్లబడుతూ అన్నాడు చలం.

“చెబుతా... చెబుతా! జాగ్రత్తగా వినండి! విని కడుపుబ్బా నవ్వండిః

ఒక పిచ్చోడు తన గుప్పిట మూసి, నా గుప్పిట్లో ఏముందో చెప్పుకో చూద్దాం– అని రెండో పిచ్చోడ్ని అడిగాడు. అప్పుడు రెండో పిచ్చోడు ఏమన్నాడో తెల్సా?

“ఏమన్నాడు?” ఉత్సుకతతో అడిగాడు చలం.

“నీ గుప్పిట్లో ఏనుగుంది” అన్నాడు.

“అప్పుడు మొదటి పిచ్చోడు ఏమన్నాడో తెల్సా?”

“చెప్పు”

“అమ్మ దొంగా! చూసి చెప్పేసావు కదూ! అంటూ గోల పెట్టాడు”

చలం, చిన్నా నవ్వాపుకోలేకపోయారు. మనస్ఫూర్తిగా నవ్వేసారు.

“పైసా ఖర్చు లేకుండా పడీ పడీ నవ్వారు కదా! ఇంకో జోక్ విసరనా?”

“ఒరేయ్ చిట్టీ! నవ్వించింది చాలు– చలంగాడు సీరియస్ ప్రాబ్లంతో తల బద్దలు కొట్టుకుంటూంటే.... జోకర్‌లా సీన్‌లోకి ఎంటరయ్యావ్– బాగా ఎంటర్టైన్ చేసి రిలాక్స్ అయ్యేలా చేసావ్! థాంక్స్! ఇక దయచేసి ఎలా వచ్చావో అలా ఎగ్జిట్ అయిపో!” చిన్నగా చెప్పాడు చిన్నా.

“అరె! తీవ్ర సమస్య అన్నాక అదేమిటో తెలుసుకోకుండా ఎలా వెళతాను?”

“తెలుసుకుని ఏం ఉద్ధరిస్తావు?”

“ఏదో నా చేతనైన సాయం చేస్తాను!”

"అయితే చెబుతాను విను... మన తెలుగు బాష కల్తీకి గురయి భ్రష్టు పట్టి పోతోందనీ, ఉనికి లేకుండా పోతుందేమోననీ చలం గాడి అవేదన."

"భాష కల్తీ కావడమంటే...?" అర్థం కానట్లు నటించాడు చిట్టి.

"ఒరేయ్! దొంగ వేషాలు కట్టిపెట్టు! ఇంగ్లీష్ మూలంగా మన బాష నానాటికీ దిగజారిపోతుందన్న సంగతి నీకు తెలియనిదా?"– ఇక తప్పనిసరిగా కలుగజేసుకుని కటువుగా అన్నాడు చలం.

ఫక్కున నవ్వాడు చిట్టి.

"ఎందుకురా ఆ వికటాట్టహాసం?" కోపంగా అన్నాడు చలం.

"ఆడలేక మద్దెల ఓడు అన్నట్టు ఉంటే నవ్వు రాక మరేమొస్తుంది?"

"అంటే...?

"తెలుగుని ఇంగ్లీష్ ఎప్పుడూ చెడగొట్టలేదు."

"ప్రూవ్ చెయ్యగలవా?"

"చేస్తా కాని– ముందు చిన్న బెట్ కట్టాలి. కేవలం అయిదొందల రూప్యములు మాత్రమే!"

"నేను రెడీ!"– ముక్కు పుటాలు, అయిదొందల నోటూ ఎగరేస్తూ చెప్పాడు చలం.

"ఐతే శ్రద్ధగా విను! ఇంగ్లీష్ వాడికి ఒక పదం ఉపయోగించనిదే పూట గడవదు– జుట్టు పీక్కొని పిచ్చెక్కినంత పనవుతుంది.అదే తెలుగువాడయితే– అదే అర్థానిచ్చే తెలుగు పదం దైనందిక జీవితంలో చస్తే వాడడు. ఈ పదం పేరేమిటి? చెప్పు చూద్దాం."– కవ్విస్తున్నట్టు అదిగాడు చిట్టి.

"చాల్లే ఊరుకో! అలాంటి పదం ఉండడం అసాధ్యం–నువ్వు ఓడిపోవడం ఖాయం. నువ్వు ప్రూవ్ చెయ్యగలిగితే ఈ అయిదొందల నోటు నీదవుతుంది." క్షణం ఆలోచించకుండా ఎదురుదాడికి దిగాడు చలం.

"అయితే చెబుతా విను!– ఆ తెలుగు పదం పేరు "మరియు"–ఇంగ్లీష్ లో "అండ్".

"నేనూ, నా పెళ్ళాం అంటాం– నువ్వూ, నేనూ అంటాం....వాడూ,వీడూ అంటాం! అదీ, ఇదీ అంటాం! ఇంగ్లీష్ వాడు వాడి బాషలో "అండ్" వాడాడని మనమూ – "నేను మరియు నా పెళ్ళాం,నా చొక్కా మరియు పంట్లాం, నా పాన పాత్ర మరియు పెదవి,అంటామా? అంటే... కృతకంగా ఉండదూ? అందుకే మనం ఎప్పుడో, ఎక్కడో తర్జుమాల్లో తప్ప "మరియు" విరివిగా వాడేయం. ఇప్పుడు చెప్పు– వాడి బాషను గుడ్డిగా వాడమని ఇంగ్లీష్ వాడు మనల్ని ఇరుకున పెట్టాడా? మనకే అవసరం లేకున్నా

విరివిగా ఇంగ్లీష్ పదాలు వాడడం ఫేషన్ అయిపోయింది. ఒక్కసారి గుర్తు తెచ్చుకోండి... నేనిక్కడ అడుగు పెట్టిన దగ్గర నుంచీ అక్కర లేకున్నా మీరు ఎన్ని ఇంగ్లీష్ పదాలు వాడారో గుర్తు చేసుకోండి! ఇంక పని గట్టుకుని ఇంగ్లీష్‌ను తిట్టుకొవడం ఎందుకు?

ఎందరో మహానుభావుల కృషి ఫలితంగా–ఒకప్పటి మన గ్రాంథిక భాష వాడుక భాషగా మారింది. పండితులకే కాక పామరులకీ అందుబాటులోకి వచ్చింది. ఈ భాషను సవ్యంగా వాడితే చాలదా? తప్పు మనం చేస్తూ ఇంగ్లీష్ ను తూలనాడడం భావ్యమా? మరో విషయం గుర్తుకు తెచ్చుకోండి– వందేళ్ళ పైచిలుకు చరిత్ర ఉన్న "కన్యాశుల్కం" నాటకంలో ఇంగ్లీష్ భాషా విన్యాసం మనమెరుగనిదా? నేటికీ మెచ్చి తరించనిదా?

మన భాష ఒక జీవనది. కాలక్రమంలో ఒక్క ఇంగ్లీష్ నే కాదు... ఎన్నెన్నో పర భాషా పదాల్ని సైతం తనలో ఇముడ్చుకొని నిరాటంకంగా ప్రవహిస్తూనే ఉంది... ఉంటుంది. కాకపోతే, ఇటీవల వెర్రి తలలు వేస్తున్న సినిమా, టీ.వీ మాధ్యమాల ఉచ్చారణ దోషాలు అరికట్టే బాధ్యత మనం వహించకపోతే– మన భాషకు మనమే ద్రోహం చేసిన వాళ్ళం అవుతాం.

లీలా గారూ, సంధ్యా గారూ, రేకా గారూ, రాధా గారూ, గీతా గారూ లాంటి పిలుపులతో నిత్యం మనల్ని చిత్రహింసలకు గురి చేసే కొందరు టి. వి. ఏంకర్లనూ, వెగటు పుట్టించే యాసతో సినిమాల్లో

నాయికానాయకులకు డబ్బింగ్ చెప్పే కళాకారుల్నీ సంస్కరించేందుకు మనం సత్వర చర్యలు చేపట్టకపోతే తెలుగు భాషను మృత భాషగా మార్చే పరిస్థితిని మనమే చేజేతులా తెచ్చుకున్నవారమవుతాం. మీరేమంటారు?" అడిగాడు చిట్టి.

చలం, చిన్నా ఔననట్టు తల ఊపారో లేదో... ఉన్నట్టుండి కరెంట్ పోయింది.అంతా చీకటి అలముకొంది. కాని,మరో కొద్ది క్షణాల్లోనే తిరిగి వచ్చింది. చలం చిట్టి అక్కడ కనిపించక పోయేసరికి–

"ఏడిరా వీడు? అని చిన్నాను ప్రశ్నించాడు,

చిన్నా చిన్నగా బదులిచ్చాడు–

"మాయం"

"వాడూ"

"మరియు"

"అయిదొందల నోటూ"

❖❖❖

(అముద్రితం)

5

క్షమ

'మళ్లి మామూలే! ఖైదీ జీవితం."

వారం రోజుల తరువాత ఆఫీసులో అడుగు పెడుతూ విసుగ్గా అనుకున్నాను. "జాక్‌పాట్ కొంచెంలో తప్పిపోయింది గాని ఆఫీసనే ఈ జైలు వాతావరణంలో మళ్లీ పడి చావాల్సిన ఖర్మేమిటి నాకు ?" విరక్తిగా నా సీటు వైపు నడిచాను.

నవ్వుతూ ఎదురొచ్చాడు సీతాపతి. వాడిని చూడగానే నేను ముఖం ముడుచు కున్నాను.

"మీ తాతయ్యకెలా ఉంది ?"

"బాగానే ఉంది. నిన్ను చూడాలని ఉందట. పైకి రమ్మంటున్నాడు" మనసు లోనే కసిగా అనుకున్నాను.

"ఫర్వాలేదు. ఇప్పుడిప్పుడే తేరుకుంటు న్నాడు." ముక్తసరిగా జవాబిచ్చి నా సీటులో కాగితాలు తిరగెయ్య సాగాను.

నా వెనకాలే నిలబడ్డాడు సీతాపతి.

"నీ సీటంతా నీటుగా సర్ది ఉంచాను. నువ్వు పెండింగ్ పెట్టిన వర్కంతా క్లియర్ చేసేసాను."

"హు"

సీతాపతి చిన్నబుచ్చుకున్నాడు కాబోలు,

మెల్లిగా తన సీటువైపు వెళ్ళిపోయాడు. "ఏదో పెద్ద ఉద్ధరించినట్లు ఫోజూ వీడూను" లోలోనే గొణుక్కున్నాను. అదేమిటో ! కొందరి ముఖం చూసీ చూడ్డంతోనే వాళ్ళమీద ఎంతో ఇష్టం, ఆసక్తి పుట్టుకొస్తాయి. అలాగే కొందరి ముఖంచూస్తేనే ఈడ్చి తన్నాలనిపిస్తుంది.

నా దృష్టిలో సీతాపతి రెండవకోవకు చెందుతాడు.

నిజానికి నేను రేసులకు వెళ్ళాలని దొంగ టెలిగ్రామ్ సృష్టించి సెలవు పెట్టినప్పుడు నన్ను సీతాపతే ఆదుకున్నాడు. నా సీటు వర్కు ఎవరైనా చేస్తానని ఒప్పుకుంటే లీవ్ గ్రాంట్ చేస్తానని ఆఫీసరు ఆంక్ష పెట్టి నప్పుడు ఎవరికి వారు తమ కెందుకులే అని ఊరుకున్నప్పుడు ముందుకొచ్చింది సీతాపతే.

ఇదొక్కటే కాదు ఇలాంటి వెధవ పనులు బోలెడన్ని చేస్తూ ఆఫీసులో అందరికీ ఇష్టుడై కూర్చున్నాడు సీతాపతి ఒక్క నాకు తప్ప.

నా దృష్టిలో సీతాపతి చాలా చెడ్డవాడు. దుర్మార్గుడు. చెప్పుకోదగ్గ మంచి లక్షణం ఒక్కటీలేదు. రేసుల మీద ఇంట్రెస్ట్ లేకపోతే సరేసరి. కనీసం మందైనా కొట్టడు. పేకాటాడడు. ఇలాంటి సీతాపతి ఒకసారి నేనూ, చంద్రం బార్‌కి వెళ్తుంటే మాతోపాటు వచ్చాడు. చంద్రమంటే నాకు చాల ఇష్టం. నాకున్న మంచి అలవాట్లన్నీ అతనికీ ఉన్నాయి.

ఎంత రూమ్మేట్ అయినా చంద్రం సీతాపతిని బార్కి వెంటబెట్టుకు రావడం నాకేం నచ్చలేదు. అదేమిటని అడిగితే మన కేమన్నా అయితే చూసుకునేందుకు వెనుకొక మనిషి ఉండాలంటాడు.

మేమిద్దరం సీసాలు కాళీ చేస్తుంటే సీతాపతి చూస్తూ కూర్చున్నాడు. చివరికి చంద్రంమాటే నిజమైంది. ఆ రాత్రి దాదాపు స్పృహలో లేని పరిస్థితిలో నన్ను నా రూమ్‌కి భద్రంగా చేర్చాడు సీతాపతి. అదే నాకు నచ్చలేదు. నేను వెధవనే కావచ్చు. అంతమాత్రంచేత మరొక వెధవ" దృష్టిలో చులకన కావడం నేను ఏ మాత్రం సహించను.

మరోసారి ఏమయింది ? మా ఫ్రెండ్స్ పేకాట ప్రోగ్రామ్ వేసినప్పుడు సమయానికి నా దగ్గర డబ్బు లేకుండ పోయింది. సిగ్గు విడిచి సీతాపతిని అప్పడిగాము.

"వాడంటాడూ...?"

"చూడు బ్రదర్ ! నాదగ్గర ప్రస్తుతం చాల డబ్బుంది. వేరే అవసరానికి నువ్వు డబ్బుడిగి ఉంటే తప్పకుండ ఇచ్చి ఉండే వాడిని. కాని పేకాటకని తెలిసీ నీకు డబ్బిచ్చి పరోక్షంగా నువ్వు చెడిపోవడానికి నేను కారకుడు కావడం నా కిష్టంలేదు. నన్ను క్షమించు."

దాంతో నాకు తల కొట్టేసినంత పనయింది. అరికాలి మంట నెత్తి కెక్కినా చేసేదిలేక ఊరుకున్నాను.

ఇలాంటి తన నీచ ప్రవర్తన ద్వారా సీతాపతి మరింతగా నా ద్వేషానికి గురికాసాగాడు.

సీతాపతి మీద ఎలాగైనా దెబ్బతీసి నా ప్రత్యేకతను నేను నిరూపించుకునే రోజు రాకపోదనే నా ప్రగాఢ నమ్మకం. చివరికి ఆ రోజు రానే వచ్చింది. "సార్ ! మీకు ఫోన్ !"

ప్యూన్ చెప్పగానే వెళ్లి ఫోన్ కాల్ రిసీవ్ చేసుకున్నాను. అది గోపాలం దగ్గర్నుంచి చాల ముఖ్యమైన విషయం మాట్లాడాలని, సాయంత్రం పార్కులో కలుసుకోమని కోరాడు.

గోపాలం నాకు మంచి స్నేహితుడు, క్లాస్మేట్. అడపా దడపా అప్పుకూడ ఇస్తుంటాడు.

సాయంత్రం పార్కులో గోపాలాన్ని కలుసుకున్నాను.

గోపాలం చిన్నగా మొదలెట్టాడు. ఈ ఏడు మా చెల్లాయి పెళ్లి చెయ్యాలనుకుంటున్నామోయ్ ! ఈ విష యమై నీతో మాట్లాడాలని పిలిచాను."

నా హృదయం ఆనందంతో గంతులు వేసింది. గోపాలం చెల్లెలు శ్యామల. చాల అందంగా ఉంటుంది. ఆ అమ్మాయిని పెళ్లి చేసుకుని నా అదృష్టంలో కొంత ఆమెకు పంచి ఇవ్వాలని నేనప్పుడప్పుడూ అనుకోక పోలేదు.

అనుకోని విధంగా ఈ రోజు గోపాలం తనంతతానే ఈ ప్రస్తావన తీసుకొచ్చాడు. కాస్తయినా బింకం చూపించకుండ వెంటనే ఒప్పేసుకోవడం నా కిష్టంలేదు.

అందుకే- "అయితే ఏమంటావ్ ?" అన్నాను.

"మీ ఆఫీసులో సీతాపతి అనే అతడు పని చేస్తున్నాడు కదా ?"

"అవును ఏం ?"

"అతని గురించి నీ అభిప్రాయం ఏమిటి ?"

ఈ ప్రశ్నతో నాకంతా పూర్తిగా అవగాహన అయిపోయింది. సీతాపతిగాడికి తన చెల్లెల్ని కట్టబెట్టాలనా వీడి ఉద్దేశం?

ఎదురుగా నాలాంటి యోగ్యుడ్ని ఉంచుకుని కూడ సీతాపతిని ఎంచుకోవడంలో నాకన్నా సీతాపతి బుద్ధిమంతుడనేకదూ? నిజంగా నాకిది భరించలేని అవమానం.

"ఒరేయ్ సీతాపతీ! నిన్ను నేను ఉపేక్షించేకొద్దీ నా విషయాల్లో జోక్యం కలుగజేసు కుంటున్నావ్. చివరికి ఈ విధంగాకూడ నాకు పోటీ వస్తున్నావ్! నిన్నిక వదిలి పెట్టను." కసిగా అనుకున్నాను !

"కొంపదీసి మీ చెల్లాయిని అతనికిచ్చి చేద్దామని అనుకోవడం లేదుకదా?" పైకి మాత్రం నవ్వుతూనే అన్నాను.

"అవునోయ్! కుర్రాడుబుద్ధిమంతుడేనని సంబంధం తెచ్చిన శాస్త్రులుగారు చెప్పారు. నేమా అతడేమో మీ ఆఫీసులోనే పని చేస్తున్నాడు - అతని మంచిచెడ్డల గురించి నీకన్నా మరింకెవరికి బాగా తెలుస్తాయన్న ఉద్దేశంతోనే నీతో మాట్లాడాలన్నది."
"అంటే ఈ భూ ప్రపంచంలో సీతాపతి, కన్న యోగ్యుడు మరెవ్వడూ నీకు దొరక లేదన్నమాట ?" ఒక క్షణం ఆగి బాణం విసిరాను.

గోపాలం విస్తుపోయాడు.

"ఏం ! అలాగంటున్నావ్ ?" అన్నాడు.

"ఏం చెప్పను? పెద్ద ధర్మసంకటంలో పడేశావ్! నువ్వు చూస్తే నా ప్రాణ స్నేహితుడివి. అతడేమో నా తోటి ఉద్యోగి, నిజంచెప్తే అతడ్ని రచ్చకీడ్చిన వాడ్నవుతాను. అలాగని నిజం దాస్తే నీ చెల్లాయి నూరేళ్ల జీవితం నాశనం కావడానికి ముఖ్య కారకుడ్నయి కూర్చుంటాను."

గోపాలం కంగారుపడి పోయాడు.

'అదేమిటి ? సీతాపతి మంచివాడు కాడా ఏమిటి ? ఏ విషయం దాచకుండ చెప్పు. నిజం చెప్పడం నేరం కాదు" ఆదుర్దాగా అన్నాడు.

నేను మళ్లీ చిన్నగా నవ్వి అన్నాను.

"సరే! నిజమే చెప్తాను సీతాపతి పైకి చాల అమాయకుడిలా కనిపిస్తాడు. కాని అతనికి లేని వ్యసనమంటూ లేదు.

మొన్నటికి మొన్న ఈ ప్రపంచంలోనే లేని వాళ్ల తాతయ్యకు సీరియస్ గా

ఉందని దొంగ టెలిగ్రామ్ సృష్టించి ఆ వంకతో రేసులకు వెళ్లాడు. అతడు లేని సమయంలో అతని సీట్ వర్కంతా నేనే చూసాను. తిరిగి వచ్చింతరువాత కనీసం థాంక్స్ చెప్పడాని కూడా అతనికి నోరు రాలేదు.

"నీకు ఒక విషయం తెలుసా గోపాలం? ఈ మధ్య నేను త్రాగడం పూర్తిగా మానేసాను నేను తాగనని ఎంత చెప్పినా వినకుండ సీతాపతి ఆ మధ్య నన్ను బలవంతంగా బార్‌కి లాక్కెళ్లాడు. నేను ఒక్క చుక్క కూడ ముట్టుకోలేదనుకో! సీతాపతి మాత్రం తెగితాగి అక్కడంతా నానా చండా లంచేసి ఊరుకున్నాడు. పూర్తిగా స్పృహలో లేని ఆ మనిషిని ఆటోలో తీసుకువెళ్ళి అతని రూమ్‌కి చేర్చేసరికి నా తల ప్రాణం తోకకు వచ్చింది. "ఒక క్షణం ఆగి గోపాలం ముఖంలో మారుతున్న రంగులు గమనించి, లోలోనే నవ్వుకుని మళ్ళీ మొదలెట్టాను. పేకాట మానమని ఒక మంచి స్నేహితుడిగా అతనికెన్నోసార్లు నచ్చచెప్పాను.

అయినా అతడు నా మాటలు పూర్తిగా పెడచెవిని పెట్టాడు.

ఒకరోజు అప్పుకావాలని నన్నడిగాడు. ఆ డబ్బు పేకాడటానికేనని నాకు బాగా తెలుసు.

అందుకే – "చూడు సీతాపతీ ! నా దగ్గర ప్రస్తుతం చాల డబ్బుంది. మరో మంచిపనికి నువ్వు నన్ను డబ్బడిగిఉంటే తప్పకుండ ఇచ్చి ఉండేవాడ్ని. పేకాటకని తెలిసీ నీకు డబ్బిచ్చి పరోక్షంగా నువ్వు చెడిపోవడానికి నేను కారకుడ్ని కావడం నా కిష్టంలేదు. నన్ను క్షమించు" అని ఖచ్చితంగా చెప్పేసాను.

అతడు నా వ్యధను అర్థం చేసుకోకపోగా వామీద కత్తికట్టి నాతో అసలు మాట్లాడడమే మానుకున్నాడు. ఇంకేం చెప్పమంటావ్?"

"ఇంకేమీ చెప్పనక్కరేదు. చెప్పినవి చాలు. మేము ఊబిలో ఇరుక్కోకముందే నిజాన్ని ధైర్యంగా చెప్పి రక్షించావ్" రెండుచేతులు పట్టుకుని అన్నాడు గోపాలం. "మరయితే ?"

"అయితే లేదు గియితే లేదు. ఇన్ని విషయాలు తెలిసిన తరువాతకూడ అతనితో సంబంధం కలుపుకోవాలనుకునేంత మూర్ఖుడిననుకున్నావా? ఇక నేను వస్తానంటూ గోపాలం వెళ్ళిపోయాడు.

సీతాపతిని తెలివిగా దెబ్బకొట్టినందుకు నన్ను నేనే అభినందించుకున్నాను. ఆ రాత్రి హాయిగా నిద్రపోయాను.

మరునాడు నేను ఆఫీసుకు వెళ్ళేవరికి వెంటనే బయల్దేరి రమ్మని మా నాన్న ఇచ్చిన టెలిగ్రామ్ రెడీగా ఉంది. కంగారుపడి రెండురోజులు సెలవు అతికష్టం మీద

గ్రాంట్ చేయించుకుని రైలెక్కాను. ఇంటికి చేరగానే మా నాన్న ఉగ్రుడై నా మీద విరుచుకు పడ్డాడు.

"నేను పచ్చగా ఉండడం ఇష్టంలేని పక్షెవడో పని కట్టుకువెళ్లి ఆయన చెవిలో కూసి ఉంటాడు. దాంతో- అడ్డమైన తిరుగుళ్ళు తిరుగుతున్నానని తిట్టాడు వంశ మర్యాద బూడిదలో కలిపేస్తున్నానని వాపోయాడు. వంటరిగా వదిలేస్తే మరింత చెడిపోతానేమోనని అనుమానం వెలిబుచ్చాడు. పెళ్లొక్కటే నన్ను దారికి తెచ్చే మార్గమని ఆయన నమ్మకం కాబట్టి పెళ్లిచూపులు ఏర్పాటు చేసి ఉంచాడనీ నన్ను వెంటనే పోయి పిల్లను చూడమనీ తేల్చిచెప్పాడు. అందుకే టెలిగ్రామ్ ఇచ్చి నన్ను పిలిపించాడట.

మా నాన్నను ఎదిరించే ధైర్యం నాకు ఏమాత్రం లేకపోబట్టి అయిష్టంగానే పెళ్లి చూపులకు వెళ్లక తప్పలేదు.

గమ్మత్తుగా విమల నాకు నచ్చింది. నా ఊహాసుందరి పోలికలు నాకా పిల్లలో చాలా కనిపించాయి. మాట్లాడకుండా ఒప్పేసుకున్నాను. మరికొన్నాళ్లకే నా పెళ్లయియిపోయింది.

నా పెళ్లికి మా ఆఫీసు స్టాఫంతా వచ్చారు ఒక్క సీతాపతి తప్ప, ఆ టైమ్‌కి సీతాపతి టైఫాయిడ్ జ్వరంతో హాస్పిటల్లో మూలుగుతూ పడి ఉన్నాడు. సీతాపతి నా పెళ్లికి రాకపోవడం నాకు నిజంగా ఆనందాన్ని కలిగించింది. వాడు వచ్చివుంటే సగం ఉత్సాహం చచ్చిపోయి ఉండేది నాలో.

పెళ్లయితే ఎంత వెధవైనా మారక తప్పదనే మా నాన్న మాట నేనూ ఒప్పుకోక తప్పలేదు. పెళ్లయిన తరువాత నాలో చాల మార్పులు వచ్చాయి.

నా శ్రీమతికి పొగ పడడంలేదని నేను సిగరెట్ కూడ మానేసాను. కాబట్టి మిగతా అలవాట్ల గురించి వేరే చెప్పనక్క ర్లేదు.

విమల కళ్లల్లో మత్తుకు దాసుడ్నయి పోయిన తరువాత నాకు వేరే మధువు సేవించాల్సిన అవసరం కనబడడంలేదు. విమలకు పేకాడడం బాగా చాతవును. పెళ్లాం చేతి లోనే తేలిగ్గా ఓడిపోయే నాకు ఇక బయట డబ్బెట్టి పేకాడడం సిగ్గుచేటనిపించింది. నిజం చెప్పాలంటే నేను చాల బుద్ధి మంతుడ్నయి పోయాను.

మాది చాల అన్యోన్యమైన దాంపత్యం. ఎంతో తియ్యగా గడిచిపోతున్నాయి రోజులు. ఇలా ఉండగా ఒకరోజు ఉదయమే విమల అన్నయ్య రామం చెల్లాయి కాపురమెలా సాగుతుందో చూద్దామన్న కుతూహలంతో కాబోలు ఊడిపడ్డాడు. మా ఇద్దర్నీ చూసి చాలా ముచ్చట పడ్డాడు.

ఆ సాయంత్రం నేనూ, రామం షికారుకు వెళ్లి తిరిగి వస్తుంటే దార్లో సీతాపతి

ఎదురయ్యాడు. సీతాపతిని చూడగానే నేను మామూలుగానే ముఖం మాడ్చుకున్నాను.

రామం మాత్రం ఎంతో ఆప్యాయంగా సీతాపతిని పలుకరించాడు. వాళ్లిద్దరూ కాస్సేపు మాట్లాడుకున్నారు.

సీతాపతి నిష్క్రమించిన తరువాత నేనడిగాను.

"సీతాపతి మీ కెలా తెలుసు?"

"తెలపకపోవడ మేమిటి బావగారూ? అతనిది మా ఊరే. మీరేమి అనుకోనంటే ఒక విషయం చెప్తాను" అంటూ ఆగాడు రామం.

"చెప్పండి" అన్నాను అప్రయత్నంగానే.

పెళ్లి సంబంధాలు ఖాయం చేసేముందు వరుడి మంచి చెడ్డలు తెలిసిన వారి దగ్గర వాకబు చేయ్యడం సాధారణంగా అందరూ చేసేపనే. అలాగే మీ పెళ్లికి ముందు నేను మీ గురించి సీతాపతిని సంప్రదించడం జరిగింది.

"కొంత దుడుకుతనం ఉన్నమాట వాస్తవమేగాని అతడు చాల మంచివాడు. చాకులాంటి కుర్రాడు. అతని విషయంలో మీరేమీ అనుమానించక్కర్లేదు. వెంటనే సంబంధం ఖాయం చేసుకోండి" అని సీతాపతి మీ గురించి చాల నమ్మకంగా చెప్పాడు. అతడలా చెప్పిన తరువాత మరొకర్ని మళ్ళీ అడగాల్సిన అవసరం కనిపించలేదు మాకు. ఇప్పుడు చూస్తుంటే మీ గుణగణాల గురించి సీతాపతి చాల తక్కువే చెప్పాడనిపిస్తోంది."

ఆ తరువాత రామం చెప్పిన మాటలునాకు వినిపించలేదు. అప్పటికే అతడు చెప్పిన మాటలు నా గుండెల్లో శూలాల్లా గుచ్చుకున్నాయి. కలలో కూడా ఊహించని నిజాన్ని వినేసరికి నాకు పిచ్చెక్కినంత పనైంది.

ఈ రోజున నా జీవితం స్వర్గతుల్యంగా ఉందని మురిసిపోతున్నానంటే నిజానికది సీతాపతి చలవేకాని మరొకటి కాదని తెలియగానే నేతనికి చేసిన ద్రోహం గుర్తుకొచ్చింది.

కేవలం అర్థంలేని ఉక్రోషంతో నేనతనికి చేసిన అన్యాయానికి నాకు నిష్కృతిలేదు.

నామీద నాకు విపరీతమైన అసహ్యం పుట్టుకొచ్చింది.

ఈ క్షణంలో సీతాపతి వద్దకు వెళ్ళి తప్పును ఒప్పుకుంటే నన్ను హృదయ పూర్వకంగా మన్నించే క్షమా గుణం అతనిలో ఉంది. కానీ నేను అర్హుడినా?

ఓహ్! ఇలా తీరిగ్గా పశ్చాత్తాపపడుతూ కూర్చోవడానికి సమయం కాదిది. త్వరపడాలి.

నాకు తెలుసు! సీతాపతి ముందు అపరాధిగా నిలబడే ముందు నేను చెయ్యాల్సిన పని మరొకటుంది - ఏమిటది?

ప్రస్తుతం నా కాళ్ళు నా ఇంటికి తీసుకు వెళ్తున్నాయి. ఇవే కాళ్ళు మరి కొంతసేపట్లో గోపాలం ఇంటికి దారి తీస్తాయి. అక్కడ నా గుండెల్లో బరువు దించుకుంటాను. అంతే! సమయం మించి పోకముందే నా తప్పును సరిదిద్దుకుంటాను.

(ఆంధ్ర సచిత్ర వార పత్రిక – 14.4.1978)

6

ఈ దారి అటు కాదు

మూడో అంతస్తులోని నా హొటల్ గది కిటికీ దగ్గర నిలబడి బయటకు చూస్తున్నాను. వచ్చే పోయే కార్లూ, బస్సులూ, ఇతర వాహనాలు, క్రిక్కిరిసిన జన సందోహం... హైదరాబాద్ అప్పటికీ ఇప్పటికీ చాలా మారిందనిపించింది.ఎప్పుడో నాలుగు సంవత్సరాల క్రితం అనుకుంటాను– నేను చివరిసారిగా హైదరాబాద్ వచ్చి. ఇండస్ట్రియల్ ఎగ్జిబిషన్ చూడడానికి వచ్చానపుడు. బరువు, బాధ్యతలు తెలియని వయసది. ఇప్పుడు... బాధ్యతల సంకెళ్ళలో ఇరుక్కుపోయాను.

సంఘంలో నాకొక స్థానముందిప్పుడు. దినదినాభివృద్ధి చెందుతున్న వ్యాపారం, అనుకూల దాంపత్యం. ఒక విధంగా నేను అదృష్టవంతుడ్ననే చెప్పుకోవాలి. కాని,

అప్పుడప్పుడూ మనసు ఆవేదనకు గురికాక తప్పడం లేదు.మనకు కావల్సినవాళ్ళు చెడిపోతూ,ఎందుకూ కాకుండా పోతున్నప్పుడూ, వాళ్ళను సరైన మార్గంలో పెట్టలేనప్పుడూ గుండెల్లో బాధ కలచివేస్తూ ఉంటుంది. నా బాధంతా వాసు గురించే! వాడి భవిష్యత్ గురించే కలవరం.

ప్రయాణమయ్యే ముందు కూడా వాడిమీద చెయ్యి చేసుకోవల్సి వచ్చినందుకు నాకు చాల బాధగా ఉంది. తను చేసేది తప్పనీ, నేరమనీ వాడెలా తెలుసుకుంటాడు?

భోజనం చేసి డ్రెస్సింగ్ రూంలో అడుగుపెడుతున్న నాకు నా పాంట్ జేబులు తడుముతున్న వాసు కనిపించాడు. కోపాన్ని తమాయించుకోలేక 'వాసూ' అని బిగ్గరగా అరిచాను. అనుకోని సంఘటనకు బిత్తరపోయాడు వాడు. తన దొంగతనం బయటపడడంతో భయంతో వణికిపోయాడు. అంతే! రెండు చెంపలూ ఎడాపెడా వాయించాను. వాడి బుగ్గలు ఎర్రగా కందిపోయాయి. నిస్సహాయంగా అలాగే నిలబడిపోయాడు వచ్చే ఏడుపు ఆపుకోవడానికి ప్రయత్నిస్తూ.

నా కళ్ళముందు నిలబడకు! పో బయటకు!" గట్టిగా అరిచాను. నా అరుపులకు పద్మ పరుగెత్తుకు వచ్చింది. కళ్ళంట నీళ్ళు తిరిగిన వాసునీ, ఆగ్రహంతో నిప్పులు కక్కుతున్న నన్నూ చూసి ప్రశ్నించే ధైర్యం చాలక అయోమయంగా నిల్చుండి పోయింది.

నా మనసంతా పాడయింది. ప్రయాణం వాయిదా వేద్దామనిపించింది. కాని, తప్పదు. వ్యాపార రీత్యా నేను హైదరాబాద్ వెళ్ళడం అత్యవసరం.

రైల్లో ప్రయాణం చేస్తున్నంత సేపూ కూడ వాసుని గురించిన తలపులే వెంటాడసాగాయి నన్ను. వాడికేం లోటు చేసానని ఇలా తయారయ్యాడు? తరచుగా జేబులో చిల్లర నోట్లు పోవడం మామూలే అయినా నేను వాసుని అనుమానించలేకపోయాను. కాని కళ్ళ ముందు కనిపించిన నిజాన్ని చూసి నిగ్రహించుకోలేక వాడిపై చేయి చేసుకున్నాను.

వాసు నాకున్న ఒక్కగానొక్క తమ్ముడు. సిక్త్ క్లాసు చదువుతున్నాడు. అమ్మా, నాన్నా పోయిన తరువాత వాడికి అన్నీ నేనే అయ్యాను. పద్మ కూడ వాడిని ఎప్పుడూ పరాయి వాడిగా చూడలేదు. పైగా నా దగ్గరకన్నా వాడికి వదిన దగ్గరే చనువెక్కువ. వాసుకి కావల్సిన పుస్తకాలు, బట్టల విషయంలో నేనే ప్రత్యేక శ్రద్ధ తీసుకుని అన్నీ కొనిస్తాను. ఆప్యాయతకూ, అనురాగానికీ వాడికి కొరత ఉందని నేననుకోను. కానీ, వాడు జేబు దొంగగా మారుతున్నాడనే ఊహే దుర్భరంగా ఉంది.

అలోచనలనుంచి తేరుకుని టైము చూసుకున్నాను, తొమ్మిదవుతోంది. మరో గంటలో మా బోర్డ్ ఆఫ్ డైరెక్టర్స్ మీటింగ్‌కి అటెండ్ అవాల్సిఉంది. గబగబా తయారవసాగాను.

❖❖❖

నేను వచ్చిన పని విజయవంతంగా ముగిసింది. మావాళ్ళు నేను పెట్టిన ప్రపోజల్స్ అన్నింటికీ ఏకాభిప్రాయంతో అంగీకరిస్తారని నేను ఊహించనైనా లేదు. తిరుగు ప్రయాణానికి సిద్ధం కాసాగాను. టైం సాయంత్రం నాలుగు కావొస్తోంది. 6.30కి నా ట్రైను. చెక్ ఔట్ చేస్తున్నానని రిసెప్షన్‌కి ఫోన్ చేసి చెప్పి బోయ్ రాగానే నా చిన్న సూట్‌కేస్‌తో సహా లిఫ్ట్‌లో క్రిందకి దిగి హొటల్ లాంజ్‌లోకి అడుగుపెట్టాను. ఇక నన్ను స్టేషన్‌లో దించడానికి వచ్చే కంపెనీ కారు కోసం ఎదురుచూడాలి.

నా దృష్టి అక్కడ కూర్చొని ఉన్న నల్ల కళ్ళజోడు వ్యక్తిపై పడింది. అతడు తదేకంగా నావంకే చూస్తునట్లు అనిపించింది, ఎక్కడో చూసినట్టు ఉంది. ఎవరబ్బా? అని అనుకునే లోగా అతడు కళ్ళద్దాలు తొలగించాడు.అప్పుడు గుర్తు పట్టాను. అతడు ప్రభాకరం. నా కళ్ళలో చిన్న వెలుగు. అప్రయత్నంగా అతని వైపు నడిచాను. ప్రభాకరం చిన్నగా నవ్వాడు.

"గుర్తు పట్టావన్న మాట?" అన్నాడు చెయ్యి చాపుతూ.

"అదేంట్రా ప్రభా! వయసు తెచ్చిన మార్పు వల్ల కొంచెం ఆలస్యమయింది తప్ప నిన్నెలా గుర్తు పట్టకుండా ఉంటాను?"

ప్రభాకరం నవ్వాడు.

ప్రభాకరం నా బాల్య స్నేహితుడు. డిగ్రీ వరకూ కలిసే చదివాం. వాళ్ళ నాన్నగారు మా కాలేజీలోనే లెక్చరర్‌గా పని చేసేవారు. చిన్నప్పుడు ఆటల్లో కొట్టుకునేవాళ్ళం అంతలోనే కలిసిపోయేవాళ్ళం. వాడూ, నేనూ కొట్టుకొని హెడ్ మాస్టర్ దగ్గర దోషులుగా నిలబడ్డ రోజు నాకింకా గుర్తుంది.

ఇన్నేళ్ళ తర్వాత కలుసుకున్న ఆనందం మా ఇద్దరి ముఖాల్లోనూ ద్యోతకమవుతోంది. వెంటనే ప్రశ్నల వర్షం కురిపించాను.

"ఏమిటా జోరు? సరే! నీ ప్రశ్నలన్నింటికీ సమాధానం చెప్తాను. అడ్డు ప్రశ్నలేయకుండా విను.- నవ్వి అన్నాడు ప్రభాకరం.

నేను ప్రస్తుతం ఇక్కడ చిన్న జాబ్ చేస్తున్నా! వచ్చేది జీవనానికి సరిపోతుంది. నాన్నగారు పోయి రెండేళ్ళు అవుతుంది. అమ్మా, చెల్లాయి,తమ్ముడూ రాజమండ్రిలో ఉంటున్నారు. ఇదీ క్లుప్తంగా కథ." ముక్తసరిగా చెప్పుకొచ్చాడు."

"మరి పెళ్ళి...?" అర్థోక్తిలో ఆగిపోయాను.

"ముందు జీవితంలో స్థిరపడనీ! అది సరే! అన్నీ నానుండి రాబట్టడమే గాని నీ సంగతులు చెప్పవేం? పెళ్ళయిందని నీ ముఖమే చెప్తోంది గాని పిల్లలెందరు?" మోచేత్తో

50 ❖ తిరిగి పాత రోజుల్లోకి

పొడుస్తూ అడిగాడు. నేను నవ్వి నా విషయాలు, వచ్చిన పనీ చెప్పాను.

"అయితే ఇప్పుడే వెళ్ళిపోతున్నావన్న మాట?"

అవును. మా కంపెనీ కారు కోసం ఎదురుచూస్తున్నా!" అన్నాను. ఇంతలోనే నాలో చటుక్కున ఒక ఆలోచన మెరిసింది.

"అవునూ! నువ్విక్కడ ఈ హోటల్‌కు ఎందుకొచ్చావో చెప్పనే లేదు?"

"మరో ఫ్రెండ్ ఇదే హోటల్లో దిగాడు. వచ్చి కలుసుకోమని చెప్పాడు. నేను రావడం కొంత లేటయింది." సారీ అర్జెంట్ పని మీద వెళ్తున్నా. రేపు కలుసుకుందాం," అని మెసేజ్ పెట్టి వెళ్ళిపోయాడు. నేనింక బయలుదేరుదామని అనుకునేలోగా నువ్వు కనిపించావ్"

"అలాగా? నీకిప్పుడు అర్జెంట్ పని వేరే ఏమీ లేదు కదా?"

లేదన్నట్లు తలాడించాడు ప్రభాకరం.

నాతో స్టేషన్‌కి వస్తావా?

"తప్పకుండా!"

"అయితే నాదో చిన్న కోరిక. తీరుస్తావా?

"ఏమిటో చెప్పు!"

"నేనింత వరకూ డబల్ డెక్కర్ బస్ ఎప్పుడూ ఎక్కలేదు. త్వరలోనే హైదరాబాద్‌లో ఇవి ఆపేస్తున్నారని విన్నాను. మా కారు వద్దని ఫోన్ చేసి చెప్పేస్తా! నన్ను డబల్ డెక్కర్ బస్‌లో ఎక్కించి తిప్పుతావా?"

"దాందే భాగ్యం? హోటల్ బయటే బస్ స్టాప్ ఉంది. కాస్సేపట్లో స్టేషన్ మీదుగా వెళ్ళే డబల్ డెక్కర్ ఉన్నట్టు గుర్తు. వెళ్దాం పద. నీ సూట్ కేస్ ఇలా ఇవ్వు."

"పర్వాలేదు. చిన్నదేగా? బరువేం లేదు." అన్నాన్నేను.

కొద్ది నిముషాల్లో ఇద్దరం హోటల్ బయటకు వచ్చాం.

బస్ స్టాప్‌లో నిలబడ్డాక చిన్నగా నవ్వి అన్నాడు ప్రభాకరం –" నువ్వేం మారలేదు. చిన్నప్పుడు కూడా ఇలాంటి చిన్న చిన్న సరదాలకు మురిసిపోయేవాడివి. చిన్నప్పటి పసి మనస్తత్వం నిన్ను వదిలి పోలేదు. చాలా అదృష్టవంతుడివి."

నేను నవ్వి ఊరుకున్నాను.

ఇంతలో ఏదో బస్ వచ్చి ఆగింది. బస్ రద్దీగా ఉంది. జనం బస్ డోర్ వద్ద గుమిగూడారు. ఒకరినొకరు తోసుకుంటూ బస్‌లో ఎక్కడానికి ప్రయత్నిస్తున్నారు.

ఏదో మాట్లాడుతున్న ప్రభాకరం ఒక్క ఉదాటున పరుగెత్తి గుంపులో నుండి ఒకడ్ని కాలర్ పట్టుకుని బయటకు లాగాడు. అతడు విడిపించుకోవాలని విఫల

యత్నం చేస్తున్నాడు. గుంపులోని జనం దృష్టి ఇటు మళ్ళింది.

"అయ్యో నా పర్సు!" ఆందోళనగా అరిచాడొక ముసలాయన.

"ఇదేనా?" తను పట్టుకున్నవాడి జేబులోచి ఒక పర్సు లాగి చూపించాడు ప్రభాకరం.

పర్సు చూడగానే ముసలాయన కళ్ళు తళుక్కున మెరిసాయి.పర్సు లోంచి ఆ ముసలాయన ఫొటో ఈ పర్సు సొంతదారుడితడే సుమా అని చెప్పకనే చెప్తోంది. వణుకుతున్న చేతుల్తో ప్రభాకరం అందించిన పర్సు తెరిచాడాయన.

"వెయ్యేళ్ళు చల్లగా వర్ధిల్లు నాయనా! పర్సులో అయిదొందలు ఉన్నాయి. మా అబ్బాయి పరీక్ష ఫీజుకు డబ్బు పంపాలి. నీ రుణం తీర్చుకోలేను బాబూ! ఆ దొంగ పాలు కాకుండా కాపాడావు. నీ రుణం తీర్చుకోలేను బాబూ!" ఆయన కళ్ళు కృతజ్ఞతను సూచిస్తున్నాయి.

బదులుగా ప్రభాకరం నిండుగా నవ్వాడు. అబ్బ! ప్రభాకరం ఎంత అదృష్టవంతుడు? అలా ఎల్లప్పుడూ నవ్వగలిగే అదృష్టం ఎంతమందికి ఉంటుంది?

పక్కన చెలరేగిన గందరగోళంతో నా చూపులు అటు మళ్ళాయి. ఆ దొంగకు అందరూ దేహశుద్ధి చేస్తున్నారు. ఎవరైనా నిస్సహాయ స్థితిలో ఉన్నప్పుడు ఆదుకోవడానికి ఎవ్వరూ ముందుకు రారు గాని ఇలాంటి సమయాల్లో అందరూ వీరులే!

దొరికిపోయాడు కాబట్టి వళ్ళు హూనమయిపోయింది. అవును... దొంగ ఎప్పుడూ దొరకనంత వరకూ దొరే!" అంతలోనే ఒక్కసారిగా ఉలిక్కిపడ్డాను.

అయితే వాసు... వాసు కూడా కొంతకాలానికి ఇలా మారతాడా? నడి వీధిలో కుక్కను కొట్టినట్టు కొడతారా? నా తమ్ముడు జేబుదొంగ అనే మాట విని నేను సహించగలనా? ఊహూ... ఊహించుకోలేను. వళ్ళంతా జలదరించింది.

ఏమిటి ఆలోచిస్తున్నావు? నా భుజం మీద తడుతూ అదిగాడు ప్రభాకరం.

"ఏం లేదు" అన్నాను.

ఇంతలో నేను ఆశ పడ్డ డబల్ డెక్కర్ బస్ వచ్చి ఆగింది. రద్దీగానే ఉంది. ఎక్కి పైభాగంలోకి వెళ్ళి నిలబడ్డాం. బస్ కదిలింది. నేను వంగి బయటకు చూస్తున్నాను. నా వెనకే నిలబడ్డాడు ప్రభాకరం.

నేను బస్‌లోంచి బయటకు చూస్తూ ఏదో ఆలోచనలో పడ్డాను. ఇంతలో ఎవరో నా బాక్ పోకెట్ తడిమినట్లనిపించింది.

"నీ వెధవ వేషాలు నా దగ్గర పనికిరావు. నా వాలెట్ ఇలా ఇవ్వు. నువ్వు తీయడం నేను గమనించలేదనుకున్నావా?" వెనక్కి తిరిగి అన్నాను.

ప్రభాకరం గతుక్కుమన్నాడు.

"ఏం నేను కనిపెట్టలేననుకున్నావా? చిన్ననాటి చిలిపితనం ఇంకా నీలో పోలేదురా! ఎంతో నేర్పుతో జేబుల్లో పెన్నులూ,ఎరేజర్లూ మొదలైనవి తీసేసి ఏడిపించేవాడివి." చిన్నప్పటి రోజులు తలపుకు తెచ్చుకుంటూ నవ్వుతూ అన్నాను.

"మొత్తం మీద ఎలర్ట్ గానే ఉన్నావు" చిరునవ్వుతో నా వాలెట్ తిరిగి ఇచ్చేసాడు ప్రభాకరం.

బస్ దిగాక సమయానికే రైల్వే స్టేషన్ చేరుకున్నాం. రైలు కదలడానికి ఇంకా పావు గంట టైముంది. ఇద్దరం కంపార్ట్మెంట్ బయట సిమెంట్ బెంచీపై కూలబడ్డాం. ఒక వైపు ప్రభాకరం చెప్తున్న మాటలు వింటున్నానే కాని వాసు గురించిన ఆలోచనలు నన్ను వెంటాడుతూనే ఉన్నాయి.

"మనం కలసినప్పటినుంచీ గమనిస్తునాను. నువ్వు ఏదో అన్యమనస్కం గానే ఉన్నావు. ఏదైనా సమస్యా?" అనునయంగా ప్రశ్నించాడు ప్రభాకరం.

ఎందుకో ప్రభాకరానికి వాసు గురించి చెప్పాలనిపించింది. చెప్పాను.

అంతా విన్న ప్రభాకరం నెమ్మదిగా అన్నాడు – "ఈమాత్రానికే బెంబేలు పడిపోతే ఎలా? ఏదో పసివాడు.ఇంకా తెలియనితనం. ఇంత మాత్రానే జేబుదొంగగా మారతాడని బాధ పడడంలో అర్థం లేదు. చిన్న చిన్న విషయాలకే బుర్ర బద్దలు కొట్టుకోవడం ఎప్పటినుండి అలవాటు చేసుకున్నావ్?" సున్నితంగా మందలించాడు ప్రభాకరం.

నాకూ నిజమేననిపించింది. మనసు కాస్త తేలిక పడింది.

"అవునూ! మీవాడికి పాకెట్ మనీ ఇచ్చే అలవాటేమైనా ఉందా నీకు?"

"లేదు. చదువుకునే కుర్రాడికి డబ్బుతో పనేముంది? అలా ఇవ్వడం వల్ల అనవసరమైన చెడ్డ అలవాట్లు అలవాటవుతాయి తప్ప ప్రయోజనం ఏమీ ఉండదు." సబబని నేను నమ్మిన అభిప్రాయాన్ని వెలిబుచ్చాను.

ప్రభాకరం అదోలా నవ్వాడు.

"ఎందుకలా అడిగావు?"

"ఏమీ లేదు."

ఇంతలో రైలు కూత పెట్టింది. నేను ట్రైనెక్కి కంపార్ట్ మెంట్ తలుపు దగ్గర నిలబడ్డాను.

అప్పుడడిగాడు ప్రభాకరం – "ఇందాక నేను వేరే ఉద్దేశంతో నీ పర్సు తీయలేదని నమ్ముతావు కదూ?"

ఒక్క క్షణం అర్థం కానట్లు చూసి బిగ్గరగా నవ్వేసాను.

"ఛ! అవేం మాటలు? నిన్ను అపార్థం చేసుకునేంత నిత్య శంకితుడిలా కనిపిస్తున్నానా నీ కంటికి?" మళ్ళీ నవ్వుతూ అన్నాను.

రైలు కదిలింది. ఇకనుంచి టచ్‌లో ఉంటావు కదూ? అరిచాను.

అలాగే అన్నట్లు తల ఊపాడు ప్రభాకరం. ప్రభాకరం కనుమరుగయ్యేంత వరకూ చెయ్యి ఊపుతూనే ఉన్నాను.

❖❖❖

నేను హైదరాబాద్ నుండి వచ్చి వారమవుతుందేమో? ఇంట్లో తీరిగ్గా కూర్చుని ఆరోజు వచ్చిన టపా చూస్తున్నాను. ముందుగా నన్ను ఆకర్షించింది ప్రభాకరం నుంచి వచ్చిన ఉత్తరం. కవరు విప్పి చదవసాగాను.

"డియర్ రాజూ!

నీకీ ఉత్తరం రాయాలా వద్దా అని తర్జనభర్జన పడి రాయడానికే నిశ్చయించుకున్నాను.

ఒక కఠోర సత్యం వెల్లడి చేస్తున్నాను. నేను నిజానికి ఒక జేబు దొంగను. నమ్మలేక పోతున్నావు కదూ? నేను దొంగగా మారతానని నేనూ ఎప్పుడూ ఊహించలేదు.

మా నాన్నగారు పోయాక కుటుంబ బాధ్యతలు నాపై పడ్డాయి. ఉద్యోగం కోసం ఈ భాగ్యనగరంలో కాళ్ళరిగేలా తిరిగాను. ఫలితం శూన్యం. ఇంట్లోని దారుణ పరిస్థితులు చివరికి నన్ను జేబు దొంగగా మార్చాయి.

నిజాయితీ కూడు పెట్టదు. ఇది నేను అనుభవపూర్వకంగా తెలుసుకున్న సత్యం. నేను ఎంచుకున్న ఈ వృత్తిలో నేను పాటించే నియమాలు కొన్ని ఉన్నాయి. చూస్తూ చూస్తూ ఒక పేదవాడి కడుపు కొట్టలేను. జేబులు బరువుగా ఉండే శ్రీమంతులవైపే నేను కన్నేసి ఉంచుతాను. అందువల్లే ఆరోజు ఆ ముసలాయనకి అన్యాయం జరుగుతుంటే సహించలేకపోయాను. అదే నీ పర్సు తీసినప్పుడు తప్పని నాకనిపించలేదు. ఆ క్షణంలో నాకు అగుపించింది ప్రియ స్నేహితుడు కాదు. నోట్లతో నిండిన నీ పర్సు మాత్రమే. నన్ను నువ్వు రెడ్ హేండెడ్‌గా పట్టుకున్నా అనుమానించికపోవడం నీ హృదయ నైర్మల్యానికి నిదర్శనం. నిన్ను మోసం చెయ్యబోయాననే నిజం మాత్రం నన్ను రోజు రోజుకీ దహించివేస్తోంది. నువ్వు నన్ను అసహ్యించుకున్నా సరే... నిజం చెప్పాలనే అనిపించింది.

మారాలని నాకూ అనిపిస్తుంది రాజూ! కాని, ప్రస్తుతం నేను అశక్తుడ్ని. నాకు మంచి రోజులు వచ్చాకే నీకు ఈ పాత స్నేహితుడు తిరిగి కనిపిస్తాడు.

ఈ ఉత్తరం రాయడానికి మరో కారణం కూడా ఉంది. అది నీ తమ్ముడు వాసు

గురించి. ముందు ముందు పెద్ద జేబు దొంగగా మారతాడని నువ్వు ఆందోళన చెందక్కరలేదు. వాసు ప్రస్తుత ప్రవర్తనకు చాలావరకూ నువ్వే బాధ్యుడివి.

తమకు కావల్సిన చిన్న చిన్న వస్తువులు తామే కొనుక్కోవాలనీ, సరదాగా ఖర్చు పెట్టుకోవాలనీ పిల్లలకు ఏవేవో కోరికలుంటాయి. అవన్నీ చిరు కోరికలే! వాటికి నువ్వు అడ్డుకట్ట వేస్తున్నావు. పాకెట్ మనీ ఇస్తే పిల్లలు చెడిపోతారని భావించే చాలా మందిలో నువ్వొకడివి. ఇవ్వడం లేదు గాని ఇవ్వకపోవడం వల్ల మరింత హాని కలుగుతుందన్న విషయం నువ్వు విస్మరిస్తున్నావు. అప్పుడప్పుడూ చిన్న మొత్తాలలో ఇచ్చి వారి చర్యలను గమనిస్తూ ఉండాలి. పొదుపు చేసే విధానం ఆ వయసు నుంచే వాళ్ళకు అలవడే అవకాశాన్ని మనమే కలిగించాలి. పిల్లలకిచ్చిన డబ్బు వాళ్ళు దుర్వినియోగం చెయ్యకుండా చూడగలగడంలోనే ఉంది పెద్దల చాకచక్యానికి పరీక్ష. అలా కాకుండా వాళ్ళు చెడిపోతున్నారని వాపోవడం వల్ల లాభముండదు. పిల్లల మనస్తత్వం అర్థం చేసుకోవడంలో ప్రయత్న లోపం ఉండకూడదు. కాబట్టి వాసును మంచి దారిలోకి మళ్ళించడం నీ చేతుల్లోనే ఉంది.

నాకు తోచింది చెప్పకుండా ఉండలేకపోతూన్నాను. ఆపై నీ ఇష్టం.

నీ ప్రభా!

ఉత్తరం చదవడం ముగించి చిన్నగా నిట్టూర్చాను.

"అన్నయ్యా"

తల తిప్పి చూసాను. వాసు నిలబడి ఉన్నాడు.

"నాకు జామెట్రీ బాక్స్ కొనలేదు. అది లేకపోతే మాస్టారు క్లాసులోకి రానివ్వనన్నారు."

"ఇవ్వాల్టికి ఎలాగో సర్దుకో!సాయంత్రం తెప్పించి ఇస్తాను." ఈ మాటలు నా నాలుక చివరే ఆగిపోయాయి. వాలెట్ లోంచి వంద నోటు తీసి వాసుకిచ్చాను.

"మీ స్కూల్ స్టోర్స్‌లోనే అమ్ముతారు కదా/ నువ్వే కొనుక్కో! మిగిలిన డబ్బులు నీ దగ్గరే ఉంచు. నీ ఖర్చుల కోసం జాగ్రత్తగా వాడుకో! నెలాఖరులో ఖర్చు వివరాలు చెప్పాలి సుమా!"

ఊహించని ఈ సంఘటనకు ఆశ్చర్యపోయినట్లు వాడి ముఖమే చెప్తోంది. మెరుస్తున్న కళ్ళతో డబ్బు అందుకుని బయటకు పరుగెత్తాడు.

నేను తృప్తిగా కుర్చీలో వెనక్కి వాలాను.

❖❖❖

(RTRC పోటీ కథ)

7

అనుభూతి

ప్లాట్‌ఫారం మీద పచార్లు చేస్తున్నాను. జనతా ఇంకా గంట లేటుగా వస్తుందని తెలిసింతర్వాత విసుగు పుట్టుకొచ్చింది. చేసేది లేక మరొక గంటలో చెప్పాల్సిన డైలాగులు నెమరు వేసుకుంటున్నాను. ఇంతలో ఏదో బండి వచ్చి ఆగింది.

"ఈ బండి ఎక్కడికి పోతుంది బాబూ?" అంది వెనక నుంచో మగ కంఠం.

ఆ ప్రశ్న అడిగింది ఆడ కంఠమే గనుక అయితే ఒక్క ఉరుకున ముందుకు పరుగెత్తి ఆ రైలు ఎక్కడ నుంచి వచ్చిందో ఎక్కడికి పోతుందో, ఇక్కడ ఎంతసేపు ఆగుతుందో తదితరమైన వివరాలన్నీ సేకరించి మరుక్షణంలో సవినయంగా ఆమె ముందు నిలబడి ఉండేవాడ్నే. కాని ఇక్కడ పరిస్థితి వేరు. మగ కంఠాల మీద నాకేమాత్రం ఇంట్రస్ట్ లేదు.

అందుకే, "ఏమో తెలీదు. ముందుకెళ్లి కనుక్కో," అని వెనక్కయినా తిరిగి చూడకుండా జవాబిచ్చాను.

రైల్లో నుంచి దిగుతున్న అందాలు ఆస్వాదించడంలో మునిగిపోయిన నా కళ్లు చటుక్కున ఒకచోట ఆగిపోయాయి. నా స్మృతి మంటపం తలుపులు గబగబా తెరిచి, ఆ కిటికీ దగ్గర కూర్చుని ఉన్న అమ్మాయిని తక్షణం గుర్తుకు తెచ్చుకున్నాను. '1936 సుందరి- సందేహం లేదు. ఆ అమ్మాయే.'

ఆ అమ్మాయిని సరిగ్గా రెండేళ్ల క్రితం మైలవరంలో నా స్నేహితుడి పెళ్లికి వెళ్లినప్పుడు చూశాను.

విడిదింట్లో అడుగుపెడుతూనే ఆ ఇంటికి ఎదురుగా వున్న డాబా వైపు యథాలాపంగా దృష్టి ప్రసరించిన నన్ను ఆ డాబా మీద నిలబడి నావైపే చూస్తున్న ఒక అందమైన చిన్నది క్షణాల మీద ఆకట్టుకుంది. ఇక నాకు అడుగులు ముందుకు పడలేదు. ఎత్తిన తల దించకుండా అలాగే చూస్తూ ఉండిపోయాను. సిగ్గు ముంచు కొచ్చింది కాబోలు, ఆ అమ్మాయి లోపలికి పరుగెత్తింది. మిత్ర బృందం వెనుక నుంచి ముందుకు నెట్టడంతో నేనూ ముందుకు సాగక తప్పలేదు.

మావాడ్ని పలుకరించి, మరి కాస్సేపటిలో మళ్లీ బయటికొచ్చి నిలబడ్డాను. ఒక ఆడపిల్ల నా కళ్లల్లో కళ్లు పెట్టి చూసిం తరువాత ఆ పిల్లకు అలాంటి అవకాశం మరొక్కసారయినా కలుగజేయకపోతే నా మనసూరుకోదు.

అందుకే దృష్టి సారించి చూశాను. ఆ అమ్మాయి కనిపించలేదు. ఆ డాబావైపే పరీక్షగా చూస్తూ నిలబడ్డాను, ఆ ఇల్లు 1936లో కట్టినట్లు ఆ ఇంటి గోడమీదున్న

రాతలు చెప్తున్నాయి. 1936 సుందరి కోసం కాచుకున్నాను. కాసేపటికి ఆ అమ్మాయి పైకి వచ్చి నిలబడింది. నేను చిన్నగా నవ్వాను. ఆమె చూపులు తిప్పుకుని ఆకాశం వైపు చూడసాగింది. నేను మనసులో ఒకటీ రెండూ... అంటూ పది లెక్కెట్టేలోగా ఆ అమ్మాయి నా వంక చూసింది. ఎవరికోసం చూడదు?

ఈసారి ఇంకొంచెం అందంగా నవ్వాను. అంతే, ఆ అమ్మాయి పెదాల మీద చిరునవ్వు దోబూచులాడింది. ఆ తర్వాత మేమిద్దరం కళ్లతో కాస్సేపు మాట్లాడుకున్నాం. అంతలోనే పెళ్లికి వచ్చిన నా మిత్రులు నన్ను బలవంతంగా ఊళ్లోకి లాక్కుపోయారు. ఒక గంటసేపు అటూ ఇటూ తిరిగివచ్చి భోజనాలకు కూర్చున్నాం.

తెల్లవారుఝాము మూడింటికి ముహూర్తం. మావాళ్లు సినిమా ప్రపోజల్ పెట్టారు. వాళ్లతోపాటు సెకండ్ షోకి బయలుదేరక తప్పలేదు. వెళ్లే ముందు డాబా వైపు చూశాను. ఆ అమ్మాయి, ఇంకా ఇద్దరుముగ్గురు ఆడాళ్లు నిలబడి ఉన్నారు.

ఆ టూరింగ్ హాల్లో 'నవగ్రహ పూజామహిమ' ఆడుతోంది. సినిమాలో కూర్చున్నా నా మనసంతా 1936 సుందరి మీదే ఉంది. ఏం చెయ్యను? కనిపించిన ప్రతి అమ్మాయిని కాస్సేపు ప్రేమించెయ్యడం నా వీక్‌నెస్.

సినిమా వదిలేసరికి ఒంటిగంటన్నరయింది. కాళ్లీడ్చుకుంటూ పెళ్లింటికి చేరే సరికి రెండయింది. అక్కడంతా సందడిగా ఉంది. ఇంటి ముందే కళ్యాణ మంటపం కట్టారు. ఇంటి ముందు వేసిన కుర్చీల్లో ఆహూతులందరూ ఒక్కరొక్కరుగా ఆసీను లవుతున్నారు. ఆ డాబా దగ్గరగా వున్న కుర్చీలను నేనూ నా మిత్రబృందం ఆక్రమించుకున్నాం.

నేను పైకి చూశాను. అక్కడ కొంతమంది ఆడవాళ్లు నిలబడి కళ్యాణ మంటపం వైపు చూస్తున్నారు. నావైపే చూస్తున్న ఆ అమ్మాయిని నా చూపులు వెదికి పట్టు కున్నాయి. పెళ్లి తంతు మొదలయింది. అదంతా గమనించే ఓపికా, ఆసక్తి నాకు లేవు. లైట్ల వెలుతురులో ఆ ప్రదేశమంతా పట్టపగలులా ఉంది. వీలైనన్నిసార్లు తల పైకెత్తి చూస్తూ ఆమె అందాన్ని ఆస్వాదిస్తున్నాను.

ఇంతలోనే నా ఒళ్లో ఏదో పడింది. తీసి చూశాను. అదొక మల్లెమొగ్గ. నేను తల పైకెత్తే లోగానే మరొక మల్లెమొగ్గ పడింది. నేను తల పైకెత్తాను. ఆ అమ్మాయి నవ్వుతోంది. మల్లెమొగ్గలు వాసన చూసి ఎవరూ చూడకుండా ముద్దు పెట్టుకున్నాను. ఆ తరువాత మెల్లిగా వాటిని జేబులోకి జారవిడిచాను.

పెళ్లితంతు ముగిసింది. ఈ లోగా తెల్లారింది. మావాడి దగ్గర సెలవు పుచ్చుకుని మేము విజయవాడకు బయలుదేరాం. బయలుదేరే ముందు మళ్లీ ఆ అమ్మాయి కనిపిస్తుందేమోనని వీధి మలుపు తిరిగే వరకు వెనక్కి చూస్తూనే ఉన్నాను. కాని ఆ

అమ్మాయి కనిపించలేదు.

మళ్లీ ఈ రోజున ఇలా చూస్తున్నా ఆ అమ్మాయిని. ఇప్పుడు నా ప్రస్తుత కర్తవ్యమేమిటి? తక్షణం పోయి ఆ అమ్మాయిని పలకరించాలి. ఆమెకో తియ్యటి అనుభూతి ప్రసాదించాలి. జేబులో ఉన్న చిన్న పొట్లం తడుముకున్నాను. అందులో నలిగి ఎండిపోయిన మల్లెపూలున్నాయి. ఆ పువ్వులు నేను ఇంకొక గంటలో రిసీవ్ చేసుకోబోయే సుచిత్రకు సంబంధించినవి.

ఇక్కడ నా గురించి కొన్ని విషయాలు సవినయంగా మనవి చేసుకోవాల్సిన అవసరం ఎంతైనా ఉంది.

లవ్ గేమ్స్ మీద నాకెంతో ఆసక్తి. ఆడపిల్లల హృదయాల మీద చాలాకాలం నుండి రీసెర్చ్ చేస్తున్నాను. నాకింకా పెళ్లి కాలేదు. బహుశా ఇప్పట్లో చేసుకోనేమో? నిజం చెప్పాలంటే నేనింత వరకు ఎవర్నీ ప్రేమించలేదు. అయినా నాతో పరిచయమైన ప్రతి ఆడపిల్లా తనని నేను ఎంతో గాఢంగా ప్రేమించేశాననుకుంటుంది. అనుకోవాలి. అదే నా ఆశయం. నాకు పరిచయమైన ఆడపిల్లల తాలూకు వస్తువులు- వాళ్లు నాకు రాసిన ఉత్తరాలు, పువ్వులు, గాజుముక్కలు వగైరా వగైరా నా దగ్గర పదిలంగా పది కాలాలపాటు వుంటాయి. అవసరం వచ్చినప్పుడు వాటిని బయటకు తీస్తాను. తీసి నాలుగు డైలాగులు వల్లించేసి, 'అయ్యో నా గాజుముక్కలు ఇన్నాళ్లు జేబులో పెట్టుకు తిరుగుతున్నాడే,' అన్న భావన సదరు ఆడపిల్ల హృదయంపై బలంగా నాటుకునేలా చేసి, దీనంగా ముఖం పెట్టేసి నేను దాటుకుంటాను. అంతే, ఆ తియ్యటి అనుభూతి ఆ పిల్ల మనసులో కలకాలం నిల్చిపోతుంది. రేపొద్దున్న పెళ్లయి మొగుడు తిట్టిన చేదుక్షణంలో నేను తప్పకుండా గుర్తుకొస్తాను. అయ్యో నన్నింతగా ప్రేమించాడే, అతనితో జీవితం పంచుకునే అదృష్టమే కలిగి ఉంటే నా బ్రతుకెలా ఉండి ఉండేదో? తప్పకుండా స్వర్గతుల్యమయి ఉండేదని నన్ను తలుచుకుని నిట్టూర్పు విడవక తప్పదు. అదే నాకు కావాలి. అంతకుమించి ఏ దురుద్దేశమూ నాలో లేదు.

ఆలోచనలో నుండి బయటపడి ముందుకు చూశాను. ఆ అమ్మాయి నావంకే దృష్టి మరల్చకుండా చూస్తోంది. అప్పుడే ఆ అమ్మాయిని చూసినట్లు త్రుళ్లిపడి ముఖంలో కావలసిన మార్పులన్నీ తెచ్చిపెట్టుకున్నాను. నెమ్మదిగా అటు నడిచాను.

నేనటు రావడం చూసి ఆ అమ్మాయి తల తిప్పుకుంది. ఆ పెట్టెలో ఆ అమ్మాయి కాక మరొక అమ్మాయి ఉంది. తీరికగా కూర్చుని అటువైపు తిరిగి ఏదో పుస్తకం చదువుకుంటోంది.

"ఏమండీ నేను గుర్తున్నానా?" కంఠాన్ని కొద్దిగా వణికిస్తూ పలుకరించాను.

ఆమె నావైపు తిరిగింది. ప్రశ్నార్థకంగా చూసింది. ఆమె కళ్లల్లో భావాలు చదవడానికి ప్రయత్నంచేస్తూ మెల్లిగా అన్నాను.

"బహుశా మీరు నన్ను ఎప్పుడో మర్చిపోయి ఉంటారు. ఈ పిరికివాడిని మరిచి పోవడమే మంచిది. మిమ్మల్ని చూడగానే చూడనట్లు నటించి వెళ్లిపోదామను కున్నాను. కాని ఏ రూపాన్నయితే కళ్లలో నిలుపుకుని ఆరాధిస్తున్నానో ఆ రూపం కళ్ల ముందు ప్రత్యక్షమయితే మాట్లాడించకుండా ఉండలేకపోతున్నాను. ఇప్పటికైనా నేను గుర్తు వచ్చానా? మైలవరంలో పెళ్లికొచ్చినప్పుడు..."

"గుర్తుంది," హీన స్వరంతో మధ్యలోనే అందుకుందామె.

మనసులోనే నవ్వుకున్నాను. 'రెండేళ్ల క్రితం కలిగించిన చిన్న అనుభూతి ఇంకా ఆమెను వదల్లేదు. ఈసారి ప్రసాదించే అనుభూతి జీవితమంతా గుర్తుండిపోయేలా చెయ్యాలి.' ఆ నిశ్చయంతో కార్యసాధనకు ముందుకురికాను.

ఆ రోజు... నా జీవితాంతం మరచిపోలేని రోజు.

"ఆ రోజు మిమ్మల్ని చూశాను. మైమరచిపోయాను. నా జీవితానికి వెలుగును ప్రసాదించే జీవనజ్యోతి మీరేనని నా మనసెందుకో పదేపదే చెప్పింది. మిమ్మల్ని భార్యగా పొందే అదృష్టంతుడు నేనే కావాలని ఆ క్షణంలోనే నిశ్చయించుకున్నాను. కాని విధి నిర్ణయం మరోలా వుంది.

"మనం సినిమాల్లో చూస్తూ వుంటాం. నాయకుడు తన తండ్రి మాట కాదనలేక తను ప్రేమించిన అమ్మాయిని పెళ్లి చేసుకోలేక ఇంకెవరినో కట్టుకుని జీవితమంతా తీరని క్షోభ అనుభవిస్తూ వుండడం. చివరికి నా బ్రతుకూ సినిమాకథలాగే తయారయింది.

"మా నాన్న బలవంతం మీద నేను కామాక్షిని చేసుకోక తప్పలేదు. ఆమె వట్టి చాదస్తురాలు. నా భావుకత్వాన్ని అర్థం చేసుకోలేని మూర్ఖురాలు. దాంతో నా జీవితం నరకప్రాయంగా మారింది. నా మనసుకు నచ్చిన మిమ్మల్ని పెళ్లి చేసుకునే రాతే నాకుంటే నా జీవితం ఎంత హాయిగా గడిచిపోయేదో తలుచుకుని నాలో నేనే కుమిలిపోతూ వుంటాను. ఇదిగో, చివరికి నాకంటూ మిగిలింది. మీ స్మృతిచిహ్నంగా ఈ పూలు," ముందుగానే తుంచి వుంచుకున్న రెండు ఎండిన మల్లెపూలు ఆమె కళ్ల ముందుంచాను.

"ఏమిటివి?" ఆమె కళ్లు పెద్దవయ్యాయి.

చిన్న ఏడుపు నవ్వొకటి నవ్వాను.

"ఆ రాత్రి మీరు నా మీద వేసిన పూలబాణాలు. నేను ప్రాణప్రదంగా చూసుకునే

సంపద. ఇవెప్పుడూ నా జేబులోనే ఉంటాయి," ఆరాధనాభావాన్ని కళ్లల్లో నింపుకుని అన్నాను.

ఆమె చలించింది. చాలా తీవ్రంగా చలించింది. ఏదో మాట్లాడాలని పెదాలు కదిలాయి. కాని మాట్లాడలేకపోయింది. ఒక క్షణం మౌనం వహించి అంది.

"కిరీటిగారూ, మీరు ఇప్పటికీ నన్నింతగా ఆరాధిస్తున్నారని నాకు తెలియనే తెలియదు. మీరు నన్నప్పుడే మరిచిపోయి వుంటారని నేను తప్పుగా అర్థం చేసుకున్నాను."

"నా పేరు మీకెలా తెలుసు?"

నిర్లిప్తంగా నవ్విందామె.

"ఆ రోజున మీ ఫ్రెండ్స్ మాటల ద్వారా మీ పేరు కిరీటి అని తెలుసుకున్నాను. నేనెంత పవిత్రంగా మిమ్మల్ని ఆరాధించానో, మీరూ నన్నంతగా ప్రేమిస్తున్నారని చివరికిలా తెలుసుకోవడం నా దురదృష్టం. మిమ్మల్ని చూసిననాడే నాలో ఎన్ని ఆశలు పెంచుకున్నానో ఇప్పుడు వివరించి మీ మనసు కష్టపెట్టడం నాకిష్టంలేదు. కాని నేనెందుకు పెళ్లి చేసుకోనని మొండికేస్తున్నానో మావాళ్లకు మాత్రం అర్థంకాలేదు. బహుశా ఈ జన్మకు అర్థంకాదు," ఆమె కళ్లల్లో నీళ్లు తిరిగాయి.

"ఏమిటీ? మీరు పెళ్లి చేసుకోదల్చుకోలేదా? దయచేసి అలాంటి పిచ్చిపని మాత్రం చేయకండి. మీరైనా పెళ్లి చేసుకుని సుఖంగా ఉండాలనే నేను కోరు కుంటాను. నాకు సంబంధించిన జ్ఞాపకాలను సమాధి చెయ్యండి. ఈ జన్మలో మళ్లీ నేను మీకు కనిపించను. మీకు అశాంతి కలిగించను," ఆవేశంగా అన్నాను.

నీరసంగా మందహాసం చేసిందామె. ఇంతలో రైలు కూత వేసింది.

"మీకు వచ్చే జన్మపై నమ్మకముందో, లేదోగాని నాకు మాత్రం ఉంది. వచ్చే జన్మలోనైనా మిమ్మల్ని తప్పకుండా నాదాన్ని చేసుకుంటానని నా గట్టి నమ్మకం. నా నమ్మకాన్ని దేవుడు వమ్ము చేయడని ఆశిస్తాను."

రైలు కదిలింది.

"కనీసం మీ పేరు తెలుసుకునే అదృష్టమైనా ఈ మందభాగ్యుడికి కలుగ జెయ్యరా?"

ఆమె నా వంక బాధగా చూసి, "త్రివేణి," అంది.

రైలు వేగం పుంజుకుంది. ఆమె కనిపించేంత వరకు చెయ్యి ఊపుతూనే ఉన్నాను.

రైలు కనుమరుగయిన తరువాత తృప్తిగా నవ్వుకున్నాను. చేతిలో ఉన్న పూలను,

మిగిలిన పూలతోపాటు పొట్లం కట్టి భద్రపరిచాను. పాపం పిచ్చిపిల్ల. ఇవి తన పువ్వులే అనుకుంది. అవును పువ్వుల మీద సొంతదారు పేరు రాసిపెట్టి ఉండదు కదా? నా అద్భుతమైన నటనాపాటవంతో ఆమెకు పిచ్చెక్కేటట్లు చేశాను. ఇక కాస్సేపటిలో సుచిత్ర బండి దిగుతుంది. ఆమెకు వినిపించాల్సిన పురాణం మననం చేసుకుంటూ సిగరెట్ వెలిగించాను.

ఇదీ నాకు తెలిసిన కథ. నాకు తెలియని కథేమిటో తెలుసా?

అది ఇది–

చదువుతున్న పుస్తకం పక్కకు విసిరేసి కిటికీలోంచి బయటకు చూస్తున్న త్రివేణి భుజం మీద గట్టిగా చరిచి, “ఎవరే ఆ నలకూబరుడు?” అంది సుమతి.

“నలకూబరుడూ కాదు, జీమూతవాహనుడు అంతకంటే కాదు. మజ్నూగారి చిన్న తమ్ముడు.”

“ఏమిటి విషయం? చాలా సేపు ఈ ప్రపంచాన్నే మరచి బాతాఖానీ కొట్టావ్?”

“నీతో చెప్పకుండా ఎలా వుంటాను? విను.”

రెండేళ్ల క్రితం మా ఎదురింట్లో పెళ్లి జరిగింది. ఆ పెళ్లికి ఇతడూ, ఇతగాడి మిత్రబృందం విచ్చేశారు. ఇతగాడేమో ఎప్పుడూ ఆడపిల్ల ముఖం ఎరుగనివాడిలా నా వంక ఎగాదిగా చూడ్డం మొదలెట్టాడు. నాకు ముచ్చటేసింది. ఒక ఆట పట్టించాను. దాంతో ఆ రాత్రంతా నావంకే మంత్రముగ్ధుడిలా చూస్తూ ఉండిపోయాడు. సరదాకి రెండు మల్లెమొగ్గలు కూడా విసిరి రెచ్చగొట్టాను.

“పాపం, ఆ నరమానవుడు...” వస్తున్న నవ్వు ఆపుకుంటూ ఒక క్షణం ఆగింది త్రివేణి.

“ఊ... ఏమంటాడే?” కుతూహలంగా అడిగింది సుమతి.

“ఏమంటాడు? ఆరోజు నన్ను చూసి వరించాడట. పెళ్లి చేసుకోవాలనే అను కున్నాడట. కాని పెద్దాళ్లు అడ్డమొచ్చారట. దాంతో మనసులోనే ఒక పూజామందిరం కట్టేసి నన్ను దేవతలా కొలుచుకుంటున్నాడట.”

“మరి నువ్వేమన్నావ్?”

“నేనేమంటాను? నేనూ అతని కోసం పరితపించిపోతున్నాననీ, అతని మీద ఎన్నో ఆశలు పెంచుకుని భారంగా రోజులు గడుపుతున్నాననీ కథలు వినిపించాను. నాకింకా పెళ్లే కాలేదన్నాను.”

“నీకేమైనా పిచ్చి పట్టిందటే త్రివేణీ, హాయిగా పెళ్లి చేసుకుని కాపురానికి వెళ్లబోతూ

ఈ వెధవ వేషాలేమిటి? ఎందుకీ అల్లరి చేష్టలు. అతడు నిజమనుకోడూ?" చీవాట్లు వేసింది సుమతి.

"అనుకోనీ, అనుకోవాలనేగా?"

"పాపం, అప్పుడెప్పుడో నేను విసిరిన మల్లెపూలు ఇంకా జేబులో భద్రంగా పెట్టుకుని తిరుగుతున్నాడు. పూర్ ఫెలో. ఒక్కసారి చూసిన మాత్రానే నన్నింతగా ప్రేమించిన ఆ పిచ్చివాడికి చిన్న అబద్ధం చెప్పి ఒక తియ్యటి అనుభూతి ప్రసాదిస్తే మన సొమ్మేం పోతుంది? జీవితంలో సుఖమూ, సంతోషమూ లేనప్పుడు ఈ మాత్రం అనుభూతయినా అతడికి కొద్దిపాటి ఉపశాంతిని కలిగిస్తుంది. ఏమంటావ్?" గలగలా నవ్వేస్తూ అంది త్రివేణి.

❖❖❖

ఆంధ్రజ్యోతి సచిత్ర వారపత్రిక

8

స్నేహ

ఆ వారం ఒక ప్రముఖ వార పత్రికలో "కలం స్నేహం" కి చెందిన ప్రకటన ఒకటి వెలువడింది. అది ఇలా ఉంది - "స్నేహ మాధుర్యం చవి చూడని వారు ఎవరూ ఉండరు. ఊహ తెలిసిననాటి నుండి జీవితం చాలించేవరకూ ఎన్నెన్నో స్నేహాలు... ఎందరెందరో స్నేహితులు. ఈ ప్రపంచంలో ఏదీ శాశ్వతం కాదు- ఒక్క స్నేహం తప్ప! ఇలాంటి స్నేహాన్ని అభిలషించి, అన్వేషించే వారి కోసం వచ్చే వారం

నుంచి మీ అభిమాన పత్రికలో "కలం స్నేహం" శీర్షిక ప్రారంభిస్తున్నామని తెలియజేయడానికి ఎంతో సంతోషిస్తున్నాం. ప్రియ పాఠకులు ఈ అవకాశాన్ని సద్వినియోగం చేసుకుని స్నేహ మాధుర్యాన్ని ఆస్వాదిస్తారని ఆశిస్తున్నాం. మీ వివరాలు పంపవలసిన అడ్రెస్ క్రింద ఇస్తున్నాం. వీలు వెంబడి అవి ప్రచురిస్తాం."

ఈ ప్రకటన చదివిన చరణ్ ఎగిరి గంతేసినంత పని చేసాడు.

చరణ్‌కి స్నేహితులకు కొదవలేదు. ఎటొచ్చీ అతడు రౌడీ బేచ్‌తో అల్లరిచిల్లరిగా తిరిగేవాడు కనుక డిగ్రీలో అతను చదివింది కో-ఎడ్యుకేషనే అయినా ఆడ పిల్లలు అతనికి దూరం పాటించారు. అందుకే అతనికి ఆడ స్నేహాలు కరువయ్యాయి.ఇప్పుడు ఆ కొరత తీరే సువర్ణావకాశం వచ్చింది. అమ్మాయిల్ని సమ్మోహనానికి గురి చేసే విధంగా తను బయో-డేటా తయారు చేసి వదిలితే - తన చెలిమి కోరి వచ్చే ఉత్తరాల్లో మగ పేర్లు మినహాయించి,ఆడ పేర్లు మాత్రమే ఎంపిక చేసి కథ నడిపితే- రొమాన్స్‌కి లోటుండదు.

వక్ర దిశలో అతని ఆలోచనలు ఇలా సాగాక- ఇక క్షణం ఆలస్యం చేయకుండా పెన్నూ, కాగితం తీసుకుని తన వివరాలు రాయడం మొదలెట్టాడు. రాసీ, చింపి - చాలా తెల్ల కాగితాలు వృధా చేసాక ఎట్టకేలకు తను వండి వార్చిన సమాచారం చదువుకుని పొంగిపోయాడు. అతని అబద్ధాల పుట్ట ఇలా ఉంది - నా పేరు చరణ్ (అర్థ సత్యం) ఎమ్మే ప్రీవియస్ చదువుతున్నాను. (నిజమే! వెలగబెడుతున్నాడు) క్రికెట్ బాగా ఆడుతాను. (క్రికెట్ గ్రౌండ్‌లో అడుగు పెట్టిన దాఖలాలు లేవు.) చెస్‌లో ప్రావీణ్యత ఉంది. (చెస్‌కీ అష్టా చెమ్మాకి తేడా తెలియదు.) కథలు రాస్తాను. మనసు స్పందిస్తే తప్ప రాయలేను. (అసలు మనసంటూ ఉంటేగా? రాసాడు కాని అవన్నీ తిరుగు టపాలో వచ్చి చేరాయి.) మోసం, దగా అసలు భరించలేను. (ఇది మరీ దారుణమైన అబద్ధం. అసలు అవన్నీ ఇప్పుడు చేయడానికే అతడు రంగం సిద్ధం చేస్తున్నాడు.)

మరుసటి రోజు తన నివాసం నుంచి బయటకు రాగానే ప్రథమ కర్తవ్యంగా పోస్ట్ ఆఫీస్‌కి వెళ్ళి పత్రికాఫీస్ అడ్రెస్‌కి వివరాలు పోస్ట్ చేసాడు. ఎందరెందరో అందమైన అమ్మాయిలు గోపికల్లా తన చుట్టూ చేరి - నన్ను ప్రేమించు... నన్ను ప్రేమించు అంటూ ప్రాధేయపడుతూ, తన పొందు కోసం పోటీ పడుతున్నట్లు ఊహల్లో మునిగి తేలాడు. పత్రికలో తన పేరు పడడం కోసం ఎదురుతెన్నులు కాయసాగాడు. చరణ్ ఆశించినట్లే మరుసటి వారంలో అతని వివరాలు ప్రచురించబడ్డాయి. ఇక తనను ముంచెత్తబోయే ఉత్తరాల వరద కోసం ఓపికగా నిరీక్షించసాగాడు.

నాలుగు రోజులు గడిచాయి. కాని, అతనికి ఉత్తరాలేమీ రాలేదు. ఈ వ్యవధిలో

మరో పని చేసాడు చరణ్. ఒక దస్తా కాగితాలు ఖరాబు చేసి క్రింది ఉత్తరం తయారుచేసాడు.

"చూడండీ!

కలం స్నేహం శీర్షికలో మీ పేరు చూసాను.అందులో ఎన్ని పేర్లున్నా మీ పేరే నన్ను పూర్తిగా ఆకట్టుకుంది. కారణం నా మనసుకే తెలియాలి. ఎన్నడూ ఏ అమ్మాయికీ ఉత్తరం రాసి ఎరుగనివాణ్ణి – నాచేత ఆ పని మీరు చేయిస్తున్నారు. అందుకు నేనేమీ బాధ పడబోను. కాని, ఈ ఉత్తరానికి జవాబిచ్చి, ఆ జవాబుకు తిరిగి నేను జవాబిచ్చే అవకాశం కలిగించక పోతే మాత్రం చాలా బాధ పడిపోతాను. నన్ను బాధ పడనివ్వరు లెండి! మీమీద నాకామాత్రం నమ్మకం ఉంది.

పోతే, నా పేరు చరణ్! నా వివరాలు, అడ్రెస్ మాత్రం ఈ ఉత్తరంలో ఇవ్వడం లేదు. ఎందుకంటే – ఈ వారం పత్రికలో నా వివరాలు ప్రచురించబడ్డాయి. కాబట్టి వెంటనే వెదికి నా వివరాలు సేకరించి, ఆ పైన మీ అందమైన చేతివ్రాతకు పని కల్పిస్తారని విశ్వసిస్తూ –

మీ స్నేహాభిలాషి

చరణ్

ఈ ఉత్తరాన్ని తీరిగ్గా 20 కాపీలు తీస్సి "కలం స్నేహం" శీర్షికలో చోటు చేసుకున్న ఆడపిల్లల పేర్లు కొన్ని ఎంచుకుని, వాళ్ళకు ఒక్కొక్క ఉత్తరం పోస్ట్ చేసి తృప్తిగా నిట్టూర్చాడు చరణ్.

మరో మూడు రోజుల తర్వాత, రూంకి రాగానే తన కోసం ఎదురుచూస్తున్న కవర్ చూడగానే అతని కళ్ళు ఆనందంతో మెరిసాయి. ఇది తప్పకుండా 'కలం స్నేహం'కి సంబంధిచిన ఉత్తరమే అనుకున్నాడు. ఎందుకంటే, అడ్రెస్ మీద మిస్టర్ చరణ్ అనే ఉంది. ఇంటి దగ్గర నుండి వచ్చే ఉత్తరమైతే –ఎన్.వి. సిహెచ్.సిహెచ్.దాస్ అని ఉంటుంది. తన పూర్తి పేరు నక్కా వేంకటా చలపతి చరణ్ దాస్ కాబట్టి.

ఆత్రుతగా కవర్ విప్పి చదివాడు.

❖❖❖

భీమవరం

11.10.77

చరణ్ అన్నయ్యకు!

నీ తమ్ముడు నమస్కరించి వ్రాయునది. నేను ఈ సంవత్సరమే ఫస్ట్ బి.కాంలో చేరాను. మొన్న కలం స్నేహం శీర్షికలో నీ పేరు చూసాక నువ్వు కథలు రాస్తావని

తెలిసిన తర్వాత నీతో తప్పక స్నేహం చెయ్యాలనిపించింది. నేను అన్ని పత్రికలూ చదువుతాను. నాకూ కథలు రాయాలని ఉంటుంది. వ్రాస్తాను కాని పూర్తైన తర్వాత చదివి చూస్తే నా కథ నాకే పరమ చెత్తగా ఉందనిపిస్తుంది. నీ శిక్షణలో మంచి రచయిత కావాలని నా కోరిక. ఈ తమ్ముడి కోరికను మన్నిస్తావు కదూ?

నీ కథలు ఏ ఏ పత్రికల్లో పడ్డాయో తెలియజేస్తే- తప్పక వెదికి చదువుతాను. ఇకముందు నీ కలం నుండి వెలువడే రచనల గురించి తెలుసుకోవాలని కుతూహలంగా ఉంది.

ఇంతకీ నీ ఈ తమ్ముడి పేరు చెప్పలేదుకదూ!? నా పేరు 'దీన హస్తం.'

నీ జవాబు కోసం ఎదురుచూస్తుంటాను.

ఇట్లు నీ తమ్ముడు

దీన హస్తం

❖❖❖

చదివి పళ్ళు పటపటా కొరికాడు చరణ్. "అన్నయ్యట! అన్నయ్య! ఈ వెధవ స్నేహం ఎవడికి కావాలి?" గొణుక్కుంటూ విసురుగా ఉత్తరాన్ని ఉండగా చుట్టి గది మూలగా విసిరికొట్టాడు.

ఆ మరుసటి రోజు అందుకున్న ఉత్తరం అతడ్ని భయభ్రాంతులకు గురిచేసింది. ఆ ఉత్తరంలో ఇలా ఉంది -

ఏయ్! పనీపాటా లేని దగుల్బాజీ చరణ్!

ఆడపిల్లలంటే ఆట వస్తువులనుకున్నావురా? అలా అనుకుని, నువ్వు రాసి పారేసిన దిక్కుమాలిన ఉత్తరాల కాపీల్లో ఒకటి అందుకున్న భద్రకాళి అవతారాన్ని నేను. నా నిజం పేరు కూడా అదేనని నువ్వు గిలికి పారేసి పోస్ట్ చేసినవారి లిస్ట్ చూస్తే నీకే తెలుస్తుంది. అదే రోజు నా స్నేహితురాలు తన కొచ్చిన నీ ఉత్తరం కాపీ చూపించాకే నాకర్థమయ్యింది- నువ్వెంత జిత్తులమారి నక్కవో! ఎంత నమ్మబలికావురా? ఎవరికి వారికే- వాళ్ళ పేర్లు నిన్ను అయస్కాంతంలా ఆకర్షించాయని. పిచ్చి రాతలకు మురిసిపోయి వలలో పడిపోతామనుకున్నావురా? మళ్ళీ మా జోలికి వస్తే నేనే స్వయంగా వచ్చి నీ అంతు తేలుస్తా! ఖబడ్దార్! ఇకపై ఇలాంటి నీచపు పనులు కట్టిపెట్టి బుద్ధిగా మసలుకో!

ఇట్లు

పోకిరీల భరతం పట్టే- భద్రకాళి

❖❖❖

ఉత్తరం చదవడం పూర్తి చేసిన చరణ్‌కి ముచ్చెమటలు పోసాయి.

అమ్మో! తనింక చాలా జాగ్రత్తగా ఆచి తూచి అడుగులు వెయ్యాలి. ఏ మాత్రం అలసత్వం, తొందరపాటు లేకుండా ముందుకు సాగాలి– తనకు తానే సర్దిచెప్పుకున్నాడు.

రెండు రోజులు గడిచాయో లేదో– తను అందుకున్న ఉత్తరం అతన్ని ఆనందంలో ముంచెత్తింది. ముత్యాలు పేర్చినట్లున్న అందమైన దస్తూరీలో ఉన్న ఉత్తరాన్ని చూసి ముందు ఉబ్బి తబ్బిబ్బయ్యాడు. వెంటనే ఉలిక్కిపడి కంగారుగా ఉత్తరం చివర్న చూసాడు.మీ స్నేహాన్ని కోరే - మాలతి అన్న సంతకం చూసాక "అమ్మయ్య" అని దీర్ఘ నిశ్వాస విడిచాడు.

❖❖❖

గుంటూరు

15.10.77

చరణ్ గారికి,

ఈ ఉత్తరం ఎలా మొదలుపెట్టాలో అర్థం కావడం లేదు. నాకసలు ఉత్తరాలు రాసే అలవాటు లేదు. నాకెవరూ రాయరు కాబట్టి. అసలు నాతో మాట్లాడేవాళ్ళు, స్నేహంగా ఉండేవాళ్ళే తక్కువ.

అందుకే కలం స్నేహం ద్వారానైనా ఒక మంచి స్నేహితుడ్ని సంపాదించుకోవాలనే ఆశతో ఈ ఉత్తరం రాస్తున్నా!

నేను బి.యే ఫస్ట్ ఇయర్ చదువుతున్నా.నాకు ప్రత్యేకమైన హాబీలంటూ ఏమీ లేవు. సినిమాలు చూస్తాను. కథలు చదువుతాను. ముగ్గులు, అల్లికలు అంటే సామాన్యంగా అందరాడపిల్లలకీఉండే ఆసక్తి నాకూ ఉంది. 'కలం స్నేహం' శీర్షికకూ నా వివరాలూ పంపాను. ఇంకా ప్రచురింపబడలేదు.

ఒక రచయితకు ఉత్తరం రాయాలంటే నాకు బెరుకుగా ఉంది. మీకు చాలా ఉత్తరాలు వచ్చేఉంటాయి. నా ఉత్తరాన్ని అవతలికి నెట్టేయక వీలు చూసుకుని జవాబిస్తారుగా!?

మీ స్నేహాన్ని కోరే

మాలతి

ఉత్తరం చదివిన చరణ్ ఎగిరి గంతేసాడు. అతనికి తన రచనా శక్తి మీద నమ్మకం ఎనలేనిది. అందుకే క్షణం ఆలోచించకుండావెంటనే కాగితం, కలం తీసుకుని జవాబు సిద్ధం చేసాడు.

❖❖❖

విజయవాడ
17.10.77

డియర్ మాలతీ!

నీ ఉత్తరం అందింది.నాకన్నా వయసులో చిన్నదానివి. అందుకే,నువ్వు అంటున్నా. ఏమీ అనుకోకు. నువ్వన్న మాట నిజమే!ఇప్పటికి నాకు దాదాపు రెండు వందల ఉత్తరాలు వచ్చాయి.అందులో ఎక్కువ భాగం అమ్మాయిల దగ్గర్నుంచే!

అన్ని ఉత్తరాల్లోనూ నీ ఉత్తరమే నన్ను చాలా ఆకర్షించింది. ఎందుకో తెలుసా? మిగతా ఉత్తరాల్లో కనిపించిన అల్లరి పోకడ,అతిశయోక్తిగా అనిపించే అలవాట్లు నీ ఉత్తరంలో లేకపోవడమే! ముఖ్యంగా ముత్యాల లోవలో ఉన్న నీ దస్తూరీ నన్నాకట్టుకుంది. నీ నిర్మలమైన హృదయం నీ రాతలో చూడగలిగాను. నాకొచ్చిన ఉత్తరాలన్నింటికీ నేను జవాబివ్వదల్చుకోలేదు.ఎందుకంటే- కొన్ని వందల మందితో స్నేహం చెయ్యాలని నాకేం సరదా లేదు. నాక్కావల్సింది మంచి స్నేహం. అది నీ వద్ద తప్పక లభ్యమవుతుందని నా మనసు చెప్తోంది.

అందుకే ఇక కేవలం నీ ఉత్తరాల కోసమే ఎదురుచూస్తుంటాను.

నీ స్నేహితుడు
చరణ్

❖❖❖

గుంటూరు
19.10.77

చరణ్ గారికి

మీ ఉత్తరం అందుకోగానే నాకు కలిగిన సంతోషం చెప్పనలవి కాదు. మీ స్నేహానికి నోచుకోగలిగానంటే నేను అదృష్టవంతురాల్నే! నా స్నేహాన్ని కోరుకునే వ్యక్తి కూడా ఉన్నాడని ఈ ప్రపంచానికి ఎలుగెత్తి చాటాలని ఉంది.

అమ్మ బాబోయ్! రెండు వందల ఉత్తరాలే!? అంతమందిలో నన్నొక్కదాన్నే ఎంచుకున్నందుకు సంతోషంతో ఉక్కిరిబిక్కిరి అయిపోతున్నాను. ఇంకేం రాయాలో కూడా తోచడం లేదు. అందుకే ఈసారికింతటితో ముగిస్తున్నాను.మళ్ళీ మీ ఉత్తరం మరో మారు చదువుకోవాలి.

మీ స్నేహాన్ని చూరగొన్న భాగ్యశాలి

మాలతి

❖❖❖

విజయవాడ

20.10.77

మై డియర్ మాలా!

నిన్ను నేను మాలా! అని పిలిస్తేనే మరింత అందంగా ఉంటుంది కదూ? నీ ఉత్తరం చదివాను. రెండంటే రెండు ముక్కలు రాసి ఊరుకున్నావు. నాకు చాలా అసంతృప్తి కలిగింది. కాస్త పెద్ద ఉత్తరాలు రాస్తూ ఉండు. మనిద్దరం ఇప్పుడు స్నేహితులం. నీ గురించిన వివరాలు నేను తెలుసుకోవాలి. అలాగే నా గురించి నీవు. మన అభిరుచులు, ఉద్దేశాలూ ఒకరికొకరు విప్పి చెప్పుకున్నప్పుడే మనం మరింత దగ్గర కాగలం. ఏమంటావ్?

నీ చరణ్

గుంటూరు

21.10.77

చరణ్ గారికి

ఈరోజు మీ ఉత్తరం అందగానే నాపై పన్నీటి జల్లు కురిసినట్లయింది. నా వివరాలు కావాలన్నారుగా? నాకు అమ్మానాన్నా లేరు. అన్నయ్య మాత్రం ఉన్నాడు. వాడూ ఇక్కడ లేడు. మా తాతయ్య, అమ్మమ్మలతో ఉంటున్నాను. దాదాపు నాది వంటరి జీవితం. ఎవరూ నన్ను దగ్గరకు చేరనివ్వరు. ఇక నాకు నా పుస్తకాలూ, చదువే శరణ్యం. చెప్పుకోదగ్గ అభిరుచులు నాకు లేవని ముందే తెలియజేసానుగా/ ఇకపోతే, నాకున్న వ్యధలు, బాధలు తీరిగ్గా విన్నవించుకుంటాను. మీకు కాకపోతే, మరెవరికి చెప్పుకుంటాను?

మళ్ళీ ఉత్తరంలో కలుసుకుందాం.

మీ
స్నేహితురాలు
మాలతి

ఉత్తరం చదవడం పూర్తి చేసిన చరణ్ ఆలోచనలో పడ్డాడు. ఏమిటీ పిల్ల వ్యధలూ, బాధలూ అంటోంది? కొంపదీసి ముందే ప్రేమలో దెబ్బ తినలేదు కదా? ఇక ఉత్తరాల మెట్టు దాటేసి తరువాతి దశకు చేరుకోవాలి. ఎలాగూ ఆ అమ్మాయికి

నా మీద మంచి అభిప్రాయమే ఏర్పరచగలిగాను. ఇంకాస్త తెలివిగా వ్యవహరించగలిగితే తిన్నగా వెళ్ళి కలుసుకున్నా వచ్చే ఇబ్బందేమీ ఉండదు. గుంటూరు పెద్ద దూర ప్రాంతమేమీ కాదు. రేపు ఆదివారమే! ఆలస్యం అమృతం విషం అన్నారు కాబట్టి రేపే వెళ్ళి మాలతిని నా కౌగిలిలోకి లాగే ప్లాన్ అమలులో పెట్టాలి.

అనుకున్నట్లే మర్నాడు మాలతి రాసిన ఉత్తరాలు డైరీలో పెట్టుకుని గుంటూరు చేరాడు. మాలతి అడ్రెస్ తేలిగ్గానే దొరికింది.తలుపు తట్టగానే వచ్చిన ముసలావిడ్ని చూసి చిన్నగా నవ్వాడు.

"మాలతిగారు ఉన్నారాండీ?" వినయంగా అడిగాడు.

"అమ్మాయా?కూర్చో బాబూ! పిలుస్తాను" చరణ్ ని ముందు గదిలో కూర్చోబెట్టి తను లోపలికి వెళ్ళింది. చరణ్ కూర్చున్న గది నీటుగా సర్ది ఉంది. మరో కొద్ది క్షణాల్లో ప్రత్యక్షమయ్యే మాలతిని ఇంప్రెస్ చేసే విధానం గురించి ఆలోచిస్తూ కూర్చున్న చరణ్ ఎవరో వచ్చిన అలికిడి కాగానే తల తిప్పి చూసాడు. పక్కలో బాంబు పేలినట్లు త్రుళ్ళిపడ్డాడు. ముఖమంతా కాలిన మచ్చలతో వికృతంగా ఉన్న అమ్మాయి గుమ్మంలో నిలబడి తననే చూస్తోంది. తన కంగారును అణచుకోవడానికి ప్రయత్నిస్తూ- మీరు...? అన్నాడు అర్థోక్తిలో!

"నా పేరే మాలతి"

బుర్ర గిర్రున తిరిగినట్లయింది ఛరణ్ కి! "ఛీ!" ఇంత అంద వికారంగా ఉండే పిల్లతోనా తను స్నేహం చేసింది? ఇంకా విధి తనపై చిన్న చూపు చూస్తూనే ఉంది. తన అందమైన కలల్ని ఎప్పటికప్పుడు నిర్దాక్షిణ్యంగా చెరిపేస్తూనే ఉంది.సరే! అయిందేదో అయింది. ముందు ఇక్కడ్నుంచి తెలివిగా బయటపడాలి." ఆలోచనల్లోంచి తేరుకుని మెల్లిగా అన్నాడు-

"క్షమించండి! పొరబాటున మీ ఇంటికొచ్చినట్టున్నాను. నాకు కావలిసిన మాలతి మీరు కాదు. నాక్కావల్సిన అడ్రెస్ బయట అడిగి కనుక్కుంటాను. ఏదైనా పనిలో ఉన్నారేమో? అనవసరంగా మీకు శ్రమ కలిగించాను. సారీ!"

"మీ పేరు?" అయోమయంగా చూస్తూ అడిగిందామె!

నా పేరా? చ....లపతి. ఉంటానండి!" చివాలున లేచి వెనక్కయినా తిరిగి చూడకుండా వీధిలో పడి అమ్మయ్య! అని ధీర్ఘంగా శ్వాస విడిచాడు. "ఇంకా నయం! ఈ లంపటాన్ని మెడకు తగిలించుకోకుండా బయటపడగలిగాను. కొంతవరకూ అదృష్టవంతుడ్నే" ఆలోచనల్లోంచి తేరుకున్న చరణ్ మరుక్షణం ఒక్కసారిగా ఉలిక్కిపడ్డాడు. తన డైరీ ఏది? కొంప మునిగింది. ఆ కంగారులో డైరీ అక్కడ టీపాయ్ మీద వదిలి

వచ్చాడు. ఆమె ఉత్తరాలూ, ఇతర కలం స్నేహం కాగితాలూ అన్నీ డైరీలోనే ఉన్నాయి. డైరీ తెరిస్తే చాలు– తనే చరణ్ అని తేలిగ్గా తెలిసిపోతుంది. ఇప్పుడెలా? తిరిగి వెనక్కి వెళ్ళాలా?– కాస్సేపు ఇలా రోడ్డు మీద ఆలోచిస్తూ నిలబడిపోయిన చరణ్ వెనక్కి తిరిగి చూసేసరికి మాలతి అప్పటికే వీధి గుమ్మంలో నిలబడి ఉంది. ఆమె చేతిలో తన డైరీ! అనుకున్నంతా అయింది. ఈపాటికి తనెవరో ఆమెకు తెలిసిపోయి ఉంటుంది....! ఇప్పుడేం చెయ్యాలి?

ఇంతలో మాలతి చెయ్యెత్తి పిలవగానే అప్రయత్నంగానే ఆమె వైపు నడిచాడు.

“చరణ్ గారూ! ఇదిగో! మీ డైరీ మర్చిపోయారు.” వికృతమైన ఆమె ముఖంలో తెలియని విషాదం.

ఏమనాలో పాలుపోక మౌనంగా డైరీ అందుకుని నిలబడ్డాడు చరణ్.

మాలతి మరేమీ మాట్లాడలేదు. ఇంట్లోకి నడిచింది. నెమ్మదిగా వీధి తలుపులు మూసుకున్నాయి.

బ్రతుకు జీవుడా! అని ముందుకు నడిచాడు చరణ్ ముఖానికి పట్టిన చిరు చెమట్లు తుడుచుకుంటూ! ఇంకా నయం, తనను తిట్టి పోయలేదు. అందం లేకపోయినా మర్యాద తెలిసిన పిల్లలా ఉంది. ఏది ఏమైనా పెద్ద గండం దాటి బయట పడ్డాడు తను. ఇంకెప్పుడూ ఇలాంటి పనులు చెయ్యకూడదు. ఈ కలం స్నేహానికి ఇంతటితో స్వస్తి చెప్పడం మంచిది. విరక్తిగా అనుకున్నాడు. అంతలోనే, అమ్మో! ఇంకేమైనా ఉందా? అమ్మాయిలూ, ముద్దులూ, మురిపాలూ... ఈ కన్న కలల మాటేమిటి? మర్చిపోవాలా....? నో! అలా జరగనివ్వను. ఒకటి రెండు ప్రయత్నాలు బెడిసి కొట్టాయని ధ్యేయ సాధన మానుకుంటామా? గతం మర్చి ముందుకు సాగాలి. అంతే! కమాన్ చరణ్! ప్రొసీడ్ - తన భుజాలు తనే చరచుకుని చెప్పుకున్నాడు.

మరో వారం రోజులు గడిచిపోయాయి. తన పేరు చూసి రాసిన వాళ్ళు కాని, తను రాసిన ఉత్తరాలకు జవాబిచ్చిన వాళ్ళు గాని ఒక్కరూ లేరు. ఆశగా ఉత్తరాల కోసం ఎదురుచూడ్డం మాత్రం మానలేదు చరణ్.

ఆరోజు గదిలో అడుగు పెట్టగానే క్రింద పడి ఉన్న కవరు చూడగానే అతనిలో కొత్త ఉత్సాహం పురులు విప్పుకుంది. కవరు విప్పి చదివాడు.

❖❖❖

సూర్యాపేట

2.11.77

చరణ్ గారికి,

నా పేరు బ్రహ్మం. అనుకోకుండా మొన్న పత్రిక తిరగేస్తూ కలం శీర్షికలో మీ పేరు చూసాను. మీరు క్రికెట్ ఆడతారన్న విషయం తెలియగానే తప్పకుండా మీతో స్నేహం చెయ్యాలనిపించింది. నాకు క్రికెట్ అంటే పిచ్చి. కామెంటరీ వింటాను కాని ఆడడం రాదు. అందుకే ఒక క్రికెట్ ప్లేయర్‌తో స్నేహం చెయ్యడం నా అదృష్టంగా భావిస్తున్నాను.

నాది వంటరి జీవితం. చదువుకు ఫుల్‌స్టాప్ పెట్టి చాలారోజులయింది. ప్రస్తుతం వెలగబెట్టేది ఉద్యోగం.

మన క్రికెట్ జట్టుపై మీ అభిప్రాయం? నన్నడిగితే మనకు ఫాస్ట్ బౌలర్స్ లేని లోటు కొట్టొచ్చినట్లు కనబడుతుందంటాను. క్రికెట్‌పై మీ అమూల్యాభిప్రాయాలు వెల్లడిస్తారని ఆశిస్తూ సెలవు తీసుకుంటాను. నా అడ్రెస్ క్రింద ఇస్తున్నాను. గమనించ ప్రార్థన.

మీ స్నేహితుడు

బ్రహ్మం

❖❖❖

"ఇప్పుడొక క్రికెట్ పిచ్చోడు తగిలాడన్న మాట. క్రికెట్ గురించి నా బొంద నాకేం తెలుసు? నా ఖర్మ కొద్దీ దొరుకుతున్నారు" - ఉత్తరాన్ని చింపి ముక్కలు ముక్కలు చేస్తూ విసుక్కున్నాడు చరణ్.

❖❖❖

హైదరాబాద్

7.11.77

అనగనగా ఒక స్నేహ. ఈ స్నేహ పత్రిక తిరగేస్తూ చరణ్ పేరు వైపు ఆకర్షితురాలు కావడం తటస్థించింది. దాని ఫలితమే ఈ లేఖ.

కలం స్నేహం శీర్షికలో పేర్లు చూడడం మొదటిసారి కాదు.ఇతర ఎడ్రెసులు దొరక్కా కాదు. మరి మీకే ఈ ఉత్తరం ఎందుకు రాయాల్సివచ్చిందీ అన్న ప్రశ్నకు

విజయ్ ఉప్పులూరి ❖ 73

జవాబు దొరకడం లేదు. నా పేరు చూసిన ఇన్నాళ్ళ తర్వాత ఎందుకు రాస్తున్నావూ? అని అడిగితే మాత్రం సంజాయిషీ ఇచ్చుకుంటాను.

మంచి అభిరుచులున్న మీకు వందల సంఖ్యలోనో,వేల సంఖ్యలోనో లెటర్స్ వచ్చిఉంటాయి.ఆ ఉత్తరాల సముద్రంలో నాదీ ఒక కెరటమయిపోవడం నాకిష్టం లేదు.ఈ సరికి ఉత్తరాల వరద తగ్గి నాఉత్తరం వైపు దృష్టి సారించే తీరుబాటు కలిగి ఉంటుందని ఇప్పుడు రాస్తున్నాను.

నేనిప్పుడు సెకండ్ బి.ఏ చదువుతున్నాను. నాకు హాబీలు కాదు గాని సరదాలు కొన్ని ఉన్నాయి.

1. చెవి కోసుకునే సాహసం చెయ్యకపోయినా సంగీతం పట్ల ఉన్న ఆసక్తి

2.కనబడ్డ ప్రతి పుస్తకం చదివెయ్యడం

3.అబద్ధాలాడడం

4.ఏమీ తోచకపోతే కాస్సేపు ఏడుస్తూ కూర్చోవడం

ఇలా చెప్పుకుంటూ పోతే చాలా ఉన్నాయి.వినడానికి మీకు బోర్ కొడుతుందని ఇక ఆపేస్తున్నా! కాని మీ క్రికెట్ ఉంది చూసారూ? నిజమొప్పేసుకుంటున్నా! నాకు పూర్తిగా తెలియని సబ్జెక్ట్.తెలుసుకోవాలన్న ఆసక్తీ లేదు. అందుకు మీరు నన్ను క్షమించాలి.

ఇక ఉత్తరం ఆపేసి ఈ భూప్రపంచంలో అందరికంటే ముఖ్యమైన వ్యక్తి పోస్ట్ మేన్ అని గుర్తించి అతడు తెచ్చే మీ జవాబు కోసం ఎదురు చూడడం ఈ స్నేహ తక్షణ కర్తవ్యం.

సెలవ్

స్నేహ

❖❖❖

ఆరోజు వచ్చిన ఆ ఉత్తరం చదువుకున్న చరణ్ ఆనందానికి అంతు లేదు. "దేవుడికి కరుణ కలిగినట్లుంది.ఈ స్నేహ చేత ఇంత అందమైన ఉత్తరం రాయించాడు.ఈ అవకాశాన్ని జారవిడుచుకోకూడదు.ఈసారి జాగ్రత్తగా వ్యవహరించి స్నేహను బుట్టలో వేసుకోవాలి. అనుకున్నాడు."

❖❖❖

విజయవాడ
9.11.77

డియర్ స్నేహా!

నువ్వు ఇంత అందమైన ఉత్తరం రాసి నన్ను మురిపించినందుకు థాంక్స్! ఏమిటప్పుడే ఏకవచన ప్రయోగంలోకి దిగాడనుకుంటున్నావా? అదంతే! సంజాయిషీలు ఇచ్చే అలవాటు లేదు. నాతో స్నేహం చేసేవాళ్ళు నన్ను భరించాల్సిందే!

నిజమే! నాకిప్పటికి 350 ఉత్తరాల దాకా వచ్చాయి. కాని, నీ ఉత్తరానికే ఫస్ట్ మార్కు ఇస్తున్నా! వేరే ఎవరికీ జవాబు కూడా ఇవ్వలేదు. తమ హైటూ, వెయిటూ, జోళ్ళ నెంబరుతో సహా ఇతర కొలతలూ మెన్షన్ చేస్తూ రాస్తుంటే ఎలా రిప్లై ఇవ్వాలనిపిస్తుంది చెప్పు! చిరాకు పుట్టుకొచ్చింది. ఉత్తరాలు ఇంకా వస్తూనే ఉన్నాయి. చురుకుదనం టన్నుల కొద్దీ ఉన్న నీతో స్నేహం చేస్తే చాలనిపిస్తోంది. ఇంకెవరి స్నేహమూ నాకక్కరలేదు.

వెంటనే జవాబిస్తావుగా!?

నీ చరణ్

❖❖❖

హైదరాబాద్
11.11.77

చరణ్!

అమ్మయ్య! బ్రతికిపోయాను. "ఏమండీ! మిమ్మల్ని నువ్వు అని పిలవొచ్చా?" అనే ఫార్మాలిటీ నుంచి నన్ను తప్పించినందుకు.నాకూ అలాంటివంటే గిట్టవ్! నేనూ నిన్ను నువ్వనే పిలుస్తాను. "అన్ని"ఉత్తరాల్లో నా ఒక్క ఉత్తరమే ఎన్నికయినందుకు నాకు చాలా గర్వంగా ఉంది.

ఈరోజు నేనేం చేసానో తెలుసా? నీ దగ్గరనుంచి ఉత్తరం వస్తుందనే నమ్మకంతో, ఆశతో కాలేజీ ఎగ్గొట్టి ఇంట్లోనే ఉండిపోయాను. నా నిరీక్షణ ఫలిస్తుందని నాకు తెలుసు. అలాగే జరిగింది. నీ ఉత్తరం తెచ్చిచ్చిన పోస్ట్ మేన్ నాకు అప్పుడిలా కనిపించాడు.

ఇక ఆలస్యం చెయ్యకుండా రిప్లై ఇవ్వు.

ఉంటా మరి.

నీ స్నేహితురాలు
స్నేహ

❖❖❖

విజయవాడ

14.11.77

డియర్ స్నేహా!

ఒక గమ్మత్తు చెప్పనా? ఈరోజు నేనూ కాలేజీ ఎగ్గొట్టి రూం లోనే ఉండిపోయాను. నేను చేసిన పనే నువ్వూ చేసావని తెలిసి ఆశ్చర్యపోయాను. పోతే, ఇన్నాళ్ళూ ఆడపిల్లల రైటింగ్ చాలా అందంగా ఉంటుందనుకున్నాను. నీ రాతేమిటి? పరమ ఘోరంగా ఉంది? నువ్వు ఏమండీ అని రాస్తే "పామండీ" అని చదువుకోవల్సి వస్తోంది. కాస్త ఇంప్రూవ్ చేసుకోవడానికి ట్రై చెయ్యకూడదూ?

ఈ కాలేజీ ఎగ్గొట్టే బుద్ధులూ, బ్రహ్మరాత లాంటి చేతివ్రాత చూస్తుంటే నువ్వు నిజంగా ఆడపిల్లవేనా అని అనుమానం కలుగుతుంది సుమా!

నీ చరణ్

❖❖❖

హైదరాబాద్

26.11.77

చరణ్!

నన్ను క్షమించు! నీ ఉత్తరం అందేసరికి నేను ఊళ్ళో లేను.ఎందుకంటే మరో ఊరెళ్ళాను కనుక. ఇదిగో! వచ్చేసాను. అది సరే గాని-ఎంత ధైర్యం నీకు నన్ను ఆడా? మగా? అనడానికి? నేను పదహారణాల తెలుగు ఆడపడుచుని. ముగ్గులేస్తానూ, వంట చేస్తానూ... ఇంకా అల్లికలూ, కుట్లూ వగైరా అన్నీ ఉనాయి. ఇంకెప్పుడూ అలా అనకు. ఏదో ఫ్రెండువి కదా అని ఈసారికి ఊరుకుంటున్నాను.

ఇక హేండ్ రైటింగ్ విషయం-దాన్ని మ్యూజియంలో పెట్టాలని నేనూ అనుకుంటూనే ఉన్నాను. ఏం చెయ్యను చెప్పు మరి? కొందరి రాతంతే... నుదుటి రాతలా! ఇక చచ్చీ చెడీ నీట్‌గా రాయడానికి ప్రయత్నిస్తాను.

నీ స్నేహితురాలు

స్నేహ

❖❖❖

ఓ పదహారణాల ఆడపడుచా!

ఒప్పుకుంటున్నాను- ఈసారి ఉత్తరంలో మగతనం ఎక్కడా లేదు.అవునూ! ప్రతిసారీ "నీ స్నేహితురాలు స్నేహ" అని నాకు పదే పదే గుర్తు చేస్తావెందుకు?

స్నేహితురాలు తప్ప నాకేమీ కావని నాకు తెలుసులే! తలచుకుంటే ఎందుకో బాధగా ఉంది. ఇంకేమీ రాయలేను. ఇప్పటికి క్షమించు.

నీకు ఏమీ కాని

చరణ్

❖❖❖

సూర్యాపేట

28.11.77

యువర్ అటెన్షన్ ప్లీజ్! సూర్యాపేట బ్రహ్మం మిమ్మల్ని గుర్తు చేసుకుంటూ ఇలా అంటున్నాడు -

పక్షుల్లో చాలా రకాలున్నాయి. మనకు కనిపించే వాటిలో- చిలుక, పావురం, కాకి, గ్రద్ధ, పిచ్చుక వగైరా వగైరా!

ఇవికాక చాతకపక్షి అని ఒక పక్షి ఉందట.నేనూ చూడ్లేదు. పాపం ఈ పక్షి ప్రపంచంలో ఉన్న జల సంపదనంతా వదలి వర్షపు బిందువుల కోసం నోరు తెరిచి కాచుకు కూర్చుంటుందట. నా పరిస్థితీ చాతకపక్షి గతే అయింది.ఈ రోజు వరకూ చరణ్ నుంచి వచ్చే సిక్సర్ లాంటి ఉత్తరం కోసం ఎదురుచూసిన నాకు ఆశాభంగమే ఎదురయింది.

అసలేమయింది? నా ఉత్తరానికి జవాబు ఎందుకు రాలేదు?అనే విషయం తెలుసుకోవడానికే ఈ ఉత్తరం రాస్తున్నా!నాకు జవాబు రాకపోవడానికి ఈ క్రింది అంశాల్లో ఏదో ఒకటి కారణం అయిఉండాలి.

1) నా ఉత్తరం అసలు అంది ఉండక పోవచ్చు:- కావొచ్చు. ఇటీజ్ పాజిబుల్!. ఇదే కారణమైతే ఎవర్నీ నిందించాల్సిన అవసరం లేదు.

2) జవాబు రాయడానికి బద్ధకం:- కొంతవరకూ ఒప్పుకోదగ్గ సాకే! నేనూ బద్ధకస్తుడ్నే కాబట్టి తప్పు పట్టను.

3) జవాబు రాయడం ఇష్టం లేకపోవడం:- మోస్ట్ అబ్జెక్షనబుల్ రీజన్! జవాబు రాయడం ఇష్టం లేనివాళ్ళు కలం స్నేహం చెయ్యాలనుకుంటున్నానోచ్ అంటూ పేరూ,అడ్రెసూ పత్రికకు పంపాల్సిన అవసరం ఏమొచ్చిందో నాకు అర్థం కాని విషయం.అచ్చులో పేరు చూసుకోవాలని సరదా ఏమో!? అంతే అనుకోవాలి మరి.

కాబట్టి ఈ ఉత్తరానికైనా జవాబు మరో వారం రోజుల్లో రాకపోతే, సృష్టిలో చెల్లనిది స్నేహమేనోయ్!అనుకుంటాను.

పైన ఉదహరించిన కారణాలు కాక - నా ఉత్తరం ఎక్కడుందో కనబడక మీరు తల్లడిల్లుతూ ఉండొచ్చు. అందుకే- నా పాత ఉత్తరం కాపీ ఒకటి జత పర్తుస్తున్నాను.

తప్పక స్నేహ బిందువులు కురిపిస్తారని ఆశిస్తూ-

చాతకపక్షి

❖❖❖

విజయవాడ

30.11.77

అయ్యా చాతకపక్షి గారూ!

మీకో దండం. మీ స్నేహానికో దండం. బుద్ధి పొరబాటయి ఆ శీర్షికకు పేరిచ్చాను. మీరిలా నాకు బ్రైన్ వాష్ చేస్తారని తెలిస్తే అసలు ఆ పిచ్చి పని చేసి ఉండేవాడ్ని కాదు. మీరు ఉదహరించిన మూడో రీజను అక్షరాలా కరెక్ట్. ఒప్పుకుంటున్నాను. నన్ను క్షమించెయ్యండి!

కాబట్టి మహానుభావా! దయ చేసి ఇకపై ఇలా ఉత్తరాలతో వేధించవద్దు. మీకు పుణ్యముంటుంది. నన్నిలా వదిలెయ్యండి. అంతేకాని తిరిగి ఈ ఉత్తరానికి జవాబిచ్చి నాకు బి.పి.రప్పించే ప్రయత్నం మాత్రం చేయరని విశ్వసిస్తూ - సెలవు తీసుకుంటున్నాను.

ఇట్లు మీ స్నేహం కోరలేని

చరణ్

❖❖❖

హైదరాబాద్

30.11.77

చరణ్!

అమ్మయ్య! ఇప్పటికన్నా ఒప్పుకున్నావన్న మాట నేను తెలుగాడపడుచునని! ఒక విషయం చెప్పనా? నిన్న రాత్రి నువ్వు నా కలలో కనిపించి నా చెవిలో చిన్న మాట చెప్పావ్! అదేమిటంటే... ఉహూ! చెప్పను.చెప్పనుగాక చెప్పను.

ఇక ఉంటా మరి. చదువుకోవాలి.

నీ స్నేహ

❖❖❖

విజయవాడ
2.12.77

మై డియర్ స్నేహా!

నిజంగా నేను ఉప్పొంగిపోయి రాస్తున్న ఉత్తరమిది. "నీ స్నేహ" అన్న పదం చదివి వళ్ళు పులకరించింది. ఐ రియల్లీ లైక్ యూ!

అవునింతకీ వంట్లో ఎలా ఉంది? జ్వరం తగ్గిందా? ఇదేమిటని విస్తుపోతున్నావా? మరి కలలో కనిపించానన్నావుగా! భూతం లాంటి నన్ను చూసింతరువాత బెదిరిపోవడం తథ్యం. పైగా ఏదో చెప్పాననంటున్నావ్!అప్పుడు జ్వరం రావడం ఖాయం. ఇంకెప్పుడూ నన్ను కలల్లోకి రానివ్వొద్దని కనురెప్పల తలుపులకు గట్టిగా చెప్పు.(అయినా ఎప్పుడూ చూడనివాళ్ళు కూడా నీకు కలల్లో కనిపిస్తారేమిటి?)

నాకిక్కడ ఉత్తరాల బాధ ఇంకా తగ్గలేదు.ఎవడో చాతకపక్షట. రిప్లై ఇవ్వవేం?అని ప్రాణాలు తోడేస్తున్నాడు. బాగా బుద్ధొచ్చేలా జవాబిచ్చానులే! వాడొక్కడే కాదు నా ప్రాణానికి ."మాలతి" అని ఒక అమ్మాయి గుంటూరు నుంచి– "నువ్వే నా ప్రాణం" అంటూ ఉత్తరాల వాన కురిపించింది.నేను రెస్పాన్సివ్వలేదు.దాంతో ఏం చేసిందో తెలుసా? నా ఎడ్రెస్ కనుక్కుని తిన్నగా నా దగ్గరకు వచ్చేసింది. అబ్బ! చాలా అసహ్యంగా ప్రవర్తించింది కూడా! నేను తగురీతి ఉద్బోధ చేసి పంపించాను.

నాకష్టాలిలా ఉన్నాయి. ఇక ఉంటా మరి

నీ చరణ్

❖❖❖

హైదరాబాద్
5.12.77

డియర్ చరణ్!

నీ ఉత్తరం ఈరోజే అందింది.నువ్వు కల్లో కనిపిస్తే జడుసుకునేంత పిరికి పిల్లననుకుంటున్నావా? ఆమాటకొస్తే రోజూ నా ముఖం నేను అద్దంలో చూసుకోవడం లేదూ? మరి జడుసుకుంటున్నానా? ఇంతటి అందవికారినే అని కాస్త బాధ పడతానంతే!

నువ్వు చెప్పిన ఆ మాలతి ఉదంతం వింటే ఇలాంటివాళ్ళు కూడా ఉంటారా?అని అశ్చర్యమేస్తోంది. మీ చాతకపక్షి సంగతి కూడా వింతగా ఉంది. వాళ్ళెలాగైనా ఊరేగనీ! నాకు మాత్రం ఉత్తరాలు రాయడం మానకు. చచ్చిపోతాను.

నీ స్నేహ

❖❖❖

విజయవాడ

7.12.77

మై డియర్ బేబీ!

అద్దాన్ని మరీ అంత గుడ్డిగా నమ్మకు. అసలు నమ్మకూడనివాటిలో ఆడదాని తరువాత అద్దానిదే ప్రముఖ స్థానం. ఉన్నదానికన్నా లేని అందాన్ని తెచ్చిపెట్టి నా ఫేసుకేం? లక్షణంగా ఉంది అని దురభిప్రాయానికి గురిచెయ్యడం దానికున్న పెద్ద చెడ్డ అలవాటు. అద్దం అలాంటి మెస్మరిజాలు చెయ్యకపోతే అనాకారి అయిన ప్రతివాడూ అద్దాన్ని కసిగా పగులగొట్టి ఆ ముక్కల్తో గుండెల్లో పొడుచుకు చచ్చే ప్రమాదముంది. కాబట్టి నేను చెప్పేదేమిటంటే- రోజూ అద్దంలో చూసుకుని జడుసుకోవడం లేదని మిడిసిపడొద్దని. ఏది ఏమైనా నీ రాతల్నిబట్టి చూస్తే నాకన్నా కూడా నువ్వే భయంకరంగా ఉంటావేమోననిపిస్తోంది. ఇంతకీ ఎలా ఉంటావ్ నువ్వు? కలకత్తా మహంకాళిలా ఉంటావేమిటి కొంపదీసి? ఏది... నీ ఫోటో ఒకటి పంపితే చూసి మూర్ఛ పోవాలని ఉంది.

అన్నట్లు మొన్న నాలుగో తారీఖున ప్రొద్దున్నే తలుపు చప్పుడయింది. ఎవరా? అని తలుపు తెరిచానో లేదో విసురుగా వచ్చి నన్ను గట్టిగా కౌగలించుకుని ఊపిరి సలపనివ్వక మంచం మీదకు తోసేసి, దుప్పటి కప్పేసిగాఢ పరిష్వంగంలో ముంచేసింది. ఇంతకీ ఎవరనుకుంటున్నావ్? జ్వరంగారు! అంతే! నన్ను లేవనివ్వలేదు. అలాగే మంచానికంటుకుని రోజంతా ఉండిపోయాను. సాయంత్రానికి జ్వరం లేచి కురుల్లో ముఖం దాచుకుని బిగ్గరగా విలపించింది. నేను నిర్దయుడినంది. రాక రాక వచ్చిన అతిథికి తగురీతి మర్యాదలు చెయ్యలేదంది. మందూ, మాకూ, రొట్టే, పాలూ ఇత్యాదులేవీ సమర్పించలేదంది. ఇలాంటి నిరాదరణను సహింపలేనంది. బుద్ధి తక్కువై వచ్చాను. ఇక ముందెప్పుడూ నీ ముఖం చూడనంది.

చాల్చాలై! మండుటెండలో రోడ్ల వెంట తిప్పలేదు. అందుకు సంతోషించు. పోతే పో! అసలు

నిన్నెవడు రమ్మన్నాడు? అని కసిరాను. దాంతో మూతి ముడుచుకుని , ముక్కు చీదేసి నా తిరస్కారాన్ని సైపలేక ఒక్క ఉదాటున లేచి జ్వరం బయటకు పరుగు తీసింది.

ఇప్పుడు బాగానే ఉన్నానులే! ఏం పర్వాలేదు.

నీ చరణ్

❖❖❖

హైదరాబాద్

9.12.77

డియర్ చరణ్!

ఏమిటీ జ్వరమొచ్చిందా? అలా నిర్లక్ష్యం చేస్తే ఎలా? డాక్టర్ దగ్గరకు వెళ్ళొద్దూ? నీకు జ్వరం వచ్చిందంటే ఎలాగో ఉంది చరణ్! జాగ్రత్త! ఇకపై ఎప్పుడూ అశ్రద్ధ చెయ్యకుండా ఉంటావు కదూ?

ఇకపోతే, కలకత్తా మహంకాళి మన ముందు అసలు లెక్కలోకి రాదు. ఎందుకూ? ఫొటో పంపమన్నావుగా? ఇదిగో! పంపుతున్నా! చూసి మూర్ఛ పోదువుగాని!

ఇక ఉండనా మరి

నీ స్నేహ

❖❖❖

విజయవాడ

16.12.77

నా స్నేహా!

నీ ఫొటో చూసి నిజంగానే నాకు ఆనందంతో మూర్ఛ వచ్చినంత పనే అయింది.నువ్వు ఇంత అందంగా ఉంటావని కల్లో కూడ ఊహించలేదు. ఇంతటి సౌందర్యవతి నా స్నేహితురాలు కావడం నా అదృష్టంగా భావిస్తున్నాను. నా ఫొటో కూడా పంపిస్తున్నాను. చూసి ఛీ కొట్టవు కదా? నారూపం నీకు నచ్చకపోతే నాతో స్నేహానికి తిలోదకాలు ఇవ్వవు కదా? నువ్వు నాకు దూరమైతే నేను భరించలేను. నాకు మరణమే శరణ్యం.చెప్పు మరి!

నీవాడు కావాలనుకునే

చరణ్

❖❖❖

హైదరాబాద్

18.12.77

డియర్ చరణ్

నీ ఉత్తరం అందింది. నువ్వింత హేండ్సంగా ఉంటావని నేను ఊహించలేదు.

విజయ్ ఉప్పులూరి ❖ 81

ఆనందంతో ఉక్కిరిబిక్కిరి కావల్సిన సమయంలో నేనొక చిక్కు సమస్యలో ఇరుక్కున్నా! ఏంచెయ్యడానికీ పాలు పోవడం లేదు. నాకు ఆత్మహత్య ఒక్కటే శరణ్యమేమో!

ఈ పరిస్థితి నుంచి బయట పడ్డాక తిరిగి లెటర్ రాస్తాను. లేకుంటే, ఇదే నా చివరి...

ఎవరికీ ఏమీ కాని
స్నేహ

❖❖❖

విజయవాడ
20.11.77

నా స్నేహా!

అసలేమయింది? నాతో కూడా చెప్పవా? తొందరపాటుతో పిచ్చి నిర్ణయాలేమీ తీసుకోకు. అన్నిసమస్యలకూ పరిష్కారం ఉంటుంది. ఒకవేళ నీ సమస్య డబ్బుతో ముడిపడి ఉంటే నాకు చెప్పు.నా దగ్గర చాలా డబ్బుంది. ఒక స్నేహితురాల్ని ఆదుకోలేని అసమర్థుడ్ని అనుకుంటున్నావా నన్ను! ఏ సంగతీ విశదంగా వివరించి వ్రాయి. నీకు నేనున్నాను. అవసరమైతే స్వయంగా బయలుదేరి వస్తాను.వెంటనే జాబు వ్రాయి. నీ సమస్య తీరేంతవరకూ నాకు నిద్ర పట్టదు.

నీ లెటర్ కోసం ఎదురుచూస్తుంటాను.

నీవాడు
చరణ్

❖❖❖

హైదరాబాద్
22.12.77

డియర్ చరణ్!

నీకు కాకపోతే మరెవరికి చెప్పుకుంటాను? నీకన్నా నాకు ఆత్మీయులెవరున్నారు? జరిగిందేమిటంటే- అంతా నాదే తప్పు. నాకో స్నేహితురాలు ఉంది. పేరు నర్మద. తనో బంగారు గొలుసు చేయించుకుంది. నాకు అది చాలా నచ్చింది. ఒకసారి నామెడలో ఎలాఉంటుందో చూద్దామని ముచ్చట పడి నా మెడలో వేసుకున్నాను.అది నా మెడలో ఉంటే గొలుసుకే అందం పెరిగిందని మా నర్మద చెప్పింది. మాటల్లో పడి అది బస్సెక్కేముందు గొలుసు తీసి ఇవ్వడం మర్చిపోయాను. అదీ అడగలేదు. సరిగ్గా నేను మా బస్సెక్కే ముందు నాకు గుర్తొచ్చింది. ఇక చేసేది లేక రేపు ఇవ్వొచ్చులే అని

గొలుసు తీసి నా బాగ్ లో పెట్టుకున్నా! ఇంటికొచ్చాక చూస్తే బాగ్ లో గొలుసు లేదు. రద్దీగా ఉన్న బస్సులో ఎవరో కొట్టేసారు. నా గుండె ఆగినంత పనయింది.నేను చేసిన బుద్ధితక్కువ పనికి నన్ను నేనే శపించుకున్నాను. కాని, ఎంత వగచి ఏం ప్రయోజనం? మర్నాడు నర్మదకీ విషయం చెప్తే - ఇంట్లో వాళ్ళకి తెలిస్తే చంపేస్తారంటూ అది భయంతో వణికి పోయింది. మా ఇంట్లో ఈ విషయం తెలిసినా నన్ను పాతేస్తారు. ఏం తోచని ఈ పరిస్థితిలో నీ భరోసా నాకు అశా కిరణంలా అగుపిస్తోంది. నిజంగానే డబ్బు నీకు సమస్య కాదా? ఒక అయిదు వేలు సర్దుబాటు చెయ్యగలవా? మెల్లగా తీరుస్తాను. నువ్వు రావొద్దు. మనియార్డర్ కూడా మా ఇంటి ఎడ్రెస్‌కి పంపొద్దు. కొంపలంటుకుంటాయి. మా నర్మద తన కజిన్‌కి గొలుసు పోయిన విషయం చెప్పింది. అతడు చాలా మంచివాడు. అతని ఎడ్రస్‌కి అయిదు వేలు పంపు. మెల్లగా తీరుస్తాను. అతని ఎడ్రెస్ క్రింద ఇస్తున్నాను.. అతనికి ఎం.ఓ చేస్తే సరి. నీకు జన్మ జన్మలకీ ఋణపడి ఉంటాను. సాయం చేసి నన్నీ గడ్డు పరిస్థితి నుంచి బయట పడేస్తావు కదూ?

ఆదుకొమ్మని వేడుతూ

నీ స్నేహ

❖❖❖

హైదరాబాద్

24.12.77

<u>మై డియర్ చరణ్!</u>

నీకెలా కృతజ్ఞతలు చెప్పుకోవాలో అర్థం కావడం లేదు. నువ్వు పంపిన డబ్బు సరిగ్గానే చేరింది. అది మా నర్మదకిచ్చేసాను. తను అలాంటి గొలుసే తిరిగి చేయించుకుంటోంది.నన్ను పెద్ద గండం నుంచి గట్టెక్కించావు.నీకు ఏమిచ్చినా ఋణం తీరదు. నీకు బాకీ పడ్డ సొమ్ము వీలునుబట్టి కొద్దికొద్దిగా తీర్చుకుంటాను.నీలాంటి మంచి మిత్రుడు నాకు లభించినందుకు నేను చాలా అదృష్టవంతురాల్ని. మన స్నేహం ఇలాగే కలకాలం కొనసాగాలని కోరుకుంటాను.

మొన్నా మధ్య నువ్వు నీ జ్వరం గురించి వర్ణించి రాసిన తీరు గురించి మా నర్మదకు చెప్తే అది పడి పడీ నవ్వింది. ఇంత చక్కగా రాస్తావు కదా? నువ్వు ఈమధ్య కథలెందుకు రాయడంలేదు? త్వరలోనే మంచి కథలు రాసి అలరిస్తావని ఆశిస్తాను.

ప్రేమాభిమానాలతో

నీ స్నేహ

❖❖❖

హైదరాబాద్
26.12.77

మై డియరెస్ట్ స్నేహా!

నేను పంపిన డబ్బు సమయానికి అంది నీ అవసరం తీరినందుకు సంతోషంగా ఉంది. మన మధ్య ఇచ్చి పుచ్చుకోవడాలు కలకాలం సాగాలి. ఏమిచ్చినా రుణం తీరదు అన్నావు. డబ్బే ఇవ్వాలని ఏం ఉంది? నీ దగ్గర ఉన్నదే తీసుకుంటాను. ఊహూ! దోచుకుంటాను. "కథలు రాయడం లేదేంటి?" అని అడిగావు. నీకు ఉత్తరాలు రాయడం, నీ నుంచి వచ్చిన రిప్లైస్ నెమరువేయడానికే సమయం సరిపోవడం లేదు. ఇక కథలేం రాస్తాను? (ఇది జోకన్న మాట -రాస్తానులే కాస్త వీలు చిక్కించుకుని)

ఇక జోకులు పక్కనపెడితే - నేను 30-12-'77 రాత్రి బయలుదేరి హైదరాబాద్ వస్తున్నాను. మనమిప్పుడు అపరిచితులం కాదు. మన స్నేహం పరిపక్వ దశకు చేరుకుందనే నేను భావిస్తున్నాను. నీతో ముఖాముఖి మాట్లాడాలనీ, నూతన సంవత్సరం నీతో సెలబ్రేట్ చేసుకోవాలనీ నాకు ఉబలాటంగా,ఆరాటంగా ఉంది. నా కోరిక మన్నిస్తావు కదూ?

ఈ ఉత్తరం నీకు 28- 12-'77 కల్లా కచ్చితంగా అందుతుంది. నువ్వు ఆలస్యం చెయ్యకుండా వెంటనే రిప్లై పోస్ట్ చేస్తే నాకు 30-12-'77 న అందుతుంది. నిన్ను ఎక్కడ కలుసుకోవాలో వివరంగా రాస్తావు కదూ?నన్ను డిసప్పోయింట్ చెయ్యవని నమ్ముతాను.

నీ "యస్" కోసం వెయ్యి కళ్ళతో ఎదురుచూసే
నీ చరణ్

❖❖❖

హైదరాబాద్
28.12.77

నా చరణ్!

నువ్వు హైదరాబాద్ వస్తున్నావనే సరికి ఎగిరి గంతేయాలనిపించింది. నిన్ను కలుసుకోవాలని నా మనసు కూడా ఎంతో తహతహలాడుతోంది. ఎక్కడ కలుసుకోవాలంటావా? మన ఇద్దరి మధ్యా ఇన్నాళ్ళూ ఒక వారధిగా పని చేసింది పోస్టల్ డిపార్ట్‌మెంట్ కనుక మనం పోస్టాఫీస్ వద్దే కలుసుకోవడం సముచితమనిపిస్తోంది నాకు! 31.12.77 న ఉదయం పది గంటలకు G.P.O దగ్గర ఎదురుచూస్తూ ఉంటాను. నన్ను తేలిగ్గానే గుర్తుపట్టగలవనే అనుకుంటాను. ఎందుకైనా మంచిది -

నాకిష్టమైన గులాబీ రంగు చీర కట్టుకుని రెండు జడలేసుకుని మరీ వస్తాను. సరేనా? నిన్ను కలుసుకోవడానికి క్షణమొక యుగంలా గడిపే

నీ స్నేహ

❖❖❖

ఆరోజు 31-12-'77 - సమయం ఉదయం 9.30 గంటలు.

నీట్ గా డ్రెస్ చేసుకుని, చెదరని జుట్టు మాటిమాటికీ సరిచేసుకుంటూ జి. పి. ఓ ముఖద్వారం వద్ద నిలబడి ఉన్నాడు చరణ్.

"ఇన్నాళ్ళకు తన తపస్సు ఫలించబోతోంది. ఆమె సోగ కళ్ళలో తన రూపాన్ని చూసుకుని తరించే సమయం ఆసన్నమయింది. స్నేహ తనంటే పడి చస్తోంది అనుకోవడంలో సందేహం లేదు. ఇక ఆమెపై మాటల మందు చల్లి తన హెూటల్ రూంకి తీసుకువెళ్ళడమే! తర్వాత... తను స్వర్గ సౌఖ్యాలలో మునిగి తేలడం తన చాకచక్యం పై అధారపడి ఉంటుంది. ఈ అవకాశాన్ని చేజార్చుకోకూడదు. ఓపికతో వ్యవహారం చక్కబెట్టాలి. చరణ్! ఆల్ ది బెస్ట్ రా!" ఇలా పరిపరి విధాల సాగుతున్నాయి చరణ్ ఆలోచనలు.

పది గంటలయింది. పదింపావు దాటింది. పదిన్నర కావొస్తోంది.అసహనంతో క్షణక్షణానికీ చేతి గడియారం చూసుకుంటూ నిలబడ్డ చోటు నుండి కదలకుండా తనలో పెరుగుతున్న ఉద్వేగాన్ని అదుపులో పెట్టుకుంటూ రెండు జడల స్నేహ కోసం ఎదురుచూడసాగాడు.

సరిగ్గా అప్పుడే చాలా సేపటినుంచి చరణ్ ప్రతి కదలికను గమనిస్తూ అంత దూరంలో నిలబడి ఉన్న ఒక వ్యక్తి చరణ్ వైపుగా వచ్చాడు.

"పాపం! ఎవరి కోసమో నిరీక్షిస్తున్నట్లున్నారు?" అన్నాడు మెల్లగా.

అతని వైపు చురుగ్గా చూసాడు చరణ్.

"నేనెవరికోసం నిరీక్షిస్తే నీకేంటోయ్?" అన్న భావం అతని కళ్ళలో ద్యోతకమయింది.

నవ్వాడతడు. "మరేం లేదు - మరీ చాతకపక్షిలా ఎదురు చూస్తుంటే...!"

ఉలిక్కిపడ్డాడు చరణ్ 'చాతకపక్షి ' అన్న మాట చెవి సోకగానే.

"ఎవరు నువ్వు?" బెదురుగా అడిగాడు.

బిగ్గరగా నవ్వాడా వ్యక్తి.

"నేనే! చాతకపక్షిని" ఒక్కొక్క అక్షరం నొక్కి పలుకుతూ చెప్పాడు.

చరణ్‌కి అరికాలి మంట నెత్తికెక్కినట్లయింది. " నువ్వా? నువ్వెందుకు నన్నిలా పట్టుకు పీడిస్తున్నావ్?! నీకు వేరే పనేమీ లేదా?" కోపంతో గుడ్లురుముతూ అన్నాడు.

"మరీ అంత దూకుడొద్దు! శాంతంగా ఉండు. పాపం! స్నేహ కోసం ఎదురు చూస్తున్నట్లున్నావ్! నీ నిరీక్షణ ఫలించదు.ఆమె రాదు. నీ అయిదు వేలూ హుళక్కే! గోవిందా! " అని అక్కడనుంచి కదిలాడు.

ఆ మాటలు వినగానే చరణ్ మెదడు మొద్దుబారినట్లయింది. కొన్ని క్షణాల తర్వాత తేరుకుని ఒక్క పరుగున చాతకపక్షిని చేరుకుని,వెళ్తున్న అతనికి అడ్డంగా నిలిచి ఇలా అన్నాడు- "స్నేహ నీకెలా తెలుసు? రాదని ఎలా చెప్పగలవు?" తన కంగారును అణచుకోవడానికి ప్రయత్నిస్తూ అడిగాడు.

"నాకెలా తెలుసా? వెర్రివాడా! 'స్నేహ' అనే అమ్మాయి అసలీ ప్రపంచంలో ఉంటే కదా?స్నేహ పాత్ర సృష్టించిందీ నేనే....!ఆ పేరుతో నీకు ఉత్తరాలు రాసి పిచ్చివాడ్ని చేసిందీ నేనే! నీ అయిదు వేలూ కొట్టేసిందీ నేనే!" మళ్ళీ అతని నవ్వు చరణ్ కి కర్ణకఠోరంగా వినిపించింది.

''ఇంత నాటకమాడాల్సిన అవసరమేమొచ్చింది? నేను నీకు చేసిన అన్యాయమేమిటి?"నీరసంగా అడిగాడు.

"అలా అడుగు!చెప్తాను. చెప్పాలి మరి! ఈరోజు కోసమే నేనూ ఎంతో ఆత్రుతగా ఎదురుచూస్తున్నాను.అలా నీడలోకి పద- ఇక్కడెందుకు దార్లో అడ్డంగా!" చరణ్‌ని జబ్బ పట్టుకుని అవతలికి లాక్కెళ్ళాడు చాతకపక్షి.

"నువ్వొక వెధవ్వి"

"కలం స్నేహం పేరుతో ఆడపిల్లల జీవితాలతో ఆటలాడే నిన్ను అలాగే పిలవాలి. నేనెవరో తెలుసుకోవాలని ఉంది కదూ? నేనొక మందుల కంపెనీలో సేల్స్ ఎగ్జిక్యూటివ్ ని! నువ్వు మాటల్తో మోసం చేసిన మాలతి అన్నయ్యను."

చరణ్ ఉలిక్కిపడి చటుక్కున తలెత్తి చూసాడతనివైపు. అతని కళ్ళలో తీక్షణతో నిండిన జీర చూసి తల దించేసుకున్నాడు.

"అవును! దేవుడు అందమైన బొమ్మను చేయబోయి ఏమరిపాటున తయారు చేసిన ఆ అనాకారి పిల్లకు అన్నయ్యను నేను. నా చెల్లెలు ఒట్టి అమాయకురాలు. నలుగురూ తన రూపం చూసి దూరం జరుగుతుంటే... కలిసి మెలిసి ఉండే స్నేహితులే కరువైపోగా కలం స్నేహం ద్వారానైనా తన రూపంతో ప్రమేయం లేకుండా తనంటే ఇష్టపడే ఆత్మీయుల్ని సంపాదించుకోవాలని ఆరాటపడడంలో తప్పు లేదని పిచ్చిగా నమ్మింది. ఆ పిచ్చి భ్రమలోనే... నీతో స్నేహం చేసింది. నీ అక్షరాల మేజిక్ చూసి

ఎంతో మంచి స్నేహితుడ్ని పొందగలిగానని పొంగిపోయింది. మరి నువ్వేం చేసావ్? గాయం మీద కారం చల్లినట్లు నీ ప్రవర్తనతో ఆ పిచ్చిదాన్ని మరింత క్షోభకు గురి చేసావ్!"

ఒక క్షణం ఆగి తిరిగి మాటల బాణాలు సంధించడం కొనసాగించాడు. -

"మా చెల్లి నీ నుంచి ఆశించింది కలం స్నేహం మాత్రమే! మరి నువ్వు ప్రత్యక్షంగా వెళ్ళి కలవాల్సిన అవసరం ఏమొచ్చింది? నువ్వాశించిన అందచందాలే నా చెల్లిలో ఉంటే అమెతో ప్రేమ డైలాగులు వల్లించి వల్లో వేసుకోవడానికి ప్రయత్నించే వాడివి. నా చెల్లెలు అందమైనది కాకపోవొచ్చు! కాని, మనసు మాత్రం సుతి మెత్తన. తనెంత బాధ పడినా, ఎదుటివాళ్ళను నొప్పించడం తెలియని సాధు స్వభావి. అందుకే- నిన్ను గుర్తించినా, తనని నువ్వెంత చిత్ర హింసకు గురి చేసినా పల్లెత్తు మాట అనకుండా నిన్ను గౌరవంగా సాగనంపింది.

అదే సమయంలో నేను సెలవు మీద ఇంటికి వెళ్ళాను. మౌనంగా రోదిస్తున్న ఆమెను లాలించి అసలు విషయం తెలుసుకున్నాను.నువ్వు రాసిన ఉత్తరాలు కూడ చదివి నీ డర్టీ గేం అర్థం చేసుకున్నాను. నా చెల్లెలి నిర్మలమైన హృదయం ఆమె రాతల్లో చూడగలిగానన్నావ్ కదూ? అబద్ధం. నీకు కావల్సింది మంచి స్నేహం కానేకాదు. నువ్వొక వంచకుడివి! నా చెల్లెల్ని మరో శరాఘాతానికి గురి చేసిన నీ మీద కసి తీర్చుకోవాలనుకున్నాను. నీకు గుణపాఠం నేర్పాలని ప్లాన్ వేసాను. నీ మనస్తత్వం పూర్తిగా తెలుసుకోవాలనే చాతకపక్షిగా మారాను తర్వాత 'స్నేహ' అవతారం ఎత్తాను. ఆ పేరుతో నిన్ను బొమ్మలా ఆడించాను. అయిదు రూపాయిలు ఇచ్చి ఊరూ, పేరూ తెలియని అమ్మాయి ఫొటో ఒకటి సంపాదించి నీకు పంపాను.

"నువ్వెంత చీడ పురుగువి కాకపోతే.. స్నేహ పేరిట నాకు రాసిన ఉత్తరాల్లో అవాకులూ, చవాకులూ పేలుతూ కథలల్లి రాస్తావ్? నీ గొప్పలు చెప్పుకోవడానికి నా చెల్లెలి మీద అభాండాలు వేసిన నీకు ఏం శిక్ష వేసినా సరిపోదు."

సూదుల్లా గుచ్చుకుంటున్న మాటలు చేతలుడిగిన వాడిలా వింటున్న చరణ్ తలెత్తి చూసే సాహసం చెయ్యలేక పోయాడు.

"నీకిలా శృంగ భంగమై అవమాన భారంతో కృంగిపోతున్నావ్ కదూ? నాకదే కావాలి. నేననుకున్నది సాధించగలిగానని నాకిప్పుడు సంతృప్తిగా ఉంది. నీ పాపిష్టి సొమ్ము నాకొద్దు. ఇదిగో" అంటూ నోట్ల కట్టలు విసిరి కొట్టాడు.

"నేను వెళ్తున్నా! వెళ్ళే ముందు చివరిగా చిన్న మాట.- పవిత్రమైన ఆశయంతో ఏర్పడ్డ కలం స్నేహం పద్ధతికి కళంకం కలిగేలా ఇక ముందెప్పుడూ ప్రవర్తించకు.

నీలో చీమూ, నెత్తురూ ఉంటే, గతంలో ఎప్పుడైనా మంచి వాడిగా ఉన్న రోజులంటూ ఉంటే – ఆ రోజుల్లోకి తిరిగి వెళ్ళడానికి ప్రయత్నించు. అంతే!

దూరమైపోతున్న చాతకపక్షి వైపే అచేతనంగా చూస్తూ నిలబడిపోయాడు చరణ్.

(రచయిత స్వగతం చూడండి)

9

తిరిగి పాతరోజుల్లోకి

ఏ మనిషి జన్మతా చెడ్డవాడు కాదు! పరిస్థితుల కారణంగానే ఎంతో మంచివాడు కూడా చెడ్డవాడిలా మారతాడని మన సినిమాలు నొక్కి వక్కాణించిన కఠోరసత్యాన్ని నమ్ముతాను- నాకూ వర్తిస్తుంది కాబట్టి!

అలాగని నేనొక కరుడు గట్టిన హంతకుడిననీ నేరస్తుడననీ- అపోహపడకండి! నేనూ మీలాంటి మనిషినే, కాకుంటే తొందరపాటు ఎక్కువ! మంచివాళ్ళను ఇరకాటంలో పెడుతుంటాను - ఇబ్బందికి గురిచేసి ఒక మోస్తరు పైశాచిక సంతృప్తి పొందుతూ వుంటాను. అసలు ఈ కళ నాకెలా అబ్బిందో తెలుసుకోవాలంటే - నేను అతి

మంచివాడిగా ఉన్న పాత రోజుల్లోకి వెళ్ళాలి- తప్పదు మరి!

అత్తెసరు మార్కులతో బియ్యే ప్యాసయిన నాకు ఒక ప్రభుత్వ ఆఫీసులో టైపిస్టు ఉద్యోగం దొరికింది హమ్మయ్య! దేవుడు కరుణించాడు అనుకున్నానే తప్ప ఇసుమంత అసంతృప్తి లేదు! ఎందుకంటే నా బోడి క్వాలిఫికేషన్ చూసి ఏదో కలెక్టరు పదవి కోరివచ్చి వరించదన్న యదార్థం తెలిసినవాడిని కనుక!

టైపింగులో నా ప్రావీణ్యం అందరినీ ఆకర్షించినది మెరుపు వేగంతో నేను టైపు చేస్తుంటే అందరూ నివ్వెరపోయి చూసేవాళ్ళు! కుప్పలు తెప్పలుగా వచ్చి పడుతున్న టైపింగు మేటర్ అంతా పని రాక్షసుడిలా సకాలంలో పూర్తిచేసి పైవాళ్ళ మెప్పు పొంది కాలరెగరేసేవాడిని! కాని వాళ్ళు నన్ను మెచ్చి మేకతోలు కప్పుతున్నారని గ్రహించేసరికి చాలా ఆలస్యమైంది. మా కాపీయింగ్ బ్రాంచిలో నేను కాక ఉన్న మరో ఇద్దరు టైపిస్టులు రికామీగా తిరుగుతున్నారన్న నగ్నసత్యం గ్రాహ్యమయ్యాక మనసు చివుక్కుమంది.

“ఇదేమన్నా బాగుందా?” నసుగుతూ అడిగాను.

“పని చేయని వాళ్ళను ఎలాగూ పని చేయించలేం! పని చేతనయినవాడికి- నీకే మొచ్చింది రోగం?” అన్నారు పైవాళ్ళు!

“మరి నాకేంటి లాభం?”

“నువ్వు జూనియర్ మోస్టు టైపిస్టువి అయినప్పటికీ నిన్నేదో మారుమూల ప్రాంతానికి ట్రాన్ఫర్ చేయించకపోవడమే!”

ఇది వినగానే నా కళ్ళు ఎరుపెక్కడం - కండరాలు బిగుసుకోవడం లాంటి లక్షణాలు చూపరులకి దృగ్గోచరం కాలేదు! కాని నాలో నేనే కసితో మరిగిపోయాను. ఇక తప్పదు - మంచివాడి అవతారం ముగించి చెడ్డవాడిగా మారాలనుకున్నాను. మారిపోయాను! ఆ మార్పు నా పనితీరులో పైవాళ్ళకు ప్రస్ఫుటంగా కనిపించింది. “వీడూ పని ఎగ్గొట్టే వాళ్ళ జాబితాలో చేరుతున్నాడు, కాబట్టే వీడికి చురక వెయ్యాలి - తేళ్ళూ, జెర్రులూ కుట్టే ఏజన్సీ ప్రాంతానికి విసిరి పారేద్దాం” అనుకున్నారు. కాని వాళ్ళ పన్నాగం పారలేదు!

ఎందుకంటే అదే సమయంలో మా డిపార్టుమెంటులో కంప్యూటరైజేషన్ మొదలయింది. ఎవరికైనా ముందు కనిపించేది కీబోర్డే కదా! టైపిస్టులకే ముందు ఛాన్స్! చాలా గవర్నమెంటు ఆఫీసుల్లో కంప్యూటర్స్‌ని ఇంకా టైపు మిషన్లుగా ఉపయోగిస్తున్నారన్నది బహిరంగ రహస్యమే!

వచ్చిన అవకాశం సద్వినియోగం చేసుకొని, కంప్యూటర్ క్లాసులు అటెండయి

వర్డ్ స్టార్ నేర్చుకున్నా! కంప్యూటర్ కీబోర్డు మీద సుతారంగా పియానో వాయించినట్లు టైపు చేయడం మొదలెట్టా! నా దశ తిరిగి ఆ ఆఫీసులో నా ఉద్యోగం స్థిరమయిందని వేరే చెప్పాలా? మా కాపీయింగ్ బ్రాంచ్లో టైపుమిషన్ల స్థానాన్ని కంప్యూటర్లు ఆక్రమించాయి. ఎటొచ్చీ సిబ్బందిని ముగ్గురి నుంచి ఇద్దరికి తగ్గించారు. అలాగే పైవాళ్ళకి తెలివొచ్చి మెడలొంచి పనిచేసే మరో మేకను నా సహోద్యోగిగా ఎంపిక చేశారు. అతని పేరు 'సామాన్య' – మంచివాడు – నాకు మంచి మిత్రుడుగా మారాడు. కంప్యూటర్ భూతంతో సామాన్య ఎలాగోలా నెగ్గుకొచ్చేవాడు కానీ, నేను రారాజులా వెలిగిపోయేవాడిని! ఇలా కొన్నాళ్ళు గడిచిందోలేదో "మైక్రో సాఫ్ట్ వర్డ్" పుట్టుకొచ్చింది! నేనైతే అవలీలగా నేర్చుకోగలిగాను. కానీ మా సామాన్య చేతులెత్తేసాడు! సామాన్యను ట్రాన్స్ఫర్ చేసి కంప్యూటర్ కోర్సులు పూర్తయిన మరొకర్ని నాకు తోడుగా పోస్టు చెయ్యక తప్పలేదు మా

మేనేజ్మెంటుకి!

ఇక్కడే నా కథ మలుపు తిరిగింది!

సామాన్య చోటు భర్తీ చేసిన వ్యక్తి పేరు 'అసామాన్య!' తేడా ఏమిటంటే సామాన్య మగాడు – అసామాన్య ఆడది! ఆడగాలి సోకితేనే ఐసయిపోతాడు మగాడు! మరి పెళ్ళికాని సుందరి పగలంతా మందస్మిత వదనంతో పక్కసీట్లో కనువిందు చేస్తుంటే ఏమగాడైనా ఏమైపోతాడు? మంచులా కరిగిపోడూ? నేనూ కరిగిపోయి అసామాన్యతో ప్రేమలో పడ్డాను. అసామాన్య నిజంగానే అసమాన సౌందర్యవతి! కంప్యూటర్ స్కిల్సయితే ఉన్నాయి కాని కీబోర్డు మీద వేగంగా కదిలించి మేటర్ టైప్ చేయడంలో ఇబ్బంది పడేది! మరి నేను ఉన్నది దేనికి? ఆమె లేత బెండకాయ లాంటి చేతి వేళ్ళు మొద్దుబారిపోకుండా ఉండేందుకు నేను శాయశక్తులా సాయం చేసేవాడిని! ఆమె "థాంక్స్" అన్నప్పుడల్లా నా మది ఉయ్యాలలూగేది. నేను ఆమెని ప్రేమిస్తున్నానని చెప్పేద్దామని అనుకుంటూనే ఏరోజుకారోజు మొహమాటపడ్డాను.

చివరికి ఏ రోజయితే తెగించి ఆమె నా మనసు దోచుకుందన్న "నగ్నసత్యం" వెల్లడించాలనుకున్నానో అదేరోజు ఆ దుర్ముహూర్త వేళలో, అసమాన్య శుభలేఖ చేతికి అందించి తన పెళ్ళనీ, ఆ కాబోయే భర్తగారికి భార్య ఉద్యోగం చేయడం ఇష్టంలేదు కాబట్టి రాజీనామా చేస్తున్నాననీ చెప్పినప్పుడు నా మనసు ముక్కలయిపోయింది.

పోతే కొత్తవ్యక్తిని పోస్టు చేసేదాకా నాకు చార్జి అలెవెన్సు రూపంలో దాదాపు నెలకు వెయ్యి రూపాయిలు అదనంగా ముట్టచెబుతారన్న వార్త కాస్త ఉపశమనం కలిగించింది. మనసు ముక్కల్ని ఏరుకొని అతికించి రాజీపడ్డాను. ఆలస్యం విషం అమృతం అని భావించే మా డిపార్టుమెంట్ కనీసం మరో నాలుగయిదు నెలలుదాకా

అసామాన్య పోస్టును భర్తీ చేయరని ప్రగాఢంగా నమ్మాను. కాని రెండు నెలలు కూడ గడవకముందే ఉరమని పిడుగులా ఊడిపడ్డ బషీర్‌ని చూసేసరికి నాకు శివమెత్తినట్టయింది.

అసమాన్య ఒక రంగుల కల అది భగ్నమయినా ఎలాగోలా తేరుకున్నాను. కను ముక్కుతీరు ఓమాదిరిగా ఉన్న ఆడపిల్ల ఆమె స్థానం ఆక్రమించినా బ్లాక్ అండ్ వైట్ కలతో తృప్తి చెందేవాడిని!

ఏదీ కాకుండా నెగిటివ్ ఫిల్ములా దాపరించిన బషీర్‌పై కక్ష పెంచుకోవడం నా తప్పు కాదు కదా!?

నిజానికి బషీర్ మొహమాటస్థుడు! మితభాషి ఇంకా చెప్పాలంటే మంచితనం మూర్తీభవించిన పనికిమాలిన మనిషి! అలాంటి వాడిని ముప్పుతిప్పలు పెట్టడం తెలివైన వాడికి చాల తేలిక కదా! పెట్టాల్సిన ఇబ్బందులన్నీ వడ్డించాను.

టన్నులు టన్నులుగా కంప్యూటర్లోకి ఎక్కించాల్సిన మేటర్ రాబోతుందని గుమాస్తాల సీట్ల వద్ద ఉప్పందగానే ఏదో ఒక వంకతో చల్లగా జారుకొనేవాడిని పనంతా బషీర్ మీద పడేది. కిక్కురు మనకుండా నెత్తిన వేసుకొని చేసేవాడు. ఏమాత్రం సందుదొరికినా కంప్యూటర్లో అతని ఫైల్స్ కరప్ట్ చేసి పారేసి అతగాడు నానాయాతన పడుతుంటే ముసి ముసిగా నవ్వుకునేవాడిని!

ఇలా ఉండగా నేను పెళ్ళిచూపులకి వెళ్ళాను, అమ్మాయితో సహా అన్నీ నచ్చాయి. ముహూర్తాలు పెట్టుకున్నాం. పెళ్ళికి పదిరోజులు సెలవు అప్లై చేసాను. ఎన్నడూ రానివాడు ఈసారి బషీర్ కూడా పదిరోజులు సెలవుకోసం నాతో పోటీకొచ్చాడు. కారణం...? బషీర్‌కీ దాదాపు అదే రోజుల్లో పెళ్ళికుదిరింది. నా సెలవు మంజూరు గురించి ఆఫీసులో గొంతు పెంచి గొడవచేసి నా అధికృతను నిరూపించుకున్నా! ఫలితం? చచ్చినట్లు బషీర్ రాజీకొచ్చి తన సెలవు కుదించుకున్నాడు!

నా పెళ్ళయిపోయింది – బషీర్‌కి కూడా!

నా శ్రీమతి కాపరానికి వచ్చింది. బషీర్ భార్య కూడా! ఆనందంగా సాగిపోతున్న నా సుఖసంసారానికి ఆషాడమాసం అడ్డొచ్చింది. నా శ్రీమతి పుట్టింటికి పయనమయింది. ఇక నా పాట్లు నావి! వంటరి జీవితం హొటల్ కూడు పడక తరచూ చేయి కాల్చుకునే వాడిని! మరి బషీర్‌కు ఆషాడమాసం లేదు కదా!? పెళ్ళాం చేతివంట బాగా గుటకలేస్తూ రుచులు చూస్తున్నాడేమో కొద్దిరోజుల్లోనే బాగా వళ్ళు చేశాడు. ఒక పక్క నేను భార్యా వియోగంతో కృంగి కృశించి పోతుంటే మరోపక్క భార్య సాంగత్యంతో అతడలా మిసమిసలాడిపోతుంటే నాలో ఈర్ష్య జనించి నాకతనిపట్ల ముందే ఉన్న కక్షను ద్విగుణీకృతం చేయదూ? మరి కక్ష సాధింపు చర్య ఉధృతం

చేయకపోతే నేను నేనెలా అవుతాను? అవకాశం కోసం పొంచి చూడడం వెర్రివాళ్ళ తంతు అవకాశం దొరక బుచ్చుకోవడం తెలివైన వాళ్ళవంతు!

ఒకరోజు లంచ్ టైములో నేను అవకాశం దొరక బుచ్చుకున్నాను. బషీర్ తన టిఫిన్ బాక్స్ తెరచి అలా నోట్లో ముద్ద పెట్టుకుంటున్నాడో లేదో నేను ముక్కుపుటాలు ఎగరేసి "ఏదో మసాలా కూర లాగుందే?" అన్నాను. "అవును సార్ మసాలా కూరలు మీకిష్టమయితే చెప్పండి. రేపు మీకోసం స్పెషల్గా చేయించి తెస్తా!" అన్నాడు వినయంగా. "చాల్లే ఆ కంపుకు నాకు డోకొస్తుంది! ముందు బాక్సు మూసేయండి! నేను తిని వెళ్ళాక తెరవండి'' ఘాటుగా నేను ప్రతిస్పందించడంతో అతని ముఖం వెలవెలబోయింది, నాముఖం కళకళలాడింది!

మరోరోజు పరిమళాలు గుభాళించే ఫారిన్ సెంటు స్ప్రే చేసుకు వచ్చాడు! నేనూరుకుంటానా? "చచ్చాడు" అని మనసులో అనుకొని – "ఏదో అత్తరు వాసన లాగుందే?" తాపీగా అడిగాను. "అవునండీ! మీకు నచ్చిందా? మా ఫ్రెండు దుబాయి నుంచి రెండు స్ప్రేలు తెచ్చాడు. మీకొకటి తెచ్చివ్వనా! నన్నేదో ఉద్ధరించే వాడిలా ఆఫర్ చేశాడు. "ఛీఛీ నాకసలే సెంట్ వాసనంటే ఎలర్జీ! మరోమారు చల్లుకోవద్దు. నా దరిదాపులకు రావద్దు'' కరుకైన బాణం నేను వదిలే సరికి అతని ముఖం వాడిపోయింది. ప్రతిఘటనకు అర్థం తెలీనివాడిలా మిన్నకుండడం అతని వంతయింది.

రోజులు గడుస్తున్నాయి! నేనెంతగా రెచ్చిపోయి అసహనానికి గురిచేసినా బషీర్ ఏనాడూ నిగ్రహం కోల్పోలేదు. అదే నాకు మింగుడు పడని విషయం!

ఆరోజు ఆషాఢమాసం చెర వదిలి నా శ్రీమతి ఇంటికొస్తున్న శుభతరుణం! ఆఫీసుకి సెలవు పెట్టి ఆమెను రిసీవ్ చేసుకోవడానికి రైల్వేస్టేషనుకి వెళ్ళాలని ఉవ్విళ్ళూరాను కానీ కుదర్లేదు? అదేరోజు ఇన్స్పెక్షన్ పేరుతో మమ్మల్ని ఉద్ధరించాలనుకొని ఉన్నతాధికారులు ముహూర్తం పెట్టుకున్నారు. ఇక ఆఫీసుకి వెళ్ళక తప్పలేదు! శ్రీమతి మధ్యాహ్నం ట్రైన్లో వస్తోంది! సాయంత్రం దాకా ఆఫీసులో గడపగలిగితే చాలు – ఎడబాటుని మైమరపించే మధురఘడియలు ముందుంటాయి కదా అని మనసుకి సర్దిచెప్పుకొని ఆఫీసు చేరుకున్నాను.

హుషారుగా మా కంప్యూటర్ గదిలోకి అడుగుపెట్టగానే ఇబ్బందిగా ముఖం చిట్లించి స్వాగతం పలికాడు బషీర్!

నాకు వళ్ళు మండి వెంటనే సిగరెట్ వెలిగించాలనుకొని నన్ను నేనే తమాయించుకున్నాను. ఇన్స్పెక్షన్ కు వచ్చే అధికారులు ఏ నిమిషాన వచ్చిపడతారో తెలియదుగా! నిజానికి బషీర్కి సిగరెట్ పొగ పడదు! అది తెలిసాక నేను కావాలని తరచుగా మా కంప్యూటర్ రూమ్లో ఏసీ ఆఫ్ చేసి కిటికీలన్నీ బార్లా తెరచి గుప్పుగుప్పున

పొగవదులుతూ బషీర్ సహనాన్ని పరీక్షించేవాడిని! ఏనాడూ బషీర్ పద్యం పాడలేదు - ప్రతి బాణం వేయలేదు. ముఖం ముడుచుకోలేదు. తన దగ్గేదో తనే దగ్గేవాడు అంతే!

అలాంటి బషీర్ ఆరోజు ప్రవర్తించిన తీరు నాకు విడ్డూరంగా తోచింది! రోజంతా నేను సీట్లో దమ్ములాగుతున్నా కుళ్ళిన శవం ముందు గోడకుర్చీ వేసినవాడిలాగా బిత్తరచూపులు చూసాడే తప్ప పెదవి విప్పి ఒక్క పొల్లు కూడా అనలేదు. ఎట్టకేలకు ఇన్‌స్పెక్షన్ మహాశయ బృందం సాయంత్రం వేళకు వచ్చి మొక్కు తీర్చుకొని వెళ్ళాక ఉరుకులు పరుగులతో నేను ఇల్లు చేరుకున్నాను!

ఎన్నో రోజుల వియోగం తరువాత శ్రీమతి ఎదుటనిలిచి కనువిందు చేయడంతో ఆత్రంగా కౌగిట్లోకి లాక్కోవాలని ఆరాటపడ్డాను! కాని ముక్కు మూసుకుని దూరంగా జరిగిన శ్రీమతి హావభావాలు ఒక్కసారిగా బషీర్ ఈరోజంతా ప్రదర్శించిన ముఖ కవళికల్ని గుర్తుకు తెచ్చాయి.

“ముందా బూట్లు విప్పి మేజోళ్ళు అవతల పారేసిరండి! చచ్చే కంపుకొడుతున్నాయి! ఆ సాక్స్ ఉతికి ఎన్ని రోజులయింది? నాకు తెలీక అడుగుతున్నా! అసలు ఆఫీసులో మీ చుట్టుప్రక్కల వాళ్ళు ఎలా భరిస్తున్నారండీ మిమ్మల్ని?” చాచి కొట్టినట్లు ప్రశ్నించింది.

నాకు బుర్ర గిర్రున తిరిగినట్లయింది. అప్రయత్నంగానే బూట్లు, మేజోళ్ళు ఆమె నాసికకు అందనంత దూరంగా విసిరేసి బాత్రూమ్ వైపు నడిచాను.

కొన్ని నిముషాల తరువాత - సబ్బుతో రుద్ది శుభ్రం చేసిన పాదాలవైపు పరీక్షగా చూసి “హమ్మయ్యా” అనుకున్నాను!

కాని “నామనసు కంటిన మకిలి మాటేమిటి? అంత తేలికగా వదులుతుందా?” అన్న ప్రశ్నతో నాలో అంతర్మధనం మొదలైంది. బషీర్ నా కుళ్ళు కంపే కాకుండా వంటి కంపును సహనంగా భరించాడన్న వాస్తవాన్ని గ్రహించేసరికి నామీద నాకే జుగుప్స కలిగింది.

ఎవరో ఎప్పుడో నన్నొక వెధవాయిని చేశారన్న కారణంగా నేనింతగా దిగజారాలా? అహంతో విర్రవీగుతూ నేనిదే ధోరణి కొనసాగిస్తే నేనేమయిపోతాను? నలుగురూ అసహ్యించుకొనే స్థాయికి దిగజారి శాడిస్టుగా మారిపోనూ? నో... అలా జరగడానికి వీల్లేదు! ఇక నన్ను సంస్కరించుకోక తప్పదు! రేపే బషీర్‌కి స్నేహహస్తం చాపి తిరిగి మంచితనానికి నాంది పలుకుతాను!

ఈ నిర్ణయానికి వచ్చాక నా మనసు తేలిక పడింది!

❖❖❖

(భువన విజయం వెబ్ మాస పత్రిక 2005)

10

కొత్త భూతం

ఊరించి, ఉబ్బించి తనను టాంక్‌బండ్‌కి రప్పించి గంటకు పైగా కళ్ళు కాయలు కాయించిన పెద్దమనిషి అనివార్య కారణాల మూలంగా రాలేక పోతున్నానని ఫోన్ లో సెలవిచ్చే సరికి వళ్ళు మండి విసురుగా సెల్‌ఫోన్ ఆఫ్ చేశాడు చిదంబరం! సదరు పెద్దమనిషిని ఛడామడా తిట్టుకుంటూ అంతకు ముందే కొన్న వేరుశెనక్కాయలు పరపరా నమలసాగాడు! ఆకాశంలో మబ్బులు కమ్మి వాన కురిసే సూచనలు కనిపిస్తున్న

కారణం వల్ల కాబోలు - ఆ సాయంత్రం టాంక్ బండ్ మీద జన సంచారం అంతంత మాత్రంగా ఉంది! ఇక తనూ కదులుదామని చిదంబరం అనుకున్న క్షణంలో ఎక్కడి నుంచో ఊడిపడ్డారు - చీనాంబరం, పీతాంబరం!

"నీలాంబరం గాడు నీకిక్కడేమైనా కనిపించాడా గురూ?" అని ముక్తకంఠంలో ప్రశ్నించారు.

"అబ్బే! లేదే!" అప్రయత్నంగా అన్నాడు చిదంబరం! ఇటే వచ్చాడు - క్షణంలో కనుమరుగయ్యాడు - అయినా ఎక్కడికిపోతాడు? వెదికి పట్టుకుంటాం!' తిరిగి ఏక కంఠంతో అన్నారు ఇద్దరూ!! "అసలు విషయం ఏమిటి?" అని ఉత్సుకతతో అడిగిన చిదంబరాన్ని అసలు పట్టించుకోనట్లు ఒకరినొకరు కొర కొర చూసుకున్నారు!

వాడు కనిపిస్తే - ఈసారి వాడు నావాడు" అన్నాడు చీనాంబరం! అదేం కాదు - ఈసారి కూడ వాడు నావాడే!" బింకంగా అన్నాడు పీతాంబరం!

"ప్రతిసారీ నీవాడంటే ఎలా?" కోపంగా అన్నాడు చీనాంబరం.

"ఏం చెయ్యను? నీకున్న పెద్ద స్నేహాలు నాకు లేవుకదా? నాచేతికి అందే అక్కుపక్షి వీడొక్కడే!" దైన్యం నటిస్తూ అన్నాడు పీతాంబరం.

"అయితే ఒక ఒప్పందానికి వద్దాం!"

"ఏమిటది?"

"మన ఇద్దరిలో ఎవరు వాడిని ముందుగా పసిగట్టి కాలర్ పట్టుకుంటాడో- వాడిదే ఈసారి ఛాన్స్"

" నేను ఒప్పందానికి సిద్ధం" చీనాంబరం స్థూలకాయాన్ని దృష్టిలో ఉంచుకునీ - తను చిన్నప్పుడు పరుగు పందెంలో ఫస్టొచ్చిన రోజులూ తలపుకు తెచ్చుకునీ సంబరంగా అన్నాడు పీతాంబరం!

అలా ఒప్పందానికి వచ్చిన మరుక్షణంలో మటు మాయమయ్యారు ఇద్దరూ! వాళ్ళ సంవాదం రవ్వంత కూడ అర్థం కాని చిదంబరం గట్టిగా, తల విదిలించి పక్కను చూసే సరికి అవతలి బెంచీ మీద అప్పుడే మంకీ కేప్ తొలగించి దీర్ఘ నిశ్వాస విడుస్తున్న నీలాంబరం కనిపించాడు.

"అరె... నీలాంబరం... నువ్విక్కడే ఉన్నావా? ఏమిట్రా ఇదంతా?" అని గావుకేక పెట్టాడు! ఒక ఉరుకున వచ్చి చిదంబరం నోరు గట్టిగా మూసిన నీలాంబరం - అరవకు- వారు తిరిగి వచ్చారంటే చచ్చూరుకుంటా! అన్నాడు తగ్గు స్వరంలో!

ఏరా.... వాళ్ళ దగ్గర తాహతుకి మించిన అప్పులు చేశానా ఏమిటి...? కాబూలీ

వాలాల్లా... ఛఛ కాదు... తాలిబన్లలా నీ వెంట పడ్డారు!" నీలాంబరం తన నోటిమీద బిగువు సడలించగానే గుసగుసలాడుతున్న వాడిలా అడిగాడు చిదంబరం.

"అదో కధకాని వ్యధ! వివరంగా చెబుతాకాని - ఇన్నాళ్లూ నిన్ను శత్రువుగా భావించి దూరం చేసుకున్నందుకు నన్ను క్షమించు!"

"అంతంత మాటలెందుకురా....?"

"లేదురా! నీలాంటి మిత్రుడ్ని ద్రోహి అనుకున్నందుకు నాకు తగిన శాస్తి జరిగింది?"

"ఇంతకీ ఏం జరిగిందో చెప్పి చావు!"

"చెబుతా! చెబుతా!" అంటూ శూన్యంలోకి చూస్తూ ఉండిపోయాడు నీలాంబరం!

అతగాడు ఫ్లాష్ బాక్‌లోకి వెళ్ళాడని అర్ధం చేసుకున్న చిదంబరం మౌనం వహించాడు.

❖❖❖

నీలాంబరానికి చిదంబరం బి.ఏ లో క్లాస్‌మేట్!

మంచి స్నేహితుడు! 'హైదరాబాదులో ఉద్యోగాలు సంపాదించారు. పెళ్ళిళ్ళు అయ్యాక కూడ వాళ్ళ స్నేహ బంధం అవిచ్ఛిన్నంగా కొనసాగింది! ఇలా ఉండగా - తేలిగా డబ్బు సంపాదించే ఒకనొక చైను స్కీం వైపు ఆకర్షితుడయ్యాడు చిదంబరం! మూడు వేలు కడితే -స్కీం వారు ఆ సొమ్ముకి సరిపడా వివిధ రకాల వస్తువులు అంద జేస్తారు! పోతే- సదరు సభ్యుడు మరో ముగ్గురు సభ్యుల్ని స్కీంలో చేర్పించాల్సి ఉ ంటుంది! వాళ్ళు ఒక్కొక్కరూ మరో ముగ్గురు చొప్పున... అలా అలా గొలుసు తెగకుండా చేర్పించుకుపోతే సదరు సభ్యులు లక్షాధికారులు, ఆపై కోటీశ్వరులూ అయ్యే ఛాన్సుంటుంది. చిదంబరం ఆ స్కీంలో చేరి ముందుగా నీలాంబరాన్ని కలిసి- అతడితోపాటు అతగాడి స్నేహితులైన చీనాంబరం, పీతాంబరం కూడ స్కీంలో చేరేటట్లు చూడమని కోరాడు' మేం ఊబిలోకి దిగం గాక దిగం! నువ్వు దిగొద్దు! స్నేహాన్ని సొంత లాభానికి వాడుకోవాలని చూస్తున్న చిదంబరం పక్కా మిత్ర ద్రోహి! వాడికి దూరంగా ఉండు" అంటు నీలాంబరానికి హితబోధ చేశారు ఇద్దరు మిత్రులు!

దాంతో చిదంబరం స్నేహాన్ని 'ఛీ' కొట్టాడు నీలాంబరం.

❖❖❖

"నిన్నలా దూరం చేసుకున్నందుకు నాకిప్పుడు బుద్ధొచ్చింది" చిన్నగా గొణిగాడు నీలాంబరం.

"అమ్మయ్య ! మెరుపు గతంలోంచి బయటకొచ్చావుగా ! ఇక కథ చెప్పు మరి! చెప్పక చస్తానా కాని నీ స్కీం బిజినెస్ ఎలా ఉందో చెప్పు ముందు"

"చాల బాగుంది. గొలుసు దొరలు చాలమంది దొరికారు! లక్షకుపైగా వెనకేశాను"

"కంగ్రాచ్యులేషన్స్ !'

"అభినందనలు సరే! ఇక విసిగించకుండా విషయంలోకి రా!"

"సరే! నువ్వు హాహా టీ.వి. "ఆడుపాపా ఆడు" కార్యక్రమం ఎప్పుడైనా చూశావా?"

"చూడకేం? ఆ కుప్పిగంతుల 'ఆడు పాపా ఆడు' కీ ' నీగోడు బాబూ గోడు'కీ ఏమిటి సంబంధం?"

"ఆ ఛానల్ వాళ్ళు ఇన్నాళ్ళూ ఆషామాషీగా నిర్వహించిన కార్యక్రమం ఇప్పుడు కొత్త తొడుగు తొడిగింది"

"ఏమిటో అది...?"

" ఇది వరకు ఎవరు మంచి డాన్సరో నిర్ణయించడానికి జడ్జీలుండే వాళ్ళు !"

"మరి ఇప్పుడో...?"

"న్యాయ నిర్ణయాన్ని టీ.వి. ప్రేక్షకులకు కట్టబెట్టారు!"

"అదెలా కుదురుతుంది?"

"ఇది సెల్‌ఫోన్ యుగం కదా. ఎవరికెక్కువ ఎస్.ఎమ్.ఎస్. లొస్తాయో వాళ్ళు విజేతలన్నమాట ! "

"అంటే.. టాలెంట్ లేకున్నా. కేవలం ఆర్థిక బలంతో....?" అర్థోక్తిలో అగాడు చిదంబరం.

"అవును ! కేవలం పుష్కలంగా డబ్బు ఖర్చు చేసి ఎస్.ఎం.ఎస్‌లు వాన కురిపిస్తే చాలు!"

"చాల బాగుంది! రాజకీయాల్లోనే కాకుండ కళల్లో కూడా రిగ్గింగ్ సంస్కృతి చోటు చేసుకుంటొందన్నమాట. అవును... ఇంతకీ.... ఇందాక చీనాంబరం, పీతాంబరం నీ వెంట ఎందుకు పడ్డారు. చెప్పావు కాదు ?"

"ఏముంది ? 'ఆడు పాపా ఆడు' పోటీలో వాళ్ళిద్దరి కూతుళ్ళు ప్రత్యర్థులు! మొన్న క్వార్టర్ ఫైనల్స్‌లో నేను పీతాంబరం కూతుర్ని సపోర్ట్ చేశాను! ఇప్పుడేమో ఇద్దరి తనయలూ సెమీ ఫైనల్స్‌కి చేరుకున్నారు. అందుకే దాక్కొని చస్తున్నా!"

"దాక్కోవడమెందుకు? ఈసారి చీనాంబరం కూతుర్ని సపోర్ట్ చేస్తే పోలే?"

"సపోర్ట్ చెయ్యడమంటే మాటలనుకున్నావా ? ఎస్.ఎమ్.ఎస్‌ల రూపంతో కాసులు సమర్పించుకోవాలి తెలుసా?. మొన్నటికి మొన్న-క్వార్టర్ ఫైనల్ అప్పుడు పీతాంబరంగాడికి సహకరించానని చెప్పాగా! అప్పుడు నన్ను పీతాంబరంగాడు ఏమని అడిగాడో తెలిస్తే మూర్ఛపోతావ్!"

"నాకేమీ ఫిట్లు రావు. నా బాడీ ఫిట్ కండిషన్లోనే ఉంది. ఏమని అడిగాడో చెప్పేద్దు!"

"ఒరేయ్! నిజానికి అందర్నీ అడుగుతున్నట్లే నిన్నూ వంద ఎస్.ఎం.ఎస్‌లు పంపమని అడగాలి! కాని నువ్వు సగటు మనిషివి కదా? అందుకే ఓ యాభై పంపు చాలు!" అని కిరాతకంగా అడిగేశాడురా! కోపంగా పళ్ళు కొరుకుతూ అన్నాడు నీలాంబరం.

"అయితే ఏమిటి? మహా అయితే యాభై రూపాయలవుతుందనుకుంటాను. వెధవది- నేను రోజూ కాల్చిపారేసే సిగరెట్ల పాటి కాదు! అంతమాత్రానికే అపార్థం చేసుకుంటావా ? పాపం! పీతాంబరం...!

"నీకేంరా... లక్షలు గడిస్తున్నావు కాబట్టి రోజుకి యాభైరూపాయిలు ఊది పారేస్తావు! కాని వారి కోసం నేను ఖర్చుపెట్టింది యాభై కాదు- అక్షరాలా మూడొందల రూపాయలు!" నిప్పులు చెరుగుతున్న కళ్ళతో అన్నాడు నీలాంబరం.

"అంతెందుకయింది?" అర్థం కానట్లు చూశాడు చిదంబరం!

"బాబూ ! మామూలు ఎస్ఎంఎస్ - కాంపిటీషన్ ఎస్ఎంఎస్‌కీ తేడా ఉంది! రూపాయికీ ఆరు రూపాయిలకీ ఉన్నంత సుమా!" ఈ సారి రుద్ధ కంఠంతో అన్నాడు నీలాంబరం.

"నిజంగా మూడొందల రూపాయలు ఖర్చు చేసావా ? ఫూల్ ! పంపానని అబద్ధం చెప్తే సరిపోయేదిగా" షాక్ తిన్నట్లు అన్నాడు చిదంబరం.

"హు.. పీతాంబరం వెర్రివాడనుకుంటున్నావా? నాది పోస్ట్ పెయిడ్ కనెక్షన్ కదా! బిల్లొచ్చాక వచ్చి చెక్ చేసుకుంటానని బెదిరించాడు! అలాగే తీరిగ్గా వచ్చి నేను పంపానని రూఢి చేసుకుని నా చెయ్యి ఊడొచ్చేలా ఊపి ఊపి బోడి థాంక్స్ చెప్పి వెళ్ళాడు" దీనంగా అన్నాడు నీలాంబరం!

"అలాంటప్పుడు నువ్వు ప్రీపెయిడ్ కార్డులు కొనడం మొదలెడితే సరి!"

"ఆ ఆలోచన నాకూ వచ్చింది కాని వాడేం తక్కువ తిన లేదు ! అలా చేస్తే నా చేత ఒకేసారి పెద్దమొత్తానికి కార్డు కొనిపించి ఆ క్షణంలోనే ఓట్లు గుద్దిస్తానని ఎస్ఎంఎస్‌లు పంపించేలా చేస్తానని హెచ్చరించాడు."

"సిగ్గులేదురా నీకు ? బ్లాక్ మెయిల్ అని తెలిసీ ఎలా ఊరుకుంటున్నావు? నన్నయితే మాత్రం అప్పుడు బలాదూర్‌గా తీసిపారేశావ్!" ఎత్తి పొడుపుగా అన్నాడు చిదంబరం.

"నీదీ నాదీ కాలేజీ స్నేహం రా! కాని చిన్నప్పుడు నీతాంబరం పలకలోంచి నేను కాపీ కొట్టి పాసయిన రోజుల నాటిదిరా మా బంధం ! "

"ఒప్పుకుంటా! కాని చీనాంబరానికి మాత్రం నువ్వు దాసోహం అవాల్సిన అవసరం లేదు కదా?"

ఎందుకు లేదు? చీనాంబరం పలకలోంచి పీతాంబరం గాడు కాపీ కొడితేనే కదా- నాకు కాపీ కొట్టే ఛాన్సొచ్చింది!"

"ఔరా!" అని ముక్కున వేలేసుకున్నాడు చిదంబరం.

"మరి నా బాధకు నివారణోపాయం ఏదన్నా సూచించు!" చిదంబరం గడ్డం పట్టుకుని అడిగాడు నీలాంబరం!

ఒక క్షణం ఆలోచించి అడిగాడు చిదంబరం-

"నీకూ ఒక కూతురుందిగా? డాన్స్ గట్రా నేర్పించడం లేదా?"

"మా అమ్మాయికి డాన్స్ పట్ల అంత ఆసక్తి ఉన్నట్లు లేదురా" నసుగుతూ అన్నాడు నీలాంబరం.

"మరి నీ పుత్ర రత్నం మాటేమిటి? గెంతడానికీ చిందెయ్యడానికీ మగాళ్ళేం తక్కువ తినలేదు కదా?"

"లాభంలేదురా! మా వాడికి స్ట్రీటు ఫైట్లు, ముష్టి యుద్ధాలలో ఉన్నంత ఆసక్తి కళల్లో లేదు రా!" నీరసంగా అన్నాడు నీలాంబరం.

"ఏమో! ఎవరు చెప్పొచ్చారు? రేప్పొద్దున ఏ 'హీహీ' టీవీ వాళ్లో గుద్దుకుందాం రా" అనే కాన్సెప్ట్ తో ప్రోగ్రాం చేస్తారేమో! అప్పుడు నువ్వూ విజృంభించి పీతాంబరాన్ని, చీనాంబరాన్నీ దెబ్బ మీద దెబ్బ కొట్టచ్చు!"

"మరి అప్పటిదాకా..?"

"నువ్వు మొహమాటాన్ని ఆమడ దూరం తరిమేసే వరకూ నీకు కోతి టోపీ తప్పని సరి! ఇక నేను వస్తా!" అంటూ నీలాంబరం భుజం తట్టి ముందుకు కదిలాడు చిదంబరం.

స్కూటర్ స్టార్ చేయబోతుంటే వచ్చి నమస్కరించిన వ్యక్తిని చూసి - "బాగున్నావా కుచేలరావ్? ఏమిటి విశేషాలు?" అంటూ నవ్వుతూ పలకరించాడు చిదంబరం.

"సార్ 'హేహే' టీవీ అందె ఘల్లు మన్నది కార్యక్రమంలో మా అమ్మాయి 'సంధ్య' ఫైనల్స్‌కు చేరుకుంది. ఆ ప్రోగ్రాం ఈ రోజు రాత్రి తొమ్మిదింటికి ప్రసారమవుతుంది. మా అమ్మాయి నృత్యం నచ్చితే తప్పక ఎస్.ఎమ్.ఎస్ చేయండి" అన్నాడు కుచేలరావు.

"ఎన్ని చెయ్య మంటావ్ ? వందా? రెండొందలా? " వ్యంగ్యంగా అడిగాడు చిదంబరం.

"అన్నెందుకండి? ఒక్కటి చాలు! మా అమ్మాయి ప్రతిభను మెచ్చి ఓటు వేసి జనం గెలిపిస్తేనే నిజమైన గెలుపని నానమ్మకం" నిజాయితీ నిండిన స్వరంలో అన్నాడు కుచేలరావు.

చిదంబరం అతడ్ని ఒక క్షణం విడ్డూరంగా చూసి తిరిగి కృతనిశ్చయానికి వచ్చిన వాడై, కుచేలరావు కుమార్తె పేరు, ఆమె కోడ్ నెంబర్ అడిగి నోట్ చేసుకున్నాడు!

❖❖❖

చిదంబరం ఇంట్లో అడుగు పెట్టాడో లేదో ముఖమింత చేసుకుని ఎదురొచ్చింది శ్రీమతి!

అమ్మయ్య! సమయానికి వచ్చారు! నేననుకుంటున్నది సరియైన సమాధానమో కాదో చెప్పండి. ప్రశ్న ఏమిటంటే - 'మన నెత్తి పై ఉండేది ఏది?" ఆప్షన్లు ఏమిటంటే (ఎ) భూమి (బి) ఆకాశం సి) పాతాళం. తొందరేం లేదు - ఎస్.ఎం.ఎస్‌లు పంపడానికి అరగంట టైమిచ్చారు 'హుహు' టీ.వీ. వాళ్ళు! ఎస్.ఎమ్.ఎస్‌లు ఎవరైనా ఎన్నయినా పంపొచ్చుట! డ్రా తీసి విజేతను ఎంపిక చేస్తారట! ఇంతకీ బహుమానం బహుమతి ఎంతో అడిగారు కాదు మీరు?

"ఎంతట?" నిర్లిప్తంగా అడిగాడు చిదంబరం.

"అంతా ఇంతా అంతా కాదు! కిలో బంగారమట" చిత్రంగా కళ్లు తిప్పుతూ సెలవిచ్చింది శ్రీమతి !

"ఇంతకీ కరెక్ట్ ఆన్సర్ నువ్వేమనుకుంటున్నావ్ ?"

"ఏదో మిమ్మల్ని చెప్పమన్నానని నాది మరీ మట్టి బుర్ర అనుకోకండి! -"(బి) ఆకాశం" కరెక్ట్ ఆన్సర్ అని కనిపెట్టాను!" ముఖం చిన్నగా చేసుకుని అంది శ్రీమతి!

"మరింకేం! ఒక ఎస్ఎంఎస్ పంపేయ్!"

"ఏమిటీ! ఒక్క ఎస్ఎంఎస్సా...? ఇంకా నయం! కనీసం వంద ఎస్ఎంఎస్‌లైనా పంపకుంటే ఎలా? మన మీద మనకి నమ్మకముండగానే సరా? డ్రాలో రావాలంటే

మన నెంబరు తగిలే

అవకాశాలు వీలైనంత వరకూ పెంచుకోవాలికదా!" విసురుగా అంది శ్రీమతి.

"ఆరొందల రూపాయలు ఖర్చవుతుందేమో?"

"అయితే కానీండీ ! ఛాన్స్ తగిలి కిలో బంగారమొస్తే ఆరొందల ఖర్చేపాటిది?

"మీ సెల్ ఇలా ఇవ్వండి!" సెల్‌ఫోన్ లాక్కుంటూ అంది శ్రీమతి!

"హతవిధీ!" అనుకుంటూ తలపట్టుకున్నాడు చిదంబరం.

❖❖❖

(రచనా కాలం - 2007)

11

ఏమోమరి

అల్లంత దూరంలో ఆ అమ్మాయి కనిపించగానే నా కళ్ళు మెరిశాయి. ఆనందంతో తలమునకలవుతూ "గోమతీ!" అని బిగ్గరగా పిలిచాను. ఉలిక్కిపడి నా వైపు చూసింది. మరుక్షణం కిలకిలా నవ్వింది. తనెక్కడ కనుమ రుగవుతుందోనన్న ఆందోళనకు గురయి ఆత్రంగా ముందుకు కదిలాను.

❖❖❖

గోమతి పీకపిసికి చంపాలనిపించేది మొదట్లో! నాకు ఇలాంటి కోరిక పుట్టక ముందు మా నాన్నకు అక్కడెక్కడో తిరుచిరాపల్లిలో ఉద్యోగం. అప్పుడు నా వయసు పదేళ్ళు.

ఆయన ఎంత తొందరలో బదిలీ మీద మాకు దగ్గరవుతాడా అని నేనూ, అమ్మా ఎదురుచూసేవాళ్ళం. ఎట్టకేలకు నాన్నకు ట్రాన్సఫర్ అయింది. ఆయన వంటరిగా తిరిగొస్తే బాగుండేది కాని వస్తూవస్తూ గోమతిని వెంటబెట్టుకొచ్చాడు. గోమతి నా ఈడు పిల్లే! కాని తన వాలకం నాకు నచ్చలేదు! నేను చదివిన జానపద గాథలో రాకుమారిలా తనుంటే కదా? మాసికలు మాత్రమే తక్కువైన వెలిసిపోయిన దుస్తు లు- కేశ సంస్కారం లేక రాగి రంగుకి మారిన చింపిరి జుత్తు-వెర్రి మొర్రి చూపులూ - ఇదీ తన అవతారం!

నాకంటూ ఒక సంస్కారం వుంది గనక 'బాగుండదు కదా' అని పలక రింపుగా నవ్వి "నీ పేరేంటి?" అనడిగాను. బదులుగా తెల్లటి పళ్ళు బయ టికి పెట్టి ఇకిలించింది.

నాకు చిర్రెత్తుకొచ్చి నోటికి పనికల్పించేలోగా అమ్మవచ్చి చెప్పింది - "ఆ పిల్లకు తెలుగు రాదనీ, నాన్న తనను పనిపిల్లగా అక్కడ నుంచి తెచ్చా డనీ!"

మా స్నేహితులందరి ఇళ్ళలో పనిమనుషులుండేవారు కాని అందాకా మా ఇంట్లో మా అమ్మే పనిమనిషి పాత్ర కూడ పోషించేది. ఇప్పుడు నిజంగా మాకూ ఒక పనిమనిషి వచ్చిందని తెలిసే సరికి సంతోషం పట్టలేకపోయాను. కాని నా సంతోషాన్ని కాసేపటిలోనే గోమతి మింగేసింది.

నాన్న ఊర్నించి తెచ్చిన రకరకాల తినుబండారాలు అదే పనిగా నేను ఆరగించడం గమనించి నాకె క్కడ అజీర్తి చేస్తుందోనన్న భయంతో వాటిని అమ్మ వంటగదిలోని అలమరాలో దాచింది! దాచి పెడితే నాకు మరింతగా నోరూరదూ? అవెప్పుడు దొంగచాటుగా గుటకాయ స్వాహా చేయాలా అని అదను కోసం కాచుకుకూర్చున్నా! ఎట్టకేలకు అమ్మ పక్కింటి పిన్నిగారితో బాతాఖానీ వెయ్యడానికి వెళ్ళిన తరుణాన్ని పురస్కరించుకుని వంటింటి దండయాత్రకు పూనుకున్నా తీరా... చూద్దును కదా?

అప్పటికే గోమతి అలమరా తెరిచి యథేచ్ఛగా దిగమింగుడు తంతులో తలమునకలై ఉంది. మరి నాకు వళ్ళు మండదూ? కోపం పట్టలేక నేను కయ్యిమన్నాను! బదులుగా నాకర్థం కాని భాషలో గోమతి కూడ గయ్యని అరిచింది! లాగించి ఒకటిద్దామనుకున్నాను కాని దురదృష్టవశాత్తు అమ్మ రావడంతో గోమతి నా చేతి దెబ్బ రుచి ఎలాంటిదో తెలుసుకునే అవకాశాన్ని, అదృష్టాన్ని కోల్పోయింది! అమ్మ చచ్చీ చెడీ సైగలు చేస్తూ గోమతి చేసింది చేయకూడని పనని నచ్చజెప్పింది. అది అర్థం చేసుకుని రోజంతా నా వైపు గుర్రుగా చూస్తూనే వుంది గోమతి!

రాత్రయింది. అమ్మ వంట గదిలో ఉంది! నాన్నింకా రాలేదు! ఒక పక్క నిద్ర ముంచుకు వస్తున్నా ఎలాగోలా హోమ్‌వర్క్ అయిందనిపించి నా పక్క వైపు నడిచాను. అంతే! వస్తున్న నిద్ర కాస్తా ఆగిపోయింది. నా మంచం మీద దర్జాగా పడుకుని నిద్రపోతోంది గోమతి. ఇంటికప్పు ఎగిరిపోయేలా అరిచానంటే, అరవనూ? హడలిపోయి గోమతి లేచి కూర్చుంది. వంటగదిలోంచి అమ్మ కూడ కంగారుగా పరిగెత్తుకొచ్చింది! విషయం అర్థం చేసుకుని గోమతికి నా మంచం పక్కనే చాప మీద పక్క ఏర్పాటు చేసింది. ఏమీ ఎరుగని దానిలా కాసేపటికి గోమతి నిద్రకొరిగింది. నాకు మాత్రం నిద్రరాలేదు!

మర్నాడు ఉదయం అమ్మ గోమతికి ఇల్లు ఊడవడం, అంట్లుతోమడం, బట్టలు ఉతకడం మొదలైన పనులు పురమాయించింది. బుద్ధిమంతురాలిలా అప్పగించిన పనులు చేసుకుపోతున్న గోమతిని పనిమనిషి రూపంలో చూసాక నాకు భలే బాగుందనిపించింది. నిన్నటి చేదు అనుభవాలు మర్చిపోయి ఆనందంగా బడికి వెళ్ళాను. మా స్నేహితుల్తో మాకూ పని మనిషి వచ్చిందని గర్వంగా చాటుకున్నాను.

సాయంత్రం నేను స్కూలు నుంచి తిరిగి వచ్చేసరికి వాన మొదలయింది. అమ్మ వంటింట్లో వుంది. గోమతి జాడలేదు. నా సంచీ పుస్తకాల అరలో భద్రం చేశాక మర్నాడు రాయవలసిన పరీక్షకు సిద్ధం కావాలని సైన్స్ టెక్స్ట్ కోసం వెదికాను. ఎంతకూ దొరికిచావదే? అంతకు ముందురోజు అక్కడే పెట్టినట్లు గుర్తు! వెతికి వేసారాక ఎందుకో అనుమానం వచ్చి గోమతి కోసం గాలించాను. మా స్నానాల గది అవతల వాన నీటిలో కాగితపు పడవలు వదులుతూ కనిపించింది. తీరా చూద్దును కదా! ఆ పడవలు నా సైన్స్‌బుక్ నుంచి చింపిన కాగితాలతో చేసినవే!

వళ్ళు మండి తిట్లదండకం లంకించుకున్నాను. తిట్లకు భాషాభేదం వుండదేమో మరి! అర్థం చేసుకున్న దానిలా గోమతి సైతం తన భాషలో తిట్ల వర్షం కురిపించింది. నా చెవులు నాని ముద్దయి పోయేలోగా అమ్మ గొడుగులా వచ్చి రక్షించింది. గోమతిని బాగా కోప్పడింది. నాన్న ఆఫీసునుంచి వచ్చాక, తనూ గోమతి భాషలో మాట్లాడి

మందలించాడు. గోమతి కళ్ళవెంట నీళ్ళు రావడం నేను ప్రత్యక్షంగా చూశాను. కాని నాలో ఊరట కలగలేదు సరికదా మరింత కసి చోటుచేసుకుంది. కనీసం అది తీరే మాటటుంచి, మా వాళ్ళు మరుసటి రోజు టైలర్ని పిలిపించి గోమతికి నాలుగు జతల బట్టలు యుద్ధప్రాతిపదిక మీద కుట్టించారు. అంతటితో ఆగక నా సూట్‌కేస్ గోమతికి ఇచ్చేయమన్నారు. (నాకు కొత్త సూట్‌కేస్ కొనిచ్చారు! అది వేరే సంగతి) దాంతో గోమతి మీద కసి, పగా రెట్టింపయ్యాయి!

నాలుగు రోజుల తర్వాత గాని నాకు పగసాధించే అవకాశం రాలేదు. ఆ రోజు వంటకోసం గోమతి

చేటలో బియ్యం పోసుకుని రాళ్ళు ఏరుతోంది. అప్పుడు నా మెదడులో ఒక ఆలోచన మెరిసింది. మంచి నీళ్ళు కావాలని సైగ చేశాను. గోమతి లేచివెళ్ళింది. అదే అదనుగా గోమతి వేరు చేసి ఓ పక్కగా పారేసిన రాళ్ళు, మట్టిబెడ్డలు క్షణాల్లో పోగుచేసి బాగుచేసిన బియ్యంలో కలిపేసాను. నా సామిరంగా! ఆ తర్వాత భోజనాల వేళలో పంటికింద రాయి తగిలినప్పుడల్లా అమ్మా నాన్నా ఎలా స్పందించి వుంటారన్నది ఊహాతీతం కాదు కదా! అది గోమతిపై విజయవంతమైన నా మొదటి కక్ష సాధింపు చర్య!

రోజు గడిచిందో లేదో గోమతి ఏమరుపాటుగా వుండగా తను ఉతికి పిండిన బట్టలున్న బకెట్లో ఇంకు వెదజల్లాను. బట్టలు ఆరేసేటప్పుడు గాని గోమతి ఇంకు మరకల్ని గుర్తించలేదు. అది నా పనే అని పసిగట్టిన దానిలా నా వైపు అదోరకంగా చూసింది. నేనేమైనా తక్కువ తిన్నానా? నిర్లక్ష్యంగా ఒక చూపు విసిరాను. చచ్చినట్లు బట్టలన్నీ మళ్ళీ ఉతికి ఆరేసింది. అదంతా చూస్తూ నేను నవ్వుల పండుగ చేసుకున్నాను.

రోజులు గడిచేకొద్దీ గోమతి మా వాతావరణానికి దాదాపు అలవాటు పడింది. కొద్దికొద్దిగా తెలుగులో మాట్లాడడానికి కసరత్తులు చేస్తోంది. ఇలా ఉండగా ఇంకా కక్ష చల్లారని నేను మరో దుందుడుకు పనికి పాల్పడ్డాను. గోమతి పెట్టె తెరిచి తనకు చాల ఇష్టమైన పరికిణీ మీద పదునైన బ్లేడ్‌కి పని కల్పించాను! తీరా అలా చేశాక భయం పట్టుకుంది- ఇది నా పనేనని అమ్మానాన్నలకు తెలిసి నా వీపు విమానం మోత మ్రోగిస్తారేమోనని!

కాని అలా జరగలేదు. గోమతి ఎలాంటి రభసా చేయలేదు. మౌనంగా సూది దారం తీసుకుని చిరుగులు కుట్టుకోవడం మొదలెట్టింది. అది అమ్మ చూడనే చూసింది ఇక చెప్పాలా? నిన్నకాక మొన్న కుట్టించిన బట్టలు అప్పుడే ఎలా చిరిగాయని నిలదీసి అడిగింది. ముళ్ళకంచెకు తగిలి చిరిగాయని చాలా నిదానంగా బదులు చెప్పింది గోమతి. అంత నిర్లక్ష్యం పనికిరాదని అమ్మ ముఖం వాచేలా చీవాట్లేసినా మారు

మాట్లాడకుండా భరించింది. అమ్మ అలా దూరం కాగానే సూటిగా నా వంక చూసింది. ఆ చూపులో బెదిరింపు లేదు! కోపం లేదు! అదోరక మైన బాధ కనిపించింది! నిజం చెప్పొద్దూ? నేను చేసిన పాపపు పనికి నరకానికి పోతానేమోనని భయమేసింది. గోమతిని క్షమించమని అడిగేద్దామనుకున్నాను కాని అహం అడ్డొచ్చేసింది.

చేసిన పాపం ఊరికే పోదుగా! కొద్దిరోజుల తర్వాత నాకు జ్వరం రానే వచ్చింది. రెండురోజులు గడిచినా జ్వరం తీవ్రత తగ్గకపోవడంతో అమ్మా నాన్నా ఆందోళనకు గురయ్యారు. నేనైతే నిజంగా చచ్చిపోతాననే అనుకున్నాను. అలాంటి స్థితిలో నాకు రాత్రనకా పగలనకా సేవలూ, సపర్యలూ చేస్తున్న గోమతిని చూసి సిగ్గేసింది. చచ్చే ముందు చేసిన తప్పులు ఒప్పుకుంటే గాని స్వర్గం ముఖం చూడనేమోనని అనిపించింది. దాంతో గోమతి సమక్షంలో అమ్మానాన్నలను పిలిచి నేనెలా గోమతిని ఇబ్బందులు పెట్టిందీ వెల్లడించి, నా అంత పాపి మరొకడుండడని బాహాటంగా ఒప్పేసుకున్నాను. అదంతా సంధి ప్రేలాపనలాంటిదని అమ్మానాన్నా తేలికగా తీసిపారేసినా గోమతి నాకు క్షమాభిక్ష ప్రసాదిస్తున్న దానిలా లాలనగా నా నుదురునిమిరింది. నా గుండె బరువుతగ్గింది. మరో మూడు రోజుల తరువాత జ్వరమూ తగ్గుముఖం పట్టింది!

నేను మామూలు మనిషినయిన తర్వాత గోమతిని పని మనిషిగా కాక ఒక స్నేహితురాలిగా చూడడం మొదలుపెట్టాను. గోమతి నా దగ్గర తెలుగు అక్షరాలు దిద్దించుకుని సంవత్సరం తిరిగేలోగా చందమామ చదివే స్థాయికి చేరుకుంది. అంతే కాదు! మా కుటుంబంలో ఒక భాగమయిపోయింది.

ఎంత చలాకీగా వున్నా అప్పుడప్పుడూ గోమతి ముఖంలో గోచరించే బాధను గమనించి అడగ్గాచెప్పింది – తనకు నా వయసు తమ్ముడూ, మరో ఇద్దరు చెల్లెళ్ళూ వున్నారనీ– వాళ్లనొకసారి చూడాలని అనిపిస్తుంటుందనీ!

నాకే కనుక మంత్రశక్తి వుంటే ఉన్నపాటున గోమతిని వాళ్ళ ఊర్లోదించి తన బెంగ తీరాక తిరిగి వెనక్కి తెచ్చేవాడిని! కాని నేను మానవమాత్రుడ్ని! – పైగా చిన్నపిల్లాడ్ని! అయినా ప్రయత్నించి చూద్దామని అమ్మనడిగాను– "గోమతిని ఒకసారి వాళ్ళ ఊరు పంపిస్తే బాగుంటుంది కదాని!

"మాకా మాత్రం తెలీదురా? మీ నాన్నగారి వద్ద గోమతి నాన్న పనివాడుగా వుండేవాడట! గంపెడు సంతానాన్ని పోషించలేకపోతున్నానని అతడు కాళ్ళా వేళ్ళా పడితే సరేనని మీ నాన్నగారు ఆ పిల్లను తన వెంటతీసుకొచ్చారు. జీతం కింద నెలనెలా డబ్బు పంపుతూనే ఉన్నారు. మనియార్డర్ అందుకోవడమే కాని వాళ్ల దగ్గరనుంచి ఎలాంటి మాటా కబురూ లేదు" చెప్పుకొచ్చింది అమ్మ.

అప్పుడు గోమతి తల్లిదండ్రుల మీద నాకు చచ్చేంత అసహ్యం కలిగింది. కాని

అదెంతో కాలం నిలవలేదు. గోమతి వాళ్ళు వుండే ప్రాంతం నుంచి వ్యాపార రీత్యా ఒక పెద్దమనిషి మా ఊరు వచ్చాడు. పిల్ల మీద బెంగ పెట్టుకున్నామనీ, కలో గంజో కలిసే తాగి బ్రతుకుతాం కాబట్టి గోమతిని ఆయన వెంట పంపాల్సిందిగా ప్రాధేయపడుతూ కబురు పంపాడు గోమతి తండ్రి. మా వాళ్ళు కాదనలేకపోయారు. మమ్మల్ని- ముఖ్యంగా నన్ను వదిలివెళ్ళాలని తెలిసే సరికి బావురుమంది గోమతి, గోమతి తన తోబుట్టువులను చూడాలని ఎంత తహతహలా డిందో తెలిసినవాడ్ని కనుక పెద్దమనిషి తరహాగా . గోమతికి నచ్చజెప్పాను. ఫలితంగా ఆ బట్టతల పెద్ద మనిషి వెనుక, పాత సూట్‌కేస్ నెత్తిన పెట్టుకుని పయనమయిన గోమతి, చూస్తుండగానే కనుమరుగయిపోయింది. రెండు రోజులన్నా గడవకముందే గోమతిని చూడాలని గుబులేసింది కాని అప్పటికే గోమతి వందలమైళ్ళ దూరంలో వుంది.

గోమతి వద్దకు తీసుకువెళ్ళమని గొడవ చేసాను కాని పెద్దవాళ్ళనుంచి నాకు చీవాట్లే ఎదురయ్యాయి. ఇక ఉక్రోషంతో నేను తొందరగా పెద్దవాడినయిపోవాలని కోరుకున్నా! ఒకర్ని దేబిరించకుండా నా అంతట నేనే గోమతిని చూడడానికి వెళ్ళొచ్చు కదా! కాని నాకు పెళ్ళయి, పదేళ్ళ కొడుక్కి తండ్రినయ్యాక గాని ఆ ఘడియ రాలేదు. ఉద్యోగ రీత్యా తిరుచిరాపల్లిలో నేను పాల్గొన్న కాన్ఫరెన్స్ ముగిశాక దగ్గర్లోనే వున్న గోమతి ఊరికి బస్సెక్కాను!

ఆ ఊరు చేరగానే వచ్చీరాని తమిళంలో గోమతి గురించి వాకబు చేస్తుంటే యాదృచ్ఛికంగా తారసపడింది ఆ అమ్మాయి! ఏడేళ్ళ వయసుంటుందేమో?

"భావానికి భాష అడ్డం రాదు!" అందుకే- తనను చూసి వాళ్ళమ్మ గోమతిననుకుని పొరబడ్డానన్న విషయం గ్రహించిన ఆ పిల్ల నన్ను వాళ్ళింటికి తోడుకుని వెళ్ళింది. ఆ పిల్ల పేరు చామంతి! తనే చెప్పింది! చామంతి వెంట నడుస్తున్న నాకు ఒక్కొక్క అడుగూ ముందుకు పడుతున్న కొద్దీ - ఎంత త్వరగా గోమతిని చూస్తానా అన్న ఆరాటం అంతకంతకూ అధికం కాసాగింది.

ఒక చిన్న రేకుషెడ్‌లాంటి ఇంటిముందుకి రాగానే కళ్ళు రెపరెపలాడించి "ఇదే మా ఇల్లు" అనే అర్థం వచ్చేలా తమిళంలో అని ఇంట్లోకి పరుగు తీసింది చామంతి! ఊపిరి బిగబట్టి నేనా గడప ముందు నిలబడిన నిముషంలోగానే గోమతి ఇంట్లోంచి పరుగున వచ్చి నా ముందు నిలబడింది.

నాకైతే గోమతిని పోల్చుకోవడం కాస్త కష్టమయింది కాని గోమతి నన్ను తేలిగ్గానే గుర్తుపట్టింది.

"నువ్వేనా కుమార్ బాబూ? నువ్వే అనుకున్నానులే! నువ్వు కాకుంటే ఎవరో భాష తెలీని మనిషి నన్నెందుకు వెదుక్కుంటూ వస్తాడనీ?" సంతోషంతో మెరుపు

వానల్ని కురిపిస్తున్న కళ్ళను పైట చెంగుతో అద్దుకుని నా రెండు చేతులూ గట్టిగా పట్టుకుని ఇంట్లోకి లాక్కెళ్ళింది. దాదాపు శిధిలావస్థలో ఉన్న కుర్చీ తెచ్చివేసింది. నా ముందు నేల మీద చతికిలబడి నాచేతులు ఆప్యాయంగా నిమురుతూ తిరిగి ఆనందబాష్పాల వరదకు గురయింది! నాకూ గుండెతో పాటు కళ్ళూ చెమర్చాయి. అనిర్వచనీయమైన అనుభూతికి లోనయ్యాను!

నేను తేరుకునే సమయానికి – గోమతి కొంగున ముడి వేసుకున్న డబ్బులిచ్చి చామంతికి ఏదో తమిళంలో 'పురమాయించి బయటకు పంపడం గమనించాను!

మళ్ళీ నా ముందు కూలబడుతున్న గోమతితో నొచ్చుకుంటున్న ధోరణిలో అన్నా– "ఏమిటిది గోమతీ! నా కోసం ఏదో టిఫిన్ తెమ్మని పంపించావు కదూ?– ఈ మర్యాదలు అవసరమా?"

"అంత దూరం నుంచి నన్ను వెతుక్కుంటూ వచ్చిన నా తమ్ముడిలాంటి వాడివి నాకు చాతనయినంతలో చేస్తున్నాను! దయచేసి కాదనకు!" ఆర్ద్రత నిండిన గొంతుతో అంది గోమతి!

'ఇక నేనేం అనగలను? మౌనం వహించి అప్రయత్నంగానే గోమతిని పరీక్షగా చూసాను. ఆమె జుట్టు, చిన్నప్పుడు మా ఇంటికి కొచ్చినప్పుడున్న రాగి రంగులోనూ లేదు! దాదాపు జుత్తంతా నెరిసి వార్థక్యపు ఛాయలు గోచరిస్తున్నాయి. గోమతిలో! నిజానికి గోమతికి ముప్ఫై అయిదేళ్ళుంటాయేమో? తనదీ దాదాపు నా వయసేగా?..

"నీ కెందరు పిల్లలు గోమతీ?"

"నీ కెందరు?" నవ్వడానికి ప్రయత్నిస్తూ అడిగింది గోమతి.

'గుణ'– ఇది నా కొడుకు పేరు!"

"ఇంకా..."

"ఇంకానా....? వీడొకడే చాలనుకుంటున్నాం! ఎందుకంటే వీడే వెయ్యిమంది రాక్షసుల పెట్టు!"

"నీలానా... ఫక్కున నవ్వింది గోమతి.

నేనూ నవ్వి– "అది సరే. మరి..." అని ప్రశ్నించే లోగానే గోమతి నుంచి దూసుకువచ్చింది ఇబ్బందికరమైన ప్రశ్న!

"అమ్మగారూ... నాన్నగారూ.. బాగున్నారా...?" నాకు చెప్పక తప్పలేదు– వాళ్ళిద్దరూ నాలుగేళ్ళ క్రితం రోడ్డు యాక్సిడెంట్లో మరణించారని"

భోరున ఏడ్చేసింది గోమతి! తనను సముదాయించడానికి చాల సమయం

పట్టింది! గోమతి తమాయించుకున్నాక తన స్థితిగతుల గురించి అడిగాను! గోమతి దాటవేసే ధోరణిని అవలంభించింది. కాని నేను గుచ్చిగుచ్చి ప్రశ్నించగా వాస్తవాలు వెల్లడించక తప్పలేదు తనకి!

"మీ నుంచి దూరమై మా ఊరు రాగానే అమ్మ నాన్నలకు దగ్గరయ్యారన్న సంతోషం ఆట్టేకాలం నిలవలేదు! మళ్ళీ పేదరికపు జీవితంలోకి వచ్చిపడ్డాను కదా? నేను నాలుగిళ్ళలో పాచిపనికి కుదిరాను! నా చెల్లెళ్లూ నాతో పాటే! తమ్ముడు సైకిల్ షాప్‌లో పని చేసేవాడు! ఉన్నప్పుడు తింటూ- లేనప్పుడు అర్థాకలితో మాడుతూ జీవితం గడిపాం! గంతకు తగ్గ బొంతలతో నాకూ, చెల్లెళ్ళకీ పెళ్లిళ్లు జరిగాయి! మా తమ్ముడు కాస్త ఆర్థికంగా ఎదిగి తనదారి తను చూసుకున్నాడు- అప్పటికే అనారోగ్యం పాలయిన అమ్మా నాన్న కొద్దికాలానికే ఒకరి వెనుక ఒకరు కన్ను మూసారు"

తిరిగి కంటతడి పెడుతున్న గోమతిని మామూలు స్థితికి తెచ్చే ప్రయత్నంలో ఉన్నమాటే అడిగాను-

"గోమతీ! మమ్మల్ని వదిలి ఇన్నేళ్ళయినా ఇంకా ఇంత చక్కటి తెలుగెలా మాట్లాడుతున్నావ్?" ఒక్కసారిగా గోమతి కళ్ళు మెరిశాయి! లేచి వెళ్లి ఓమూలగా ఉన్న పాత సూట్‌కేస్ తెరిచి కొన్ని పుస్తకాలు తెచ్చి నా ముందుంచింది!

-అవన్నీ నా చిన్నతనంనాటి చందమామ, బాలమిత్ర, బొమ్మరిల్లు లాంటి పాత సంచికలు-

"నేను ఇక్కడికి వచ్చేటప్పుడు ఇవి మాత్రం నీకైనా చెప్పకుండా ఎత్తుకొచ్చాను! ఇంతకు మించి మరేమీ మీ ఇంట్లోంచి దొంగిలించి తేలేదు! నమ్ముతావు కదూ.?" దీనంగా అడిగింది.

"ఛఛ... ఏమి మాటలివి? ఇవి మాత్రం ఎందుకు? నొచ్చుకుంటూ అడిగాను. ఎందుకా..? చెబుతా విను... నువ్వు నాకు తెలుగు రాయడం, చదవడం నేర్పించావుగా? నేను ఇక్కడికి వచ్చాక తెలుగు మర్చిపోకుండా ఉండడం కోసం వెంట తెచ్చుకున్నాను. ఆ పుస్తకాల్లో కథలు ఒక్కొక్కటీ ఎన్నెన్ని సార్లు చదివానో! అన్నీ నాకు కంఠస్థమే! అంతే కాదు నేను మీతో మాట్లాడుతున్నట్లు నాలో నేనే తెలుగులో - మనసులోనే మాట్లాడుకుంటూ ఉండేదాన్ని!

"ఎందుకు...?" అర్థం కానట్లు మళ్ళీ అడిగాను.

"ఏనాటికైనా మన ఊరొచ్చి-తెలుగులో మాట్లాడుతూ- నిన్నూ, అమ్మగార్నీ, నాన్నగార్నీ ఆశ్చర్యచకితుల్ని చేయాలని! ఛార్జీల కోసం ఎప్పటికప్పుడు డబ్బు కూడబెడుతూనే వచ్చా! కాని... మళ్ళీ బాధతో గోమతి గొంతు పూడుకుపోవడంతో

అడ్డుకుంటూ అన్నాను-

"ఇంతకీ మీ ఆయన గురించి చెప్పావు కాదే? మంచి వాడేనా?"

"చాల మంచివాడు- పేరు మురుగేశన్- రైస్ మిల్‌లో బస్తాలు మోస్తూ నన్నూ, నలుగురు పిల్లల్నీ పోషించడానికి రెక్కలు ముక్కలు చేస్తూ శ్రమిస్తూ ఉంటాడు"

"ఏమిటీ... చామంతి కాక మరో ముగ్గురా....? ఏరీ... కనిపించరేం...?" ఆశ్చర్యంతో అడిగాను.

శుష్కమందహాసం చేసింది గోమతి!

"ఇక దాచేదేముంది కుమార్ బాబూ! నాకు నలుగురు ఆడపిల్లలు! నాకు తెలుగన్నా... తెలుగు పేర్లన్నా ఇష్టం కనుక - వాళ్ళకు వరుసగా మల్లి.... సంపంగి... బంతి... చామంతి... అని పేర్లు పెట్టుకున్నా! మా ఆయన మంచివాడే కాని... చాలమంది మగవాళ్ళకుండే చెడు లక్షణం మా ఆయనలోనూ ఉంది! అదే- మగపిల్లాడ్ని కనకుంటే- మగవాడి జన్మకే సార్థకత లేదని! ఫలితంగా నాకు కాన్పుల మీద కాన్పులు తప్పనిసరయ్యాయి! అక్కడికి ఎప్పుడొచ్చి నా తెలుగు భాషా ప్రావీణ్యంతో మిమ్మల్ని ఉక్కిరి బిక్కిరి చేద్దామా అనుకున్న నా కోరిక- నేను పొదుపు చేసిన డబ్బు ఎప్పటికప్పుడు ప్రసవాలకి ఖర్చు చేయాల్సి రావడంతో నీరుగారిపోయింది. ఇక డాక్టరమ్మ మరో బిడ్డకోసం ప్రయత్నిస్తే నా ప్రాణాలకే ప్రమాదమని నిక్కచ్చిగా చెప్పాకే- మా ఆయన తప్పనిసరయి కుటుంబ నియంత్రణ ఆపరేషన్ చేయంచుకున్నాడు! ఇల్లు గడవడానికి మా ఆయన రెక్కల కష్టం ఒకటే చాలదు కనుక నేనూ ఊడ్పులూ, కోతలూ ఉన్నప్పుడు పొలం పనులకి వెళుతూఉంటాను! ఇంకా అవిలేని రోజుల్లో నాలుగిళ్ళలో పనిమనిషి ఉద్యోగం ఉండనే ఉంది! నాకు సాయంగా పిల్లలు! ఈ రోజే ఒక ఇంట్లో బట్టలుతుకుతుంటే తలనొప్పి మొదలయింది! అంతకంతకూ అది ఎక్కువవడంతో తప్పనిసరయి పనులు పెద్ద పిల్లలకు ఒప్పగించి చామంతిని తోడు తీసుకుని ఇంటికి వచ్చేశాను! ఎంతకూ నొప్పి తగ్గకుంటే, తలనొప్పి మాత్రేదైనా తెమ్మని చామంతిని పంపించాను! చామంతికి నువ్వు కనిపించడం- ఇలా రావడం చూస్తే దేవుడే కరుణించి నాకు తలనొప్పి కలిగించి-నిన్ను చూసే భాగ్యం కలిగించాడనిపిస్తోంది" -

"శుద్ధమైన తెలుగు భాషలో గోమతి అలా భావవ్యక్తీకరణ చేయడం నాకు ముచ్చటేసింది!" దానితోపాటే, గోమతి అనుభవిస్తున్న దుర్భర పరిస్థితికి బాధకూడ కలిగింది.

'ఇంకా ఇది రాదేమిటి? చెప్పిన పని మర్చిపోయి ఎక్కడ షికార్లు కొడుతుందో?" గోమతి గొణుగుతున్నట్లు కోపంతో పైకే అనడంతో అప్రయత్నంగా చేతి గడియారం

వైపు చూశాను! పన్నెండు కావొస్తోంది! నేను ఆ గడపలో అడుగు పెట్టాక మాటల్లో పడి దాదాపు రెండు గంటలు గడిచి పోయాయన్నమాట! చటుక్కున నాకు ఆకలి గుర్తుకొచ్చింది!

సరిగ్గా అదే క్షణంలో గలగలా నవ్వుతున్న పిల్లల స్వరాలు వినిపించాయి. పెద్ద భోజనం క్యారియర్ మొయ్యడానికి పోటీపడుతూ బిలబిలమంటూ నలుగురు ఆడపిల్లలు లోనికి ప్రవేశించారు. వాళ్ళలో చామంతిని పోల్చుకోవడంతో మిగితా ముగ్గురూ ఎవరై ఉంటారో ఊహించుకోగలిగాను.

గోమతి తన పిల్లల్ని పరిచయం చేసింది! వరుసగా పదీ పదకొండేళ్ళ వయసు నుంచి ఏడేళ్ళ ప్రాయం వరకూ చేదు బాల్యం అనుభవిస్తున్న ఆ నలుగురు చిన్నారుల్ని చూస్తే జాలేసింది!

ఇంతలో పిల్లలకు ఏవో ఆజ్ఞలు జారీ చేసింది! నలుగురూ నలుమూలలకి పరుగెత్తారు! ముందుగా చెంబుతో నీళ్ళు తెచ్చిన చామంతి అది నాకందించింది!

"కాళ్ళు, చేతులూ కడుక్కురా కుమార్ బాబూ! భోజనం వడ్డిస్తా!"

"ఏమిటిదంతా గోమతీ...?" నా మాటల్ని ఖండిస్తూ కాస్త తీవ్ర స్వరంతో అంది గోమతి-

"దయచేసి ఇంకో మాట మాట్లాడకు! ఈ పేదరాలి ఇంట్లో ఒక్క పూటన్నా భోంచేశావన్న తృప్తి నాకు మిగలనీ! ఈ ఊర్లో క్యారేజీ భోజనమంటే నలుగురు పెద్దవాళ్ళకి సరిపడేలా పెడతారు! నీ మూలంగా నా పిల్లలు కూడ హొటల్ భోజనం తినే అవకాశం కలగనీ!"

ఇక నేను ఏమనగలను...? ఇంటి బయట నేను కాళ్ళూ చేతులూ కడుకొచ్చేలోగా పిల్లలు పీటవేసి విస్తరి, మంచినీళ్ళ గ్లాసుతో సిద్ధంగా ఉన్నారు. గోమతి కొసరి కొసరి వడ్డిస్తుంటే కడుపారా తిన్నాను!

ఆ తరువాత - గోమతి పురమాయించడంతో ఇంట్లో ఉన్న ప్లాస్టిక్ నవ్వారు మంచం తెచ్చి పక్క సిద్ధం చేశారు పిల్లలు!

"ప్రయాణ బడలికతో నీరసించి ఉంటావు- కాస్సేపు నడుం వాల్చు కుమార్ బాబూ!" - ఈ సారి గోమతి అచ్చతెలుగులో అన్నమాటలు ఒక రకమైన బాధకి గురి చేశాయి!"

ఎందుకంటే- అలనాటి చందమామలాంటి పత్రికలు పరభాషకు చెందిన గోమతిలాంటి వారిపై సైతం చెరగని ముద్ర వేసాయి! కాని తెలుగునాట ప్రస్తుత పరిస్థితేమిటి? కాన్వెంట్ చదువులతో పాటు టీవి సంస్కృతి ఒంటపట్టించుకున్న పిల్లలు

సక్రమంగా వ్రాయడం మాటటుంచి సరిగ్గా మాట్లడడంకూడ చాతకాని స్థితికి వచ్చేశారు! ఈ పరిస్థితి చక్కబడే మార్గం లేదా? ఏమో మరి...?

ఆలోచిస్తునే పక్కమీద కూలబడ్డాను!

ఈలోగా గోమతి పిల్లలకు అన్నం పెట్టింది! వాళ్ళు ఆవురావురుమంటూ తింటుంటే చూస్తున్న నాకు కడుపులో దేవినట్టనిపించింది! గోమతి కూడా నాలుగు మెతుకులు తిన్నాక - పిల్లలు ఎంగిళ్ళు ఎత్తేసి, శుభ్రం చేసి కనుమరుగయిపోయారు- బహుశా ఆడుకోవడానికి వెళ్ళుంటారు!

గోమతి పైటకొంగుతో చేతులు తుడుచుకుంటూ వచ్చి మోచేయి నా పక్కమీద ఆన్చి నేల మీద కూర్చుంటూ నా ఉద్యోగం, భార్యా బిడ్డల వివరాలు అడుగుతూ ప్రశ్నల వర్షం కురిపించింది!

నేను ఉన్నతోద్యోగిననీ, నా భార్య భావన అనుకూలవతనీ, బాబు గుణ ఆరో తరగతిలోకి వచ్చాడనీ వివరంగా చెప్పుకొచ్చాను! అన్నీ విని చాల సంతోషించింది గోమతి!

ఆ తరువాత మా చిన్ననాటి ముచ్చట్లు గుర్తు చేసుకుని మనసారా నవ్వుకున్నాం!

నేను కునికిపాట్లు పడడం గమనించి అడిగింది గోమతి– "నీ తిరుగు ప్రయాణం ఎప్పుడు కుమార్ బాబూ?"

'సాయంత్రం మీ ఆయనను కూడ పలుకరించి బస్సెక్కుతాను. తిరుచిరాపల్లిలో రాత్రి తొమ్మిదింటికి బయలుదేరుతుంది నేనెక్కే రైలు!" ఆవులిస్తూ అన్నాను.

ఆ తరువాత గోమతి అన్న మాటలు నాకు వినిపించలేదు. నేనప్పటికే పక్కమీద ఒరిగి నిద్రలోకి జారుకున్నాను. అదోరకమైన కలత నిద్ర. ఆ నిద్రలోనే చిత్రమైన కల! చామంతిని భయంకరమైన గ్రద్ధ తన్నుకు పోతుంటే గోమతి హాహాకారాలు పెడుతోందట!

నీకేం భయం లేదు గోమతీ! నేనున్నానంటూ ఆకాశంలోకి ఎగిరి చామంతిని రక్షించానట!

నాకు మెలుకువ వచ్చి టైమ్ చూసుకునే సరికి సాయంత్రం అయిదు గంటలు దాటింది!

నాకు ముందుగా కనిపించింది ఒక మూలగా కూర్చుని చిరునవ్వులు చిందిస్తున్న చామంతి ముఖం! ఆ తరువాతే గోమతీ, మరో అపరిచిత వ్యక్తి నా దృష్టికి వచ్చారు!

ఆ బక్కపలచటి వ్యక్తిని తన భర్తగా పరిచయం చేసింది గోమతి! మురుగేశన్

వినయంగా నమస్కరించాడు. నేను ప్రతి నమస్కారం చేశాను! నేను ముఖం కడుక్కుని వచ్చేసరికి వేడివేడి టీ అందించింది గోమతి!

నేను టీ తాగుతూనే గోమతీ, ఆమె భర్తా ఇబ్బందిగా ఫీలవడం గమనించాను!

"మిగితా పిల్లలేరి?" నిశ్శబ్దాన్ని ఛేదిస్తూ అడిగాను!

"బయట ఆడు కుంటున్నారు!" ముక్తసరిగా అంది గోమతి!

భార్యాభర్తలు తిరిగి కళ్ళతో సైగలు చేసుకోవడం మొదలెట్టడంతో నా కెందుకో అంతకు ముందు వచ్చిన కల మళ్ళీ గుర్తుకొచ్చింది.

ఇంతలో గోమతి పెదవి విప్పి, వణుకుతున్న స్వరంతో అంది- "నన్ను చూడాలని అంత దూరం నుంచి ప్రేమతో వచ్చావు! చూశావుగా.. గోమతి జీవితం ఎంత చక్కగా ఉందో? దురాశే కావచ్చు... నిన్ను చూడగానే నాకో ఆలోచన వచ్చింది. అందుకే- నువ్వు నిద్రలో ఉన్నప్పుడు మా ఆయనని పిలిపించి మాట్లాడాను! తనూ సరేనన్నాడు! సిగ్గువిడిచి అడుగుతున్నా..! చామంతిని నీతో తీసుకెళ్ళగలవా? ఒక బిడ్డ పోషణ భారం మాకు తగ్గుతుంది? నువ్వు కాదనవనే విశ్వాసంతో- నువ్వు మామయ్యతో వెళితే టీవీలో బోలెడు సినిమాలు చూడొచ్చు అని చామంతికి ఆశలు కల్పించాను! అది సంతోషంతో ఒప్పుకుంది!

ఇక్కడ పరాయి ఇంట్లో చేస్తున్న చాకిరీ అక్కడ మన ఇంట్లోనూ చేస్తుంది. చామంతిని ఒట్టి పనిమనిషిగానే కాకుండా స్వంతమనిషిగానూ చూసుకుంటావనే నమ్మకం నాకుంది. నువ్వు మాకు డబ్బు కూడ పంపాల్సిన అవసరం లేదు. చామంతి చల్లని నీడలో హాయిగా బ్రతుకుతోందన్న సంతోషం చాలు మాకు!"

గోమతి ప్రతిపాదనకు క్షణంపాటు ఆలోచనకులోనయినా ఒక నిర్ణయానికి రావడానికి నాకాట్టే సమయం పట్టలేదు!'

"నేను కాదంటానేమోనని భయపడకు గోమతీ! చామంతిని నా వెంట తీసుకువెళ్తాను! కాని పనిమనిషిగా కాదు! మా ఇంట్లో ఇద్దరు పనిమనుషులున్నారు! చామంతిని స్కూల్లో చేర్పించి చదువు చెప్పిస్తాను! తను మా గుణకి తోడుగా, మా ఆవిడకి చేదోడుగా మాత్రమే ఉంటుంది! ఇక డబ్బు విషయమంటావా? నువ్వు కాదన్నా- ఎంతో కొంత పంపించకుండా ఉండలేను! పంపకుంటే నీ చిన్ననాటి స్నేహితుడ్ని ఎలా అవుతాను?"

నేనీ మాటలనగానే-గోమతి నా మాటలకర్థం మురుగేశనికి ఆనందం ముప్పిరిగొన్న గొంతుతో అనువదించి చెప్పింది! నేను వద్దని వారించేలోగానే మురుగేశన్ నా రెండు చేతులూ చెమర్చే కళ్ళకు అద్దుకుంటూ దణ్ణం పెట్టాడు!

కొద్ది నిముషాల్లోనే చామంతి ప్రయాణానికి ఏర్పాట్లు జరిగిపోయాయి! ఏర్పాట్లంటే మరేవో కావు! చామంతి తోబుట్టువుల్ని పిలిచి చేదు నిజాన్ని పంచదార పూసి వెల్లడించడమూ- చామంతికున్న రెండుమూడు జతల బట్టలు సూట్‌కేస్ పెట్టి అది చేతికివ్వడమూ!

ఆనాడు గోమతి మోసుకుంటూ వెళ్లిన నా చిన్ననాటి సూట్‌కేస్ తిరిగి ఈ రోజున చామంతి చేతిలో చూడగానే నా గుండె బరువెక్కింది. ఎందుకంటే- "నాకు తెలుసు- బీదరికం రంగంటని కడుపు తీపి ఆ పెట్టె బరువని!"

మేమంతా బస్టాండ్‌కి చేరిన కొద్ది నిముషాలకే తిరుచిరాపల్లి వెళ్ళే బస్ వచ్చింది. ఎక్కేజనం ఎక్కువ మంది లేరు! బస్సు దాదాపు కాళీగానే ఉంది. ఒక టూ సీటర్ విండో సీటుని ఆక్రమించింది చామంతి! పైన లగేజి రాక్‌లో పెడతానన్నా వినిపించుకోకుండా తన సూట్‌కేస్‌ని కాళ్ళ దగ్గరే ఉంచుకుంది! బస్ కిటికీలోంచి బయటనున్న తన వాళ్ళతో ఉల్లాసంగా కబుర్లు చెప్పసాగింది. బస్సు కదలడానికి ఇంకా టైముండడంతో నేను బస్సు దిగాను! గోమతి నవ్వు తూ మాట్లాడడానికి ప్రయత్నిస్తోందే కాని తన్నుకు వస్తున్న దుఃఖాన్ని అదుపులో ఉంచడం కోసం నానా యాతనలు పడుతోంది! మురుగేశన్ వైపు చూశాను. అతడి పరిస్థితీ అదే! నేనూ ఇబ్బందిగా కదిలేలోగా బస్సు కదిలింది. నేను బలవంతంగా గోమతి చేతిలో కొన్ని నోట్లు కుక్కి పరిగెడుతూ బస్సెక్కి చేయి ఊపుతుండగానే నా జీవితంలో మరోమారు గోమతి కనుమరుగయింది.

బాధగా చామంతి పక్క సీట్లో కూలబడ్డాను.

అంతవరకూ తనవాళ్ళు కనిపించేంత మేరకు తనూ చేయి ఊపిన చామంతి బస్ వేగం పుంజుకున్నాక నేను బస్టాండ్లో కొనిచ్చిన చాక్లెట్లు తినడంలో నిమగ్నమయింది.

ఉన్నట్టుండి చిన్నగా వాన మొదలయింది! కాస్సేపటికి ఉరుములూ, మెరుపులతో ఉధృత రూపం దాల్చింది! బస్సు కిటికీలోంచి వానజల్లు లోనికి కొట్టడంతో-నేను గ్లాస్ విండో మూయడానికి చేతులు చాపబోయి ఆగిపోయాను! ఎందుకంటే చేతులు బయటకు పెట్టి వాన చినుకుల్ని దోసిలిలో బంధించడానికి నానా హైరానా పడుతున్న చామంతి ఏకాగ్రతకు భంగం కలిగించకూడదని!

అయినా నా కదలికతో తన ఆనందానికి అడ్డుపుల్ల పడినట్లు అనిపించిందేమో... చటుక్కున తల తిప్పి నా వైపు ప్రశ్నార్థకంగా చూసింది చామంతి!

"వానజల్లు బాగుందా?" అని సైగలతో అడిగాను!

"చాలా బాగుంది" అన్నట్లు కంటి మిలమిలల ద్వారా బదులు పలికింది చామంతి!

ఒక్కసారిగా గోమతి నా చిన్నప్పుడు నా పాఠ్యపుస్తకం చింపి వాన నీటిలో పడవలు వదులుతున్న దృశ్యం గుర్తుకు వచ్చింది!

ఇక గోమతి ప్రస్తుత పరిస్థితి ఎలా ఉండి ఉంటుందో అన్న ఆలోచన రాకుండా ఉంటుందా? అది ఊహాతీతమేమీ కాదు కనుక చిన్నగా నిట్టూర్చి ఆలోచనల్ని పక్కకినెడుతూ భవిష్యత్ వైపు దృష్టి మరల్చాను!

వెనువెంటనే- పలు విధమైన ఆలోచనలు నన్ను చుట్టుముట్టాయి! ఇంటికి చేరాక భావన నా నిర్ణయాన్ని సమర్థిస్తూ చామంతిని ఆదరిస్తుందన్న నమ్మకం నాకుంది!

వాడికో నేస్తాన్ని తెచ్చానని చెప్పే పద్ధతిలో చెబితే గుణ కూడ సంతోషంగా చామంతికి స్నేహ హస్తం అందిస్తాడనుకోవడంలో నాకే మాత్రం అనుమానం లేదు!

మొదట్లో గుబులనిపించినా రోజులు గడిచే కొద్దీ-చదువు మీద ఆసక్తి కలిగి - మా సహచర్యం మీద మక్కువ పెరిగి చామంతి మా జీవితాల నుంచి విడదీయలేని భాగంగా మారుతుందనుకోవడంలోనూ ఎలాంటి సందేహమూ లేదు!

-కాని-

చరిత్ర పునరావృతమయి కొన్నాళ్ళ తరువాత గోమతి దంపతులు కడుపుతీపితో తమ పిల్లను తిరిగి పంపించేయమని అడిగితే..?

"వాళ్ళ కోరికను కాదనగలనా...?"

"చామంతిని తన వాళ్ళ దగ్గరకు పంపకుండా ఉండగలనా....?"

ఇలాంటి ఆలోచనలు రాగానే నన్ను నిస్సహాయత ఆవరించింది!

ఈ రోజు ఇది గోమతి కథ!

"సమీప భవిష్యత్‌లోనైనా ప్రభువుల్లోనూ, ప్రజల్లోనూ చైతన్యం రాకపోతే- మరో పాతికేళ్ళ తరువాత నా సుపుత్రుడూ చామంతిని అన్వేషిస్తూ ఆ ఊరి బాట పడతాడా...?"

"మరో చామంతి కథలో ప్రేక్షక పాత్ర వహిస్తాడా..?"

"ఏమో మరి..?"

❖❖❖

(నవ్య వార పత్రిక - 31.8.2005)

12

నేను సైతం

చిదంబరం చిటపటలాడుతున్నాడు. రోడ్డు మీద నడుస్తున్నాడన్న మాటే కాని ఉక్రోషంతో మనిషి ఊగిపోతున్నాడు. గొంతు లోపలి పొరల్లోనుంచి తన్నుకొస్తున్న కసి గొణుగుడు రూపంలో బయటకొస్తోంది.

"ఎంత మోసం? ఎంత నయవంచన? ఛీ!ఛీ! జలజ ముఖం గుర్తుచేసుకుంటేనే వళ్ళంతా కంపరంగా ఉంది. మాటలతో కవ్వించింది. కల్లబొల్లి ప్రేమలు నటించింది. నిజంగా తనొక పిచ్చి వెధవే! అంతా నిజమని నమ్మేసాడు.

చిటికెన వేలన్నా ముట్టుకోనివ్వని ఆ వగలాడికి చీరలు కొనిపెట్టాడు. ఎన్నో విలువైన కానుకలు

సమర్పించుకున్నాడు. అనుక్షణం ఆమె కటాక్ష వీక్షణాల కోసం తపించిపోయాడు.

"చివరికేమయింది?"

"అవును. నా ఇష్టం! గిరితో చెట్టాపట్టాలేసుకుని తిరుగుతున్నాను. అతడొక్కడేం ఖర్మ? నేను 'ఊ' అంటే నా గిరగిరా తిరగడానికి పది మంది తయారుగా ఉన్నారు. అసలు నువ్వెవడివి నన్నడగడానికి? నాకేమన్నా తాళి కట్టిన మొగుడివా? అతని సర్వ సంపదలూ నా పాదాల దగ్గర పెట్టడానికి గిరి సిద్ధంగా ఉన్నాడు. మరి నువ్వో.... అంకెలు లెక్కించకుండా ఎప్పుడైనా నూలు పోగు కొనిచ్చావా"? సవా లక్ష లెక్కలూ, తూకాలూ! ఎప్పుడూ పీనాసి బుద్ధే!"

"జలజ కాదు జలగ" కసితీరా తిట్టుకున్నాడు చిదంబరం. చెప్పులు అరగదీయడం ఆపి కిళ్ళీషాపులో సిగరెట్లు కొనుక్కున్నాడు. సిగరెట్ రెండు దమ్ములు లాగి ముందుకు కదిలాడు.

"గిరికి బాగా డబ్బుంది. అతడో బంగారు పిచిక- అందుకే వల పన్నింది జలగ. అతగాడొచ్చి చిక్కుకున్నాడు.

"ఒరేయ్! గిరీ! అపర ప్రేమికుడిలా రొమ్ము విరుచుకుంటున్నావు కాని నీ పైసలన్నీ 'హుష్ కాకి ' అయిన మరుక్షణం నీ గతి ఊరకుక్కకన్నా హీనం-ముందుంది జలగల పండగ! నిన్ను పీల్చి పిప్పి చేసి మరీ వదులుతుంది జలజ."

అక్కసు తీరా చిదంబరం గిరినలా శపించిన మరుక్షణం అతనికి చటుక్కున 'గిరిజ గుర్తొచ్చింది.

"గిరిజ... ప్చ్... అదో పీడకల.... రెండేళ్ళక్రితం మాట.... గిరిజ తనను ప్రేమించానంది. పెళ్ళి చేసుకోమని వెంటపడింది. దాందేముంది? నీ అందంతో నేను

సర్దుబాటు చేసుకుంటాను- పోతే, అసలే అల్ప సంతోషులు నా పేరెంట్స్! మీ వాళ్ళ చేత ఓ బోడి ఐదు లక్షలు పారేసేలా చేసావనుకో! నిన్ను గుండెలకు హత్తుకుని కోడల్ని చేసుకుంటారు అన్నాడు తను."

"అంతలో.... వాడెవడో సన్నాసి కానీ కట్నం లేకుండా చేసుకుంటానన్నాడట. అంతే! నా మీద అంతవరకూ కురిపించిన ప్రేమనంతా 'రివర్ గేంజెస్ ' లో కలిపేసి వాడి భస్మాసుర హస్తాన్ని జీలకర్ర, బెల్లం ఉంచిన తన నెత్తిమీద పెట్టుకుంది.- ఇంతకన్నా నమ్మక ద్రోహం ఎక్కడైనా ఉంటుందా? అసలు ఆడ జాతి తీరే ఇంత! ఇలాంటి ఘోరాలు చేసే ఆడ జాతిని ఊరికే వదిలేయకూడదు.తన్ని తగలేయాలి. తప్పేం లేదు.నిరసనకు అసలు సిసలైన పద్ధతే అది. నా తడాఖా ఏమిటో ముందు లంపటానికి రుచి చూపిస్తాను. ఇక్కడ తంతే అక్కడ తగలాలి.అప్పుడే నిరసన జ్వాలలు నింగికి ఎగిసి జలజ,గిరిజల్లాంటి స్వార్ధ శక్తులకు గుణ పాఠం చెబుతాయి."-ఇలా ఉన్మాదానికి గురయిన వాడిలా ఇంటిని సమీపించాడు చిదంబరం. సిగరెట్ పీక నేలకేసి కొట్టి చరచరా ఇంట్లోకి నడిచాడు.

అతని పాదాల సవ్వడి చెవిసోకగానే పరుగున వచ్చి ముందు నిలిచింది లంపటం.

ఆ లంపటం పేరు సుశీల. చిదంబరం భార్య! పేరుకి తగ్గ ఇల్లాలు! "ఏమిటండీ! ముఖం అలా వాడిపోయింది... ఒంట్లో బాగోలేదా?" ఆదుర్దాగా అడిగింది.

"నిక్షేపంగా ఉన్నాను. పరామర్శలకేం గాని ముందు కాసిన్ని కాఫీనీళ్ళు నా ముఖాన కొట్టు.ఎండన పడి వచ్చాను-చూస్తూ నిలబడతావేం? కదులు," కసిరాడు చిదంబరం.

ఒక క్షణం మనసు చివుక్కుమన్నా వెంటనే సర్దుకుని వంటింట్లోకి పరుగెత్తింది సుశీల. తయారుగా ఉంచిన ఫ్లాస్క్‌లో కాఫీ కప్పులో పోసి వడివడిగా తెచ్చి అతనికందించింది.

ఒక గుక్క తాగాడో లేదో చివాలున కప్పు లోని వేడి వేడి కాఫీ ఆమె ముఖాన కొట్టాడు చిదంబరం. కాఫీ కప్పునీ ఉపేక్షించలేదు.ముక్కలు ముక్కలయేలా విసురుగా నేలకేసి కొట్టాడు.

"కాఫీయా ఇది? అసలే మార్కెట్లో పంచదార దొరక్క చస్తుంటే పానకం కలిపి తెచ్చావ్! నా ఖర్మ కొద్దీ దొరికావ్! ఛీ!ఛీ! కొంపకు రావడం పొరబాటయిపోయింది"- అంటూ ఆమె వైపన్నా చూడకుండానే దూకుడుగా లోపలి గదిలోకి నడిచాడు.వెళ్తున్న అతని పెదాలపై పైశాచికత్వానికి చెందిన నవ్వు చిందులు వేసింది. సుశీలను బాధించి తనేదో సాధించాననుకునే పిచ్చి భ్రమకు లోనయి సంతుష్టి చెందాడు.

మెల్లగా ముఖంపై చిందిన కాఫీ చీర చెంగుతో తుడుచుకుంది సుశీల. కాని, ఆ క్షణంలో సుశీలను కాల్చేస్తున్న బాధ చర్మం చుర్రుమనడం వల్ల కలిగిన బాధ కాదు. ప్రభాత వేళలో సూర్యరశ్మి సోకి తన ముఖారవిందం కాసింత కందినా, బెంబేలు పడి దగ్గరకు తీసుకోవల్సిన ప్రియబాంధవుడే తానై తాను ఈ దురవస్థ కలిగించినందుకు.

నిజానికి ఇలాంటి సత్కారాలు ఆమెకేమీ కొత్త కాదు. పేకాటలో డబ్బంతా పోగొట్టుకున్నా- అఫీస్ లో అధికారి చేత చీవాట్లు తిన్నా- స్కూటర్ కదలనని మొరాయించినా- అఖరికి పాత చెప్పు తెగినా- కొత్త చెప్పు కరిచినా- అతని ప్రతాపానికి ఆమె గురయి తీరాల్సిందే!

పెళ్ళయిన ఈ సంవత్సర కాలంలో భర్త బలహీనతలు సుశీల దాదాపు ఆకళింపు చేసుకుందనే చెప్పాలి. అతని బలహీనతల లిస్ట్‌లో ఆడ స్నేహాలకూ మినహాయింపు లేదని కూడా ఆమెకు తెలుసు.అతని ఉదంతాలన్నీ ఆమె చెవిన పడకపోలేదు.అవి శ్రుతి మించని రాగాలే అని ఆమె నమ్మింది. కాని, ఈరోజు అతని తిరస్కార ధోరణి హద్దులు దాటడంతో ఆమె అలోచనలో పడింది.

"ఎన్నాళిలా? తన సహనానికీ ఒక హద్దుంటుందని అతనెప్పటికి తెలుసుకుంటాడు? అసలంటూ అతనిలో మార్పు రాకపోతే, తనిలా సజీవ ప్రేతంలా కలకాలం గడపాల్సిందేనా?- అలాంటి దీన స్థితిని ఊహించుకుంటేనే ఆమెకు ఊపిరి ఆగినంత పనయింది.

వీల్లేదు! ఈ అరాచకాన్ని అరికట్టి తీరాలి! అయితే తనేం చెయ్యాలి?" ఈ ప్రశ్న ఆమెలో ఉధ్భవించిన క్షణంలోనే-బయట ఏదో కలకలం చెలరేగడంతో అప్రయత్నంగా కిటికీలోంచి బయటకు చూసింది. కనిపించిన దృశ్యం చూసి నిశ్చేష్టురాలయింది. ఆందోళనకారులనబడే బిరుదాంకితులెవరో ఓ ఆర్టీసీ బస్సుని తమ ఆగ్రహావేశాలకు గురి చేస్తున్నారు. బస్సు అద్దాలు పగలడమేమిటి? దీజిల్ టాంక్ కు చిల్లులు పొడవడమేమిటి/ అగ్గిపుల్ల గీయడమేమిటి? భగ్గుమని మంటలు చెలరేగడమేమిటి? అన్నెం పున్నెం ఎరుగని బస్సు భస్మీపటలం కావడమేమిటి? - అంతా క్షణాల్లో జరిగిపోయింది.

వళ్ళంతా సెగలు సోకిన భావన రాగానే చేతనావస్థకు వచ్చింది సుశీల.

ధరలు పెరిగినా-మత వివాదాలు తలెత్తినా- ఉత్సవాల్లో అపశ్రుతులు పలికినా- ప్రియతమ నాయకులు పరమపదించినా- సైద్ధాంతిక పోరాటాలు - పోలీస్ జులుం- ఎన్ కౌంటర్లు - రౌడీ మూకల తగవులాటలు- హత్యా రాజకీయాలు- ఒకటేమిటి?... ఎన్నెన్నో ... కారణం సహేతుకమైనా, కాకున్నా-బంద్‌లు జరిగినా, జరగకున్నా-

బలయి బూడిదగా మారేది మాత్రం ఆర్టీసీ బస్సు -

అన్ని విధ్వంస కాండల అంతిమ లక్ష్యం -బస్సుల దహనం.

తను అనుభవిస్తున్న మనో వేదన - బస్సు పడుతున్న నరక యాతన - పోల్చి చూసుకుంది సుశీల.

నోరూ వాయిలేని యాంత్రిక వాహనం కావడం వల్ల గమనానికి మారుపేరయిన బస్సు తననెందుకిలా అన్యాయానికి గురి చేస్తున్నారని అడగలేక పోతోంది. మరి తనో...?

నోరుండీ మూగదానిలా భర్త ఆగడాలు భరిస్తోంది.

ఇది భావ్యమా? కాదు... కానే కాదు! మరి తన తక్షణ కర్తవ్యం ఏమిటి?

మరుక్షణమే అది ఆమెకు దృగ్గోచరమయింది.-అర్థం పర్థం లేని పురుషాధిఖ్యత కారణంగా వాటిల్లే అనర్థాలకు తను అడ్డుకట్ట వేసి తీరుతుంది. తన జీవితం చక్కబడాలంటే- ఇకపై తను మౌనం వీడాలి. తీవ్ర నిరసన పాటించాలి. చిదంబరం ఆటలు ఇక సాగనివ్వకూడదు.

- అంతే కాదు-

బస్సుల దహనకాండ జరగకుండా ఆపడానికి తన శాయశక్తులూ వినియోగించాలి. ప్రజల అస్తులను ధ్వంసం చేస్తున్న అరాచక శక్తుల్ని ఎదిరించాలి. తగు గుణ పాఠం నేర్పి తీరాలి. ఇలా కృత నిశ్చయానికి వచ్చిన ఆమె గొంతునుంచి ఆక్రోషం, ఆవేదన నిండిన ఒక కేక సమర శంఖం పూరించిన స్వరంలా వెలువడింది. గదిలో నలుదిశలా పరికించి వేగంగా వంటింట్లోకి నడిచింది. ఒక మూలగా ఉన్న రోకలి తీసుకుని అంతే వేగంగా ముందు గదిలోకి వచ్చింది.

అంతకు ముందే సుశీల చేసిన యుద్ధ నాదం లాంటి అరుపు విన్న చిదంబరం ఉలిక్కిపడి పడక గదిలోంచి ముందు గదిలోకి పరుగున వచ్చాడు. సుశీల రౌద్ర రూపం చూసి

ఖంగు తిన్నాడు. వెంటనే తేరుకుని అసహనంతో - గుడ్లెర్రజేసి - "ఏమిటా వీర వనిత అవతారం? వెధవ్వేషాలు మాని నోర్మూసుకుని లోపలికి నడు! నా చేతి దెబ్బ రుచి చూడాలని కోరుకోకు!" అని మేకపోతు గాంభీర్యం ప్రదర్శించాడు.

సుశీల బెదరలేదు. నిప్పులు కక్కుతున్న కళ్ళతో అతడ్ని చూస్తూ- "ముందు దారి విడు- లేకుంటే....?" అంటూ రోకలి పైకెత్తింది. ఆమె తీక్షణ దృక్కులతో చూపు కలపలేక పోయాడు. అప్రయత్నంగానే... పక్కకు తొలిగాడు.

ఒక్కగెంతులో ఇంట్లోంచి బయటపడిన సుశీల విడిచిన బాణంలా వీధిలోకి పరుగెత్తింది.

అప్పటికే - విచక్షణ కోల్పోయిన మూక, పక్కనే ఉన్న మరో బస్సు మీదకు రాళ్ళు విసురుతూ, తగలబెట్టడానికి ఉద్యుక్తులవుతున్నారు.

అక్కడకు చేరుకున్న సుశీల - "ఎవరర్రా మీరు....? నిత్యం మనకి సేవలు చేస్తున్న బస్సులు తగలబెట్టడానికి మీకు చేతులెలా వచ్చాయి? ఈ ఉన్మాద చర్యలు ఆపండి." అంటూ వాళ్ళకు హితవు చెప్పడానికి ప్రయత్నించింది. వాళ్ళెవరూ ఆమె మాటల్ని లక్ష్యపెట్టకుండా తిరిగి దమనకాండకు పూనుకోవడంతో - ఇక సుశీల తన చేతిలోని దండానికి పని కల్పిస్తూ వాళ్ళపై విరుచుకు పడింది. అందిన వారిపై అందినట్లు రోకలితో వడ్డించసాగింది. ఆదెబ్బలకు తాళలేక కొందరు కాళ్ళకు బుద్ధి చెప్పారు. దూరాన పోలీస్ సైరన్ వినిపించదడంతో మిగిలిన వారు కూడ అక్కడ నుంచి నిష్క్రమించారు.

అప్పుడప్పుడే - నెమ్మదిగా అక్కడకు చుట్టుపక్కల వారు చేరుకోవడం మొదలయింది. వారిలో ఎక్కువ మంది స్త్రీలే ఉండడం గమనించిన సుశీల వారిని ఉ ద్దేశించి - రండి! నాతో కలసి రండి - ఏ పాపమూ ఎరుగని బస్సుల్ని నిష్కారణంగా ధ్వంసం చేస్తున్న దుండగుల భరతం పడదాం. ఇది మన బాధ్యతగా భావించి - మన నారీ శక్తి చాటి చెప్పే ఉద్యమానికి నాంది పలుకుదాం" అంది. ఆమె మాటలు వారు మౌనంగా విన్నారు.

సుశీలకు తెలుసు- వారిని 'ధ్యేయం' వైపు మళ్ళించడానికి సమయం పడుతుందని! దానికన్నా ఆమె ముందు నెరవేర్చాల్సిన బాధ్యత మరోటి ఉంది.తను మారింది- చిదంబరం ఆటలు ఇక సాగవు. ధైర్యంగా నిలబడి తన సంసారాన్ని సంస్కరించుకోగలనన్న నమ్మకం ఆమెకిప్పుడు కలిగింది. ముందుగా తనలాగే బాధలు పడుతున్న గృహిణులలో సైతం ధైర్యం నూరిపోసి తమ తమ ఇంటి సమస్యల్ని సామరస్యంగా పరిష్కరించుకునేందుకు తనకు వీలైనంత సహాయ సహకారాలు అందించాలని ఆమె నిశ్చయించుకుంది. అదే తన తక్షణ కర్తవ్యంగా భావించింది.

వెంటనే కర్తవ్య నిర్వహణకు చెందిన వ్యూహాలు ఆమెలో రూపు దిద్దుకోవడం మొదలయింది.

❖❖❖

(ప్రస్థానం మాసపత్రిక)

13

కిం కర్తవ్యం

శ్రీకృష్ణ- సత్యల జీవితంలో మరిచిపోలేని సంఘటన జరిగిన రోజది. మాటల్లో చెప్పలేని ఉద్వేగానికి లోనయిన వారిద్దరూ కళ్ళార్పకుండా టెర్రస్ తలుపు వైపే చూస్తూ కూర్చున్న అపురూప క్షణాలవి.

❖❖❖

1990

"కాదు....ఇద్దరే"

"అదేం కుదరదు. ముగ్గురు. అట్టే మాట్లాడితే నలుగురు."

"అమ్మ బాబోయ్! నలుగురే...? నేను కనలేను బాబూ! తల అడ్డంగా తిప్పేస్తూ అంది శర్వాణి.

"ఇదిగో చూడు! కనడానికే నీకింత బాధయితే- ఆ తరువాత ఎత్తుకుని పెంచి పోషించాల్సిన వాడ్ని-నాకెంత ఇబ్బందో ఆలోచించావా? మన వృద్ధాప్యంలో మనల్ని కాలు కింద పెట్టనివ్వకుండా చూసుకునేందుకు మనకు నలుగురు పుత్ర రత్నాలు ఉంటే ఎంత బాగుంటుందన్న తీయని భావన మదిలో మెదిల్తే చాలు - ఎన్ని కష్టనష్టాలు ఎదురయినా లక్ష్యపెట్టకూడదని అనిపిస్తుంది నాకు! నువ్వేమంటావ్? ఆమె కళ్ళలోకి ప్రేమగా చూస్తూ అన్నాడు కిరీటి.

"సినిమా పదిహేడో రీల్‌లో జరిగే సన్నివేశాల గురించి ఇప్పట్నుంచే ఊహించుకుని మురిసిపోతున్నారన్నమాట" కళ్ళు గుండ్రంగా తిప్పుతూ అంది శర్వాణి.

"మరేమనుకున్నావ్! మనకు పుట్టబోయే నలుగురూ మగ పిల్లలే! ఆడపిల్లలొద్దు మనకు. వాళ్ళను పెంచి పెద్ద చేయడంలో పెద్ద రిస్క్ ఉంది."

"అబ్బాయిలే పుడతారని ఏమిటి గ్యారంటీ? నాకు ఆడపిల్లలే పుడితే? కవ్విస్తూ అంది శర్వాణి.

"అదేం కుదరదు. నువ్వు మగపిల్లల్నే కంటావ్! ఇదిగో! ముందే చెబుతున్నా! కాదూ కూడదని ఆడపిల్లను కన్న మరుక్షణం నీకు విడాకులిచ్చేస్తా! గుర్తుంచుకో!

"అబ్బ! ఏమిటా బెదిరింపు? ఆడపిల్లల్ని కనను మహాప్రభో! డజను మంది మగపిల్లల్నే కంటాను - సరేనా?" చిలిపిగా చూస్తూ అంది శర్వాణి.

"ఏమిటి- డజనా? వద్దు. నలుగురు చాలు.డజను మందైతే వాళ్ళకు నేను పేర్లు వెదికి పెట్టలేను. నలుగురికే పేర్లు సిద్ధం చేసి ఉంచాను. పెద్దాడి పేరు..."

"సోమలింగమా?" మధ్యలోనే అందుకుని వెక్కిరింతగా అంది శర్వాణి.

"ఏం కాదు. ఇంతవరకూ ఎవరూ పెట్టని కొత్త పేర్లు సుమా!- పెద్దాడి పేరు తూర్పు, రెండో వాడు పడమర, మూడో వాడు ఉత్తరం, ఇకపోతే- నాలుగో వాడు దక్షిణం." నవ్వుతూ చెప్పాడు కిరీటి. "ఇవా మీరు పెట్టే పేర్లు? వాళ్ళను బడిలో చేర్పిస్తే మిగతా పిల్లలు మన పిల్లల్ని ఏడ్పించుకు తినరూ?- తూర్పేటు?అని ప్రశ్నిస్తే- మన పెద్దాడి వైపు చూపిస్తారు. రెండో వాడ్నేమో పిండి మర అని మారుపేరుతో ఎగతాళి చేస్తారు.' ఒరేయ్ ఉత్తరం! ఒక ఉత్తరం రాసిపెట్టవూ? అంటూ మూడో వాడ్ని అల్లరి పెడతారు. చిన్నవాడ్ని మాత్రం వదులుతారూ?- దక్షిణ చెల్లించు.... లేకుంటే భక్షణే" అని వేపుకు తింటారు. నా పిల్లలేమైనా సుఖంగా బ్రతకాలని ఉందా మీకు?" రుసరుసలాడుతూ తనూ ఊహల్లోకి వెళ్ళిపోయింది శర్వాణి.

"ఏయ్! నన్నంటావు కాని నువ్వు మాత్రం పూర్తిగా కలల మనిషివి కాదూ? నిజంగానే నలుగురిని కనేసి వాళ్ళు నేను పెట్టిన పేర్లతో యాతన పడిపోతుంటే చూసి భరించలేనట్లు బెంబేలు పడిపోతున్నావ్! ఇంకా పుట్టనివాళ్ళపై ఇప్పుడే ఇంత ప్రేమైతే- నిజంగా వాళ్ళు పుట్టాక ఇక నేను అక్కర్లేకుండా పోతానేమో!" కొంటెగా చూస్తూ అన్నాడు కిరీటి.

అతని మాటలకి సిగ్గు ముంచుకు రాగా-అతని వళ్ళో తల దాచుకుంది శర్వాణి.

"మరో విషయం చెప్పడం మరిచేపోయాను.మనకు పిల్లలు కావాలి కాని - వెంటనే కాదు. మన పెళ్ళయిన రెండేళ్ళ తరువాత- అంతవరకూ మనం ఫామిలీ ప్లానింగ్ పాటిద్దాం. ఏమంటావ్?" చెప్పాడు కిరీటి.

"అమ్మయ్య - బ్రతికి పోయాను.పెళ్ళయిన మరుసటి రోజు నుంచే - కనమని ప్రాణాలు తీస్తారేమోనని హడిలి చచ్చాను. ఈమాత్రం జాలి చూపినందుకు చాలా థాంక్స్!

"అసలు కారణం అది కాదు. పిల్లల్ని కనడం మొదలెడ్తే నువ్వు లావైపోతావేమోనని భయమోయ్ నాకు!" ఆట పట్టిస్తూ అన్నాడు కిరీటి.

"ఆ భయమేమీ అక్కర్లేదు లెండి మీకు. నేను చస్తే లావు కాను, హామీ ఇస్తున్నా - సరేనా? బుంగమూతి పెడుతూ అంది శర్వాణి.

నవ్వేసాడు కిరీటి.ఆమె కురులు సవరిస్తూ కాస్సేపు మౌనంగా ఉండిపోయాడు. ఆతరువాత తనే తిరిగి అన్నాడు - "మన పిల్లలు మాత్రం మనల్ని 'అమ్మానాన్నా' అనే పిలవాలి. మమ్మీ,డాడీ అనే పిలుపులు నాకు రుచించవు."

శర్వాణి బదులు చెప్పలేదు. ఏదో ఆలోచిస్తున్నదానిలా మౌనంగా ఉండిపోయింది.

"ఏమిటా పరధ్యాస! ఏ లోకంలో విహరిస్తున్నావ్?" నవ్వి అన్నాడు కిరీటి.

శర్వాణి నవ్వలేదు. – "ఇన్ని కలలు కంటున్నాం కాని ఒకవేళ మనకసలు పిల్లలే పుట్టకపోతే?" బెంగగా అంది.

"పుట్టరూ? ఏమిటా పిచ్చి మాటలు? ఎందుకు పుట్టరు?మనకేమైనా వయసు మళ్ళిందా? బిగ్గరగా నవ్వేసాడు కిరీటి.

"పిల్లలు పుట్టడం–పుట్టకపోవడం మన చేతిలో లేదు. అదంతా దేవుని దయ.పిల్లల కోసం ఏళ్ళ కొద్దీ తపస్సు చేసేవాళ్ళను ఎంత మందిని చూడ్డం లేదు మనం?" బేలగా అంది శర్వాణి.

"నా బొంద! దేవుడి చేతిలో ఏముంది? అమ్మాయయినా, అబ్బాయయినా అంతా క్రొమోజోముల మహాత్యం. మన శరీర నిర్మాణంలో ఎలాంటి లోపం లేకపోతే మనకి పిల్లలు పుట్టి తీరుతారు."– అంటూ ఒక క్షణం ఆగిపోయాడు కిరీటి.

తిరిగి తనే అన్నాడు – " నాకో బ్రిలియెంట్ ఐడియా వచ్చింది. పెళ్ళయిన తరువాత ఎన్నాళ్ళకూ పిల్లలు పుట్టకపోతే డాక్టరు దగ్గరకు వెళ్ళి పరీక్ష చేయించుకోవడం సాధారణంగా జరిగే తంతు. పెళ్ళి కాక ముందే పరీక్షలు చేయించుకునే వాళ్ళు నాకు తెలిసినంతలో ఎవరూ లేరు. మనమే ఆ పని చేసి ఒక చరిత్ర సృష్టిస్తే ఎలా ఉంటుంది?"

"అంటే...?"

"ఏముంది? మనం పెళ్ళికి ముందే డాక్టర్ దగ్గరకు వెళ్ళి టెస్ట్ చేయించుకుందాం."

"మీకేం పిచ్చిపట్టలేదు కదా? విసురుగా అంది శర్వాణి.

"అవును. తప్పేముంది?అలా చెయ్యడం వల్ల నష్టమేముంటుంది? ఇంతకుముందు నీకొచ్చిన అర్థం లేని అనుమానాలు, శంకలు నివృత్తి చేసుకున్నట్లూ ఉంటుంది." ఉత్సాహంగా అన్నాడు కిరీటి.

ఏమనడానికీ తోచని సందిగ్ధావస్థలో పడిపోయింది శర్వాణి.

"సరేననవోయ్! ఇంతవరకూ పెళ్ళికాని ఏ జంటా ఆచరించని విధానానికినాంది పలికిన వాళ్ళమవుతాం."

శర్వాణి బదులు పలకలేదు. ఆలోచిస్తున్నదానిలా మౌనంగా ఉండిపోయింది.

"ఏం భయమా? ఇంత పిరికిదానివనుకోలేదు."

"నాకేం భయం లేదు. నేను పిరికిదాన్ని కాదు." రోషంగా అంది శర్వాణి.

"భేష్! ఇంకేం!! ఇబ్బందే లేదు!!!"

"రేపే మనం డాక్టర్ దగ్గరకు వెళదాం." చురుకుదనం పుంజుకుని అన్నాడు కిరీటి.

సరేననక తప్పలేదు శర్వాణికి!

"అయితే విను. రేపు మనం డాక్టర్ అహోబిలరావు దగ్గరకు వెళ్తున్నాం."

"మగ డాక్టర్ దగ్గరకా? బాబోయ్! నేను రాను.

"మరి?"

"డాక్టర్ అంబుజం దగ్గరకు వెళదాం"

"లేడీ డాక్టరా? నో!"

"మరేం చేద్దాం? వెక్కిరిస్తూ నవ్వింది శర్వాణి.

కిరీటి ఆలోచనలో పడిపోయాడు. కాస్సేపాగి అన్నాడు- ఒక పని చేద్దాం. డాక్టర్ శ్రీకృష్ణసత్య దగ్గరకు వెళ్దాం. ఇద్దరూ డాక్టర్లే! ఒకే బిల్డింగ్ లోకి వెళ్తాం.నేను డాక్టర్ శ్రీకృష్ణ దగ్గర టెస్ట్ చేయించుకుంటాను. నువ్వు డాక్టర్ సత్య దగ్గరకు వెళ్తావ్! పరీక్ష ముగిసిన తరువాత ఇద్దరం కలిసే తిరిగి రావొచ్చు. ఏమంటావ్?"

ఈ ప్రపోజల్ శర్వాణికీ నచ్చింది. ఇంకేం అడ్డు చెప్పకుండా సరేనన్నట్లు తలూపింది.

ఊహా లోకాల్లో సాగిన వారి కథ అప్పటికి ఆగిపోయింది.

❖❖❖

వాస్తవిక జగత్తులో - కొన్ని రోజుల తరువాత మళ్ళీ మొదలయింది. కాని, పాత జంటతో కాదు. మరో కొత్త జంట శ్రీకృష్ణసత్యలతో!

రాత్రి తొమ్మిది గంటల వేళ..! ఆ సమయంలో దాక్టర్ శ్రీకృష్ణ బాల్కనీలో ఈజీచెయిర్ లో కూర్చుని ఆకాశం వైపు దృష్టి సారించి ఆలోచిస్తున్నాడు. అప్పుడే వచ్చి అతని వెనుకే నిలబడ్డ డాక్టర్ సత్య ఉనికిని గుర్తించలేదాతడు.

కొద్ది క్షణాల తరువాత అతని ఆలోచనలకు అంతరాయం కలిగిస్తూ అంది డాక్టర్ సత్య - "ఏమిటంత ఎడతెగని ఆలోచనల్లో మునిగిపోయారు?

తల తిప్పి చూసాడు శ్రీకృష్ణ.

"రా! కూర్చో!!" అన్నాడు చిన్నగా నవ్వి.

ఒక కుర్చీ లాక్కుని అతనికెదురుగా ఆసీనురాలయింది సత్య.

"ఒక చిత్రమైన ధర్మ సంకటంలో పడ్డాను. దాని గురించే ఆలోచిస్తున్నా!"

"ఏమిటో అది?"

"మొన్నా మధ్య నా దగ్గరకు కిరీటి అనే యువకుడు వచ్చాడు. తీరా చూస్తే

అతడు నా బెస్ట్ ఫ్రెండ్ గంగాధరం అన్నయ్య కొడుకని తెలిసింది. అతని పెళ్ళి నిశ్చయమయింది.ప్రేమ వివాహమట. మొదట్లో ఇద్దరి కుటుంబాల పెద్దలూ వీళ్ళ ప్రేమకు అడ్డొచ్చారట. అతి కష్టం మీద ఒప్పించారట.

ఇంతకీవిషయమేమిటంటే - తను సాంసారిక జీవనానికి అర్హుడో కాదో తెలుసుకోవాలని పరీక్ష చేయించుకోవాలని వచ్చాడు. - అతని టెస్ట్ రిజల్ట్స్ చూసి నేను షాకయ్యాను. వీర్య కణాల సంఖ్య అతి స్వల్పం. సంతానోత్పత్తికి తగిన స్థాయిలో లేవు. స్పెర్మ్ మొటిలిటీ కూడా అంతంత మాత్రమే!బ్లడ్ టెస్ట్ లో హార్మోన్ లోపాలు కూడా బహిర్గతమయ్యాయి. ఐ పిటీ హిం! అతడు రేపు వస్తాడు.ఎన్నో ఆశలతో వివాహ బంధంలో అడుగుపెట్టడానికి సిద్ధపడుతున్న అతనికీ చేదు నిజం ఎలా తెలియజేయాలీ అని నాలో నేనే మధనపడుతున్నాను."

"అరె! నాకూ ఇలాంటి చిక్కు పరిస్థితే ఎదురయ్యింది. నాలుగైదు రోజుల క్రితం నా దగ్గరకూ ఒక అమ్మాయి వచ్చింది. సరిగ్గా ఇలాంటి కథే! వీలైన అన్ని పరీక్షలూ చేసాను- చేయించాను. తేలిందేమిటంటే - ఫెల్లోపియన్ ట్యూబ్స్ మూసుకుపోయాయి. ఎగ్ ఫార్మేషన్ సవ్యంగానే ఉంది కాని, అండం శుక్ర కణంతో సంయోగం చెందే పరిస్థితి లేదు. గర్భాశయం ఏర్పాటులో కూడా లోపాలు గమనించాను. ఇక మీకు చెప్పేదేముంది?

ఆ అమ్మాయీ తల్లి కాబోయే అదృష్టానికి నోచుకోలేదు."

ఉలిక్కి పడ్డాడు శ్రీకృష్ణ. కొంపదీసి ఆ అమ్మాయి పేరు శర్వాణి కాదు కదా" కంగారుగా అడిగాడు.

"అవును! శర్వాణే!"

ఒక క్షణం మరేమీ మాట్లాడలేకపోయాడు శ్రీకృష్ణ. చిన్నగా నిట్టూర్పు విడిచి అన్నాడు - " నాకిప్పుడు గుర్తుకొచ్చింది కిరీటి చెప్పిన విషయం.తను పెళ్ళాడబోయే శర్వాణిని కూడా పరీక్ష నిమిత్తం నీ వద్దకు పంపాడని. చూడు! విధి లీలలు ఎంత విచిత్రంగా ఉంటాయో! పిల్లల మీద అతనికెన్ని ఆశలు, కోరికలు ఉన్నాయో అతని మాటల ద్వారా నాకు అర్థమయింది. ఇప్పుడేం చెయ్యాలి మనం?ఈ చేదు నిజాన్ని వింటే వాళ్ళ గుండెలు ఆగిపోవూ? ఏం చేద్దామంటావ్?"

సత్యకు ఏమనడానికీ పాలుపోలేదు. - "మానవతా దృష్ట్యా....చెడ్డ ఇరకాటంలో పడ్డాం మనం... ఏదో ఒక పరిష్కారాన్ని మీరే సూచించండి." నెమ్మదిగా అంది.

శ్రీకృష్ణ చాలా సేపు ఆలోచిస్తూ మౌనంగా ఉండిపోయాడు.

"హు... ఇదొక్కటే పరిష్కారం!" తనలో తానే గొణుక్కుంటున్నట్లు అన్నాడు.

"ఏమిటది?"

"వాళ్ళిద్దరిలోనూ ఎలాంటి లోపాలు లేవనీ...నిశ్చింతగా పెళ్ళి చేసుకోవచ్చనీ... అబద్ధం చెప్పేద్దాం.

"అదెలా? అబద్ధమాడితే మన వృత్తికి ద్రోహం చేసిన వాళ్ళం కామూ? కలవరపడుతూ అంది సత్య.

నీరసంగా నవ్వాడు శ్రీకృష్ణ. నవ్వి చిన్నగా చెప్పాడు- "తప్పదు. ఇదొక్కటే మార్గం.వేరే దారి లేదు.ఉన్న విషయం చెబితే - భవిష్యత్ గురించి తీయటి కలలు కంటూ... ఊహా లోకాల్లో విహరిస్తున్న వాళ్ళు తట్టుకోలేరు.భరించలేరు.అనుకోని పరిస్థితులేర్పడి వాళ్ళు విడిపోయే ప్రమాదం కూడా లేకపోలేదు. దిక్కు తోచని స్థితిలో.... పెద్దల ఒత్తిడికి లోనై వీళ్ళూ మరో ఇద్దరు నూతన వ్యక్తులతో జీవితం ముడి పెట్టుకోవడమే తటస్థిస్తే ..?"

"ఓహ్! అంతకన్నా ఘోరం మరొకటి ఉండదు.వీళ్ళిద్దరిదే కాక... ఎలాంటి లోపాలు లేని మరో ఇద్దరి జీవితాలు బలయ్యే అవకాశముంది." ఆందోళనగా అంది సత్య.

"వీళ్ళ ఆశలు అడియాసలు చేసిన విధివ్రాతను మనం ఎలాగూ మార్చలేం! కానీ, తప్పో ఒప్పో... ఒక అబద్ధంతో మరెక్కువ హాని జరగకుండా ఆపగలుగుతాం. కొన్నాళ్ళపాటైనా, వాళ్ళ దాంపత్య జీవితం సుఖ సంతోషాలతో సాగిపోతుంది. ఏదో ఒకనాడు నిజం బయటపడక తప్పదనుకో! అయితే ఏం? కనీసం తాత్కాలికంగానైనా వాళ్ళు అశాంతికి లోను కాకుండా ఆపిన వాళ్ళం అవుతాం.ఇంతకు మించి మనం చేయగలిగింది లేదు. కాబట్టి మనం రేపు వాళ్ళకు చెప్పబోయేది ఒక తీయటి అబద్ధం మాత్రమే! ఏమంటావ్?"

అలాగేనన్నట్లు తలాడించింది సత్య శుష్క మందహాసం చేస్తూ.

❖❖❖

2022

సాయంత్రం వేళ. ఆరోజు పండగ రోజు కావడంతో హాస్పిటల్‌కి సెలవు. శ్రీకృష్ణ సత్య లు ఇద్దరూ టెర్రస్ మీద పూల మొక్కల మధ్య కూర్చుని సేద తీరుతున్నారు.

ఇంతలో పనివాడు వచ్చి -"మీ కోసం ఎవరో ఇద్దరు వచ్చారు సార్! మిమ్మల్ని కలవాలంటున్నారు." చెప్పాడు.

ఇంటి దగ్గర పేషంట్లను చూడరు. రేపు హాస్పటల్‌లో కలవమని చెప్పలేదూ?" చిన్నగా అన్నాడు శ్రీకృష్ణ నెమ్మదిగా.

"చెప్పాను సార్! మిమ్మల్ని కలవడం అర్జెంటట. ఈ చీటీ మీకు ఇమ్మన్నారు."

శ్రీకృష్ణ ఆ చీటీ అందుకుని "కిరీటి-శర్వాణి" అని బిగ్గరగా చదివాడు.

"రేర్ నేమ్స్! ఎప్పుడో విన్నట్టు ఉన్నాయి." సాలోచనగా అన్నాడు.

ఒక క్షణమాగి- "పైకి పిలు!" చెప్పాడు పనివాడికి.

కొద్ది నిముషాల్లో కిరీటి, శర్వాణి పైకి వచ్చారు.

కూర్చోమన్నట్లు సైగ చేసాడు శ్రీకృష్ణ.

ఇద్దరూ ఆసీనులైన తర్వాత - కిరీటి అన్నాడు- ముప్ఫై ఏళ్ళ క్రితం కలిసాం. బహుశా మీకు మేము గుర్తులేక పోవచ్చు. మా ఇద్దరికీ పిల్లలు పుట్టే విషయం గురించి పరీక్షల నిమిత్తం మీ దగ్గరకు వచ్చాం." ఒక క్షణం ఆగాడు కిరీటి.

చటుక్కున సత్య కళ్ళు మెరిసాయి. "- ఔను! గుర్తొచ్చారు."అంటూ శ్రీకృష్ణ వైపు చూసింది. శ్రీకృష్ణ కూడ తనకూ గుర్తొచ్చిందన్నట్లు తల ఊపాడు.

తిరిగి కిరీటే అన్నాడు.- మీరు ఆశించినట్లే మా పెళ్ళి జరిగింది. పెళ్ళయ్యాక కొద్ది రోజులకే నాకు అమెరికాలో ఉద్యోగం వచ్చింది. ఇద్దరం అమెరికా వెళ్ళిపోయాం. పెళ్ళయిన మూడు సంవత్సరాల వరకూ మాకు ఎలాంటి సందేహాలూ కలగలేదు. ఫేమిలీ ప్లానింగ్ పాటిస్తున్నామనే భ్రమలోనే ఉన్నాం. ఇక పిల్లల్ని కనాలనే నిర్ణయానికి వచ్చాక- మరో రెండు మూడేళ్ళకు కూడా మాకు సంతానం కలగకపోవడంతో - అప్పుడు అనుమానం వచ్చి అక్కడి వైద్యుల్ని సంప్రదించాం. అప్పుడే మాకు గుండెలు పగిలే నిజం తెలిసింది. మానుంచి నిజం దాచిన మీ మీద చెప్పలేనంత ఆగ్రహం కలిగింది. తర్వాత కాస్త తేరుకున్నాక నిదానంగా అలోచించాక- మీరెంత ఆలోచించి ఆ నిర్ణయం తీసుకుని ఉంటారో మాకు అవగతమయింది.

ఏది ఏమైనా మాకు విధి చేసిన అన్యాయం జీర్ణించుకోవడం కష్ట సాధ్యమయింది. బ్రతుకుతో రాజీపడుతూ ఎలాగోలా నూతన శతారంభం వరకూ బ్రతుకు బండి లాక్కుంటూ వచ్చాం. అప్పుడప్పుడే వైద్య రంగంలో మెరుగైన శాస్త్రీయ విధానాలు అందుబాటులోకి వచ్చి సంతాన సాఫల్య కేంద్రాలు మాబోటి వాళ్ళకు మిన్నగా సేవలు అందించడం మొదలవడంతో మాలో ఆశలు తిరిగి మొలకెత్తాయి.

అమెరికా లోని ప్రముఖ ఫెర్టిలిటీ సెంటర్ వారు ఎంతో ప్రయాసతో నా శుక్ర కణాలు సేకరించి నా భార్య అండాలతో ఫలదీకరణ చేయగలిగారు. సరోగసీ పద్ధతిలో ఎట్టకేలకు

మాకు సంతాన ప్రాప్తి కలిగింది. అమెరికాలోని ఆ సంతాన సాఫల్య కేంద్రం వారి కృషి, సేవ మరువలేనివి.

ఇక నిజం చెప్పాలంటే- అప్పుడు మీరు ఒక అబద్ధం చెప్పి మా ప్రేమ విఫలం కాకుండా కాపాడారు. నిజం తెలిసి, మా మనసులు పాడై చెరో దారి చూసుకునే ప్రమాదం నుంచిమమ్మల్ని రక్షించారు. ఒక రకంగా మా అబ్బాయి మీ వర ప్రసాదమే! అందుకే వాడికి "వర" అని పేరు పెట్టి అపురూపంగా పెంచాం. వాడిప్పుడు అమెరికాలో మెడిసిన్ చదువుతున్నాడు. ఇప్పుడు మీ ఆశీస్సుల కోసం తీసుకొచ్చాం. క్రింద వెయిట్ చేస్తున్నాడు."

"భలేవారే! పైకి రమ్మని పిలవండి." శ్రీకృష్ణ సత్యలు-ఏకకంఠంతో అన్నారు.

కిరీటి వెంటనే "వర" కు ఫోన్ చేసాడు.

శ్రీకృష్ణసత్యల జీవితంలో మరిచిపోలేని ఘడియ అది. ఒకనాడు ఎంతో తర్జనభర్జన పడి తాము తీసుకున్న నిర్ణయం సత్ఫలితం ఇచ్చినందుకు వారికెంతో అనందం కలిగింది. మాటల్లో చెప్పలేని ఉద్వేగానికి లోనైన వారిద్దరూ కళ్ళార్పకుండా టెర్రస్ తలుపు వైపే చూస్తూ కూర్చున్నారు. మరో కొద్ది నిముషాల్లో తలుపు చిన్నగా తెరుచుకుంది.

❖❖❖

(కౌముది తెలుగు వెబ్ మంత్లి - ఏప్రిల్ 2023)

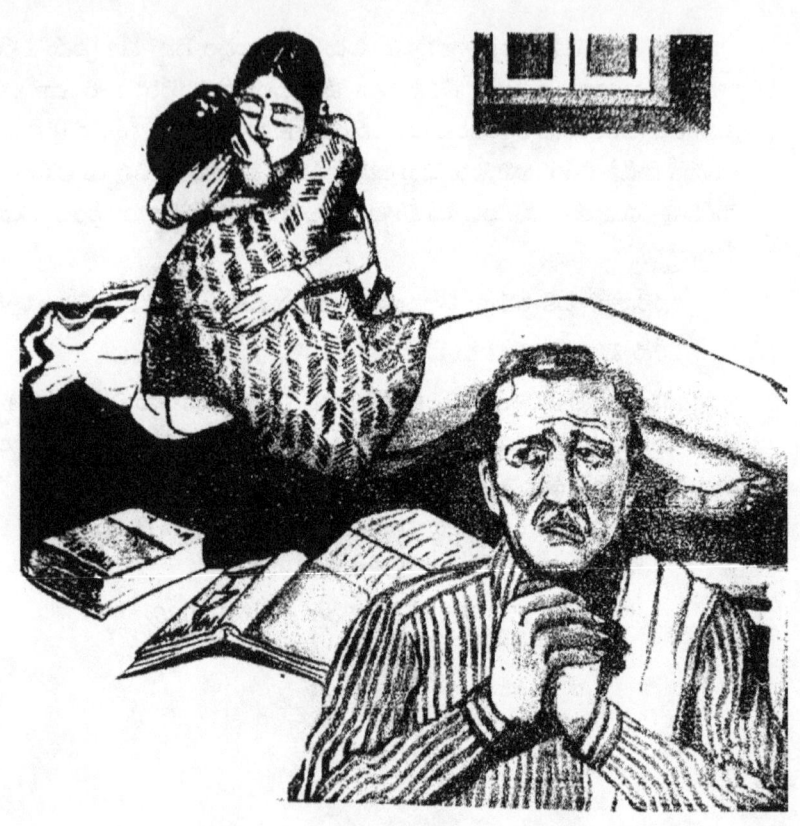

14

మలుపు

ఆరుబయట వాకిట్లో పడక కుర్చీలో పడుకుని ఆకాశంవైపు చూస్తూ చుక్కలు లెక్కపెడుతున్నాడు సుందరరామయ్య. అదో సరదా అతనికి. ఆ సరదా ఈనాటిది కాదు. బామ్మ ఒడిలో కూర్చుని గోరుముద్దలు తింటూ ఆకాశంలో మిణుక్కు మిణుక్కుమనే చుక్కలన్నీ లెక్కపెట్టేయాలని తాపత్రయపడే పసితనపు రోజుల్నుండీ ఉన్న సరదా అది. ఎంత లెక్కపెట్టినా తరగని చుక్కల్ని చూస్తూ వాటితో తన కష్టాలను పోల్చుకుని

విరక్తిగా నవ్వుకున్నాడు సుందరరామయ్య.

"నాన్న!" గోపీ పిలుపు వినిపించగానే తల తిప్పకుండానే "ఊ...!" అన్నాడు ముక్తసరిగా. గోపీ మళ్ళీ ఏమీ మాట్లాడలేదు. సంశయిస్తూ తండ్రివైపు చూస్తూ నిలుచుండిపోయాడు.

కొడుకెంతకీ మాట్లాడకపోయే సరికి సుందరరామయ్య అటు తిరిగి ఏమిటన్నట్లు చూశాడు.

"పరీక్షలు దగ్గరకొస్తున్నాయి. చంద్రం కలిసి చదువుకుందామంటున్నాడు. ఈరోజు నుంచి రాత్రిళ్లు చదువుకోవడానికి వాళ్లింటికి వెళ్దామనీ..." భయపడుతూ అన్నాడు గోపీ.

సుందరరామయ్య కొడుకును పరీక్షగా చూశాడు. గోపీకి పదిహేనేళ్లు. టెన్త్ చదువుతున్నాడు. గరగరలాడే గొంతు. అప్పుడే నల్లబడుతున్న మీసం, గడ్డం- అతను యవ్వనంలో అడుగుపెడుతున్నాడన్న విషయం తెలియజేస్తున్నాయి. గోపీ సుందరరామయ్య కొడుకు. ఎప్పుడూ గంభీరంగా కనిపించే తండ్రంటే గోపీకే కాదు – గోపీ తమ్ముడు రవి, చెల్లాయి సీతకూ హడలే.

"మంచిదే... చదువంటే అంత శ్రద్ధయితే! కానీ నువ్వు వాళ్లింటికి ఎందుకు వెళ్లాలి? మనింట్లో చదువుసాగదా? కావాలంటే చంద్రాన్నే రాత్రిపూట మనింటికి రమ్మను. ఇద్దరూ కలిసి ఇక్కడే చదువుకోండి. ఏం?" అన్నాడు సుందరరామయ్య ఒక్కక్షణం ఆలోచించి.

"అది కాదు..." నసిగాడు గోపీ.

"ఏదికాదు?" విసుగ్గా అన్నాడు సుందరరామయ్య.

"మరి..."

"మరేమిట్రా?" చెప్పేదేదో సరిగ్గా చెప్పేడ్వు. ఏమిటి అసలు సంగతి? కసిరాడు సుందరరామయ్య.

"చంద్రాన్ని ఇంటి దగ్గర వాళ్ల వనజక్కయ్య దగ్గరుండి చదివిస్తోంది. అర్థంకాని లెక్కలు చేసి చూపిస్తుంది. తమ్ముడితో పాటు చదువుకోవడానికి అసలు తనే నన్ను రమ్మంది"- ఉన్న విషయం కక్కేశాడు గోపీ తండ్రి కసరడంతో జడుసుకుని.

చెళ్లున కొట్టినట్లయింది సుందరరామయ్యకు గోపీ చెప్పింది వినగానే.

కోపంతో వణికిపోయాడు.

"నోర్మూయ్ వెధవా! పిచ్చి పిచ్చి వేషాలు వెయ్యకు. నువ్వెక్కడికీ వెళ్లక్కర్లేదు.

ఇంట్లో ఉండి చదువుకుంటే చాలు. పో! లోపలికి" గట్టిగా అరిచాడు.

బిక్కచచ్చిపోయాడు గోపీ.

అంతవరకూ గడపనానుకుని తండ్రీ కొడుకుల సంభాషణ ఆలకిస్తున్న పార్వతి ఇక తను కలగజేసుకుంది.

"బాగానే ఉంది. ఇప్పుడు వాడు కానిపని ఏం చేసాడని. వాడి మీద చిర్రుబుర్రులాడుతున్నారు? ఈ సంవత్సరం వాడికి పబ్లిక్ పరీక్ష. మనమేమన్నా వాడికి డబ్బిచ్చి ప్రయివేట్లు చెప్పించగలమా ఏమన్నానా? పాపమా పిల్ల బీఏ పాసయి ఇంట్లో కూర్చుంది. ఏదో జాలి తలచి వాళ్ల తమ్ముడితోపాటే వీడికీ పాఠాలు చెప్తానంది. అందుకు సంతోషించక ఊరికే ఎగిరెగిరిపడతారెందుకు?

భార్యతో ఘర్షణ పెట్టుకోవడం సుందరరామయ్యకు ఇష్టం ఉండదు.

అందుకే –

"నేను వద్దని చెప్పాను అంతే. దాని గురించి వేరే చర్చలు అనవసరం" అన్నాడు ముక్తసరిగా.

"అదే! ఎందుకు వద్దంటున్నారంటున్నాను? వాడు వెళ్లి చదువుకుంటే మీకొచ్చే నామర్దా ఏమిటి? ఫలానా కారణం వల్ల వద్దంటున్నాను అని చెప్పండి. అలాగే మానేస్తాడు" మరింత మొండిగా అంది పార్వతి.

సుందరరామయ్య ఇక మాట్లాడలేకపోయాడు. అప్పటికే అతని గుండెల్లో అగ్ని పర్వతాలు బ్రద్దలుకావడం మొదలైంది. ఏం చేస్తాడు తను? ఇదీ కారణం అని ఎలా చెప్పగలడు తను?

అతనికి మౌనమే శరణ్యం అయింది.

"మీనాన్న మాటలకేంలే! ఆయనలాగే అంటారు. నేను చెప్తున్నాగా! నువ్వెళ్లు. బుద్ధిగా చదువుకో!" సుందరామయ్య మౌనం ఆసరాగా తీసుకుని కొడుక్కి పర్మిషన్ ఇచ్చేసింది పార్వతి.

"వద్దు, వాడు వెళ్లడానికి వీల్లేదు" పిచ్చిగా అరవాలని ఉంది సుందరరామయ్యకు. కానీ నోటి వెంట మాట పెకిలి రావడంలేదు.

మరో పది నిమిషాల తరువాత పుస్తకాలు చేతబట్టి భయం భయంగా తనవంక చూస్తూ తడబడుతున్న అడుగుల్తో తనను దాటి అంత దూరంలో ఉన్న సుబ్బారావు గారింటికేసి వెళ్తున్న గోపీని గుడ్లప్పగించి చూస్తూ ఉండిపోయాడు సుందరరామయ్య.

అతని అంతరాంతరాల్లో తీవ్రమైన సంచలనం కలుగుతూ ఉంది.

"ఏమిటిది? మళ్లీ మారని చరిత్రేనా? తన కొడుకు జీవితమూ తన బ్రతుకులాగే వక్రదశలో ప్రయాణించడానికి ఇది తొలిమెట్టా?

అతని మనసు అతడ్ని ఎన్నో సంవత్సరాల వెనక్కి లాక్కుపోయింది.

అప్పుడు తనకు పదహారేళ్లు. యస్సెల్సీ చదువుతున్నాడు. తన ఇంటిముందు గదిలోనే కామాక్షి టీచర్ అద్దెకుండేది. ఆమె అంత అనాకారి కాకపోయినా ఎందుకో పెళ్లి కాలేదు. తను చదువులో ఎప్పుడూ ఫస్ట్ ఉండేవాడు. అయినా ప్రతి విషయాన్ని వ్యాపార దృష్టితో చూసే తన తండ్రి ఆయనింట్లో అద్దెకుంటున్న పంతులమ్మ ద్వారా పొందగలిగే మేలును ఎందుకు వదులుకోవాలన్న దురాశతో కామాక్షి టీచర్ని అడిగాడు– "మా వాడికి వచ్చేది పబ్లిక్ పరీక్ష. కాస్త కోచింగ్ ఇవ్వకూడదా?" అని. కామాక్షి టీచర్ నవ్వుతూ సరేనంది.

కామాక్షి టీచర్ గదిలోనే తను రాత్రి పదింటివరకూ చదువుకునేవాడు. తన కళ్లలోకి సూటిగా చూసే ఆవిడంటే తనకదోరకమైన సిగ్గు. తను చదువుకుంటుంటే ఆవిడేదో పుస్తకం చదువుకుంటూనో, నోట్సు రాసుకుంటూనో కూర్చునేది. గజిబిజిగా ఉండే చిక్కు లెక్కలు అతి తేలిగ్గా సాల్వ్ చేసి చూపించేది. ఇంగ్లీష్ గ్రామర్ అర్థమయ్యేలా చెప్పడంలో కూడా ఆమెకు ఆమేసాటి. నిద్ర వచ్చేంత వరకూ చదువుకుని ఆ తరువాత సెలవు తీసుకుని ఇంట్లోకెళ్లి పడుకునేవాడు తను.

కానీ ఆ రాత్రి....

తన తండ్రి పనిమీద పొరుగూరు వెళ్లాడు. తన తల్లి, చెల్లెళ్లు సెకెండ్ షో సినిమాకెళ్లారు. తను కామాక్షి టీచర్ గదిలో కూర్చుని చదువుకుంటున్నాడు. ఆ రోజెందుకో కామాక్షి టీచర్ చాలా కొత్తగా కనిపించింది. తను చదువుకుంటుంటే తనవంకే పరీక్షగా చూస్తూ కూర్చుంది.

"అబ్బ!" అంటూ వళ్లు విరుచుకుందామె. చటుక్కున తలెత్తి చూశాడు తను.

"ఏయ్! ఏమిటా దిక్కులు చూడడం? పుస్తకం మీద మనసు పెట్టి చదువు. అలా లాభంలేదు. ఇలారా! నా పక్కన కూర్చుని చదువు" ఆజ్ఞ జారీ చేసిందామె.

మంత్రముగ్ధుడిలా వెళ్లి ఆమెకు కొంచెం దూరంగా కూర్చుని పుస్తకం తెరిచాడు మళ్లీ.

ఆమె నవ్వింది.

అప్రయత్నంగానే మళ్లీ తను తలెత్తి ఆమె వైపు చూశాడు.

ఆమె ముందుకు వంగి తన జుట్టు పట్టుకుంది.

"దుబ్బు జుట్టు! ఏదీ ఇటురా! పేలున్నాయేమో చూస్తాను" అంటూ తనను వళ్లోకి లాక్కుంది.

ఆమె తన తలలోకి వేళ్లుపోనిచ్చి సున్నితంగా దువ్వుతుంటే తన రక్తం వడిగా ప్రవహించడం మొదలెట్టింది. ఆమె అలాగే ముందుకు వంగింది.

తన ముఖానికి మెత్తగా ఆడతనం తగులుతోంది. తనకంతవరకు తెలియని కొత్తవాసన...

ఆమె వంటి వాసన... ఆడ వాసన.. తననేదో మత్తు ఆవరించసాగింది.

ఆమె గబుక్కున తన పెదాలపై ముద్దు పెట్టుకుని తనను కౌగిల్లో బిగించింది.

అంతే!

ఆ తరువాత సృష్టిలో సుఖమంటే ఏమిటో తను మొదటిసారిగా తెలుసుకున్నాడు. ఆ అనుభవం మళ్లీ మళ్లీ కావాలని మనసు తొందరచేయడం మొదలుపెట్టింది. చదువు మీద ఆసక్తి పూర్తిగా తగ్గిపోయింది.

ఏదో తపన.. ఆందోళన... ఆవేదన... ఇంకా ఏవో రహస్యాలు తెలుసుకోవాలన్న జిజ్ఞాస... ఇంకా ఇంకా కొత్త రుచులు చవిచూడాలన్న తృష్ణ... కాంక్ష... పిపాస..

ఎన్నో తియ్యని రాత్రులు...

మధురమైన అనుభూతులు...

మరుపురాని అనుభవాలు... అవే తనకు కావాలనిపించేది. ఇంకేమీ అక్కర్లేదనిపించేంది. ఫలితం? తను పరీక్షల్లో తప్పాడు.

బెస్ట్ స్టూడెంట్‌గా క్లాసులో పేరు తెచ్చుకున్న తను తప్పడం తన టీచర్లకు, తన వాళ్లకు ఒక విచిత్రంగానే కనిపించింది.

కామాక్షి టీచర్‌కి మరో ఊరు బదిలీ అయిపోయింది. ఆమె వెళ్లిపోయింది. అలవాటు పడ్డ తన ప్రాణం స్వర్గ సుఖాల కోసం అల్లాడిపోయింది.

కొత్త రుచుల కోసం నిరంతర అన్వేషణ మొదలయింది.

దాంతో తన జీవితంలో దుర్గ, శకుంతల, చాందినీ... ఇంకా ఎందరెందరో..!

పర్యవసానం..? తను పరీక్షల్లో మళ్లీ మళ్లీ తప్పాడు.

తన తండ్రిపోవడంతో కుటుంబ బాధ్యత నెత్తిమీద పడింది. అప్పుల వాళ్లు ఉన్న ఇల్లూ, ఆస్తీ స్వాధీనం చేసుకోవడంతో తన కుటుంబం రోడ్డున పడింది. తను చదివిన చదువుకు పచారీ కొట్లో గుమస్తా ఉద్యోగమే శరణ్యమయింది.

సుఖాల వరదలో కొట్టుకుపోయిన తను చివరికి కష్టాల ఎడారిలో తేలాడు.

తను కళ్లు తెరిచేసరికి పూర్తిగా ఆలస్యమయిపోయింది. స్వయంకృతాపరాధానికి చింతిస్తూ తనకొచ్చే నాలుగు జీతంరాళ్లతో కుటుంబాన్ని నెట్టుకురావడం తప్పనిసరైంది. జీవన శకటాన్ని అలాగే ఈడుస్తూ తనూ ఒక ఇంటివాడయ్యాడు. పిల్లల తండ్రి అయ్యాడు.

ఈ రోజున మళ్లీ తన కొడుకూ తన అడుగు జాడల్లోనే తప్పటడుగు వెయ్యడానికిది నాంది కాదు కదా?

నో! కాదు, కాకూడదు. తనలా తన కొడుకు జీవితం సర్వ నాశనం కావడానికి వీల్లేదు. మరేం చెయ్యాలి తను? తన భయాలు, ఆందోళనలు తన భార్యకెలా చెప్పగలడు? కొడుకునెలా వారించగలడు?

ఆలోచనలతో అతని బుర్ర వేడెక్కిపోయింది.

"ఎంతసేపలా మంచులో కూర్చుంటారు? లోపలికి వచ్చి పడుకోండి" ఇంట్లోంచి భార్య పిలుపు.

పడక కుర్చీలోంచి నీరసంగా లేచాడు సుందరరామయ్య. సుబ్బారావుగారి ఇంటి ముందు భాగంలోని కటకటాల గదిలో నుండి దీపపు వెలుగు కనిపిస్తోంది. అటువైపు లాగుతున్న కాళ్లను అదుపులో పెట్టుకుంటూ ఇంట్లోకి నడిచాడు.

❖❖❖

మరుసటి రోజు ఉదయం ఎర్రటి జ్యోతుల్లా ఉన్న కళ్ళు ఉబ్బిన ముఖంతో ఉన్న సుందర రామయ్యను పరీక్షగా చూస్తూ అంది పార్వతి – "ఏమిటలా ఉన్నారు? రాత్రి నిద్రపట్టలేదా?"

"హూ... ఈ దోమల బాధతో నిద్రకూడానా?" భార్య చూపుల్ని తప్పించుకుంటూ పెరట్లోకి దారితీశాడు సుందరరామయ్య.

అప్పుడే ముఖం కడుక్కుని ఇంట్లోకి వస్తున్న గోపీ తండ్రి ఎదురవగానే చటుక్కున తలక్రిందకి దించుకున్నాడు.

కొడుకు ఇంట్లోకి వెళ్లేంత వరకూ అటే చూస్తూ నిలబడిపోయాడు సుందరరామయ్య.

❖❖❖

రాత్రి ఎనిమిది గంటలయింది. భోజనం ముగించి అలవాటుగా పడక కుర్చీ వాకిట్లో వేసుకు కూర్చున్నాడు సుందరరామయ్య.

"నాన్నా! నేను వెళ్తున్నా!" ఊపిరి బిగబట్టినట్లు రెండు ముక్కలు అనేసి వడివడిగా ముందుకు సాగిపోయాడు గోపీ. వాడు తన గుండెల మీద నుండి నడిచి వెళ్తున్నట్లు

ఫీలయ్యాడు సుందరరామయ్య.

తెలిసుండీ తన కొడుకు పతనం కావడం తను చూడలేదు. వాడూ తనలా వయసు తిమ్మిరికి బలికావడానికి వీల్లేదు.

లేచి గోపీ చదువుకుంటున్న సుబ్బారావు గారింటివైపు అప్రయత్నంగా అడుగులు వేశాడు.

కటకటాల గదికి అయిదారు గజాల దూరంలో ఉన్న చింతచెట్టు నీడలో నిలబడి ముందుకు దృష్టి సారించాడు.

అతడికి గుండె ఆగినంత పనయింది

చంద్రం చాపమీద పడుకొని నిద్రపోతున్నాడు. గోడనానుకొని కూర్చున్న వనజ తన భుజానికి తలవాల్చి కూర్చున్న గోపీ జుట్టునిమురుతూ లాలిస్తోంది.

తన కాళ్లకింద భూమి కదులుతున్నట్లనిపించింది సుందరరామయ్యకు. తను భయపడ్డంతా అయింది. తన తెలివితేటలు, రూపు రేఖలుపుణికి పుచ్చుకున్న గోపీకి తన తొందరపాటు కూడా చివరికి అలవడింది. తడబడుతున్న అడుగుల్తో ముందుకు సాగి గోడనానుకుని నిలబడ్డాడు.

పిచ్చిగా అరవబోయిన అతని గొంతు నులిమేసినట్లు వనజ మాటలు అతని చెవుల్లోకి దూసుకువచ్చాయి.

ఆమె ఇలా అంటోంది-

“తమ్ముడూ! నువ్వు స్వతహాగా చురుకైన వాడివి. తెలివైన వాడివి. చంద్రంతో నిన్ను పోల్చుకోకు. వాడిని చదవించాలనేగా నేను నిద్రమానుకుని ఇక్కడ కూర్చున్నది. చూడు! మొద్దులా ఎలా నిద్రపోతున్నాడో? వాడి ఖర్మ! పరీక్షలో వాడు తప్పినా మళ్లీ చదవించే స్థోమతు మా నాన్నకుంది. నీకలాకాదు. మీ ఇంటికి పెద్ద కొడుకువి. ఎంత కష్టపడి మీ నాన్న నిన్ను చదవిస్తున్నారో అర్థం చేసుకో! నువ్వు దీక్షగా చదివి వృద్ధిలోకి వస్తేనే నీ తల్లిదండ్రుల ప్రయాసకు సరైన ఫలితం చేకూరేది. ఇప్పుడు కష్టపడి చదివితేనే ముందు ముందు సుఖపడతావ్ ఏం? మా మంచి తమ్ముడివి కదూ! ఆ నాలుగు లెక్కలు కూడా చేసేసి నిద్రపో! నిన్నిక ఇబ్బంది పెట్టను. సరేనా? లే మరి”

వనజ మాటలు వినగానే సుందరరామయ్య గుండెల్లో పన్నీటి జల్లు కురిసినట్లయ్యింది. ఆనందంతో అతని కళ్లు చెమర్చాయి.

నిజమే! యవ్వనంలో అడుగు పెట్టే దశ చాలా ప్రమాదకరమైనది. అది భయంకరమైన కొండ చరియలో ప్రయాణం చేసేటప్పుడు ఎదురయ్యే అతి క్లిష్టమైన మలుపులాంటిది. ఆ మలుపులో నిలదొక్కుకోగలిగితే. అందుకు సరైన చేయూత లభిస్తే

గమ్యం చేరుకోవడం సులువవుతుంది.

సరిగ్గా అలాంటి మలుపులోనే తను పట్టుతప్పి అథః పాతాళానికి జారిపోయాడు.

కానీ తన గోపీ అదృష్టవంతుడు.

అదే చిత్రమయిన వయసు మలుపులో అతనికి సరైన ఆసరా లభించింది.

తేలికైన మనసుతో తృప్తిగా వెనక్కి తిరిగాడు సుందరరామయ్య.

❖❖❖

(ఆంధ్రభూమి సచిత్ర వార పత్రిక - 19.10.1978)

15

అబద్ధం

నేనెక్కిన తిరుపతి టు ఖమ్మం బస్ కదలడానికి ఇంకా పది నిమిషాల టైముంది. తెగ ఉక్క పోస్తోంది. వళ్ళంతా చెమటతో తడిసిపోతోంది. బస్ కదిలితే కాస్త గాలయినా తగులుతుంది. కండక్టరు చకచకా టిక్కెట్లు ఇచ్చుకుంటూ పోతున్నాడు.

ఇంతలో డ్రైవర్ వచ్చి తన సీటులో కూర్చున్నాడు. డ్రైవర్ని చూడగానే నేను ముఖం మాడ్చుకున్నాను. ఈ డ్రైవర్లేమిటో ఎప్పుడూ పెద్ద పెద్ద మీసాల్తో, కరుకు ముఖంతో, భారీ పర్సనాలిటీతో సినిమా విలన్‌లను గుర్తుకు తెస్తుంటారు. ఈ డ్రైవరూ అంతే! మాట్లాడితే తన్నొచ్చేటట్లున్నాడు. గిరుక్కున వెనక్కి తిరిగి రథం లాగించమంటావా అన్నట్లు కండక్టర్ వైపు సీరియస్‌గా చూసాడు.

అదేమి ఖర్మో! నేనెప్పుడు బస్ ఎక్కినా ఇలాంటి డ్రైవర్లే తగులుతుంటారు.అందుకే నాకు బస్ ప్రయాణమంటే చెప్పలేని చికాకు. కాని ఏంచెయ్యను?అనుకోని ప్రయాణం వచ్చి పడింది. నెల్లూరులో మా బ్రాంచ్ మేనేజర్ చేసిన కొన్ని అవకతవక పనుల వల్ల నేను ఉన్నపాటున బయల్దేరవలసి వచ్చింది.

టికెట్లివ్వడం పూర్తి చేసిన కండక్టర్ రైట్ చెప్పాడు. డ్రైవర్ స్టార్ట్ చేసాడో లేదో ఎవరో డోర్ మీద దబదబా బాదసాగారు.కండక్టర్ డ్రైవర్‌కి ఆగమని సైగ చేసి విసుగ్గా తలుపు తెరిచాడు. ఒక యువకుడు కంగారుగా లోపలికి ప్రవేశించాడు చేత్తో సూట్ కేసుతో! ఆ వెనుకనే చంటి పిల్లాడిని ఎత్తుకుని అతని భార్య. వాళ్ళెక్కగానే బస్ కదిలింది. ఆడవాళ్ళ సీట్లలో ఖాళీ ఉన్నచోట అతని భార్య కూర్చుంది. అతడు జేబులోంచి ఏదో కాగితం తీసి కండక్టరుకిచ్చి ఏదో అంటున్నాడు. ఆ మాటలు ఏమీ నాకు వినబడలేదు కాని, నాకర్థమయ్యిది ఒకటే! అతడు టిక్కెట్లు మాత్రం కొనలేదు.

అతడు కాళీ సీటును వెదుక్కుంటూ వస్తున్నాడు. నా పక్క సీటు కాళీగానే ఉంది. కొంపదీసి నా పక్కన బైటాయించడుకదా? ఏమిటో వెధవ బుద్ధి- బస్సెక్కేంతవరకూ కూర్చోవడానికి సీటు దొరికితే చాలనిపిస్తుంది. తీరా బస్సు కాస్త కాళీగా ఉంటే మరొకడ్ని పక్కన కూర్చోనివ్వబుద్ధి కాదు.

నేననుకున్నట్లే అతడు నా దగ్గరకొచ్చి ఆగాడు. "నేను ఇక్కడ కూర్చోవచ్చా? మీకేమీ అభ్యంతరం లేదు కదా" అన్నట్లు చూపుల భాషలో మాట్లాడాడు.

అయిష్టంగానే అతనికి చోటిచ్చాను.

"అమ్మయ్య!మా ఆవిడతో ఎప్పుదూ ఇంతే! ఎంతకూ తెమిలిచావదు. బస్ ఎక్కడ దాటిపోతుందోనని హడిలి చచ్చాను." స్వగతం పలుకుతున్నట్లుగా అన్నాడతడు.

నేను చిన్నగా నవ్వి ఊరుకున్నాను.

"మీరెందాకా వెళ్ళాలి?" అడిగాడతడు.

"నెల్లూరు- మరి మీరో?"

బెజవాడండీ! పిల్లాడు పుడితే కనకదుర్గ కొండకు వస్తామని మొక్కుకుంది మా ఆవిడ" నవ్వుతూ చెప్పాడు.

నా నోరూరుకోదుగా! "మీరు టిక్కెట్లు కొన్నట్టు లేదు"- అడక్కుండా ఉండలేకపోయాను.

"అవునండి మాకు పాస్ ఉంది. నేను ఆర్టీసీలోనే క్లర్క్ గా పనిచేస్తున్నాను."

ఓహో! అలాగా అన్నట్లు తల పంకించాను.

"ఈ ఎండలో చంటిపిల్లాడితో పగటిపూట ప్రయాణం పెట్టుకున్నారేమిటి? నైట్ ఎక్స్ ప్రెసుల్లో వెళ్ళలేకపోయారా?" సందేహం వెలిబుచ్చాను.

"కుదర్లేదండీ!" ముక్తసరిగా అన్నాడతడు.

"మీరేం చేస్తుంటారు?"

"బిజినెస్" క్లుప్తంగా జవాబిచ్చాను.

"ఏం బిజినెస్?"

"ఏం బిజినెస్ అయితే ఏంలెండి? మీలాంటి గుమస్తాలను వంద మందిని పోషించే బిజినెస్! అన్నాను గర్వంగా.

అతడు నావైపు గౌరవసూచకంగా చూసాడు. ఒదిగొదిగి కూర్చున్నాడు.

నా ఛాతీ తిరిగి గర్వంతో ఉప్పొంగింది.

నిజానికి నేను చేస్తున్న వ్యాపారం అంత పెద్దది కాదు. అయిదు చిన్న బ్రాంచీలు మాత్రం ఉన్నాయి. పాతికకు మించని గుమస్తాలున్నారు. ఈ వివరాలు చెబితే నా పక్క ప్రయాణీకుడు అపారంగా గౌరవించడని నాకు తెలుసు. అందుకే ఉన్న విషయానికి భూతద్దం పెట్టి చూపించా!

బస్ శ్రీకాళహస్తిలో ఆగింది. నేను కిటికీలోంచి తల బయటకు పెట్టి చూస్తుంటే మా గుమస్తా చెంగళ్ రాజా కనిపించాడు. నన్ను చూసి బస్ దగ్గరకు పరుగెత్తుకు వచ్చి నమస్కారం చేసాడు.

"సెలవు పెట్టి ఇక్కడ షికార్లు కొడుతున్నావేమిటి? అడిగాను.

"మద్రాస్ నుంచి బంధువులొచ్చారు సార్! ఇక్కడ గుళ్ళో దర్శనానికి తీసుకొచ్చాను."

"దర్శనమయ్యిందా?"

"అయ్యింది సార్! మరో పది నిమిషాల్లో తిరుపతికి బస్సుంది.దాన్లో తిరిగి వెళ్ళిపోతాం."

మా బస్ కదిలింది. మరోసారి వినయంగా నమస్కరించి చెంగళ్ రాజా వెళ్ళిపోయాడు.

"మీ ఆఫీస్‌లో ఉద్యోగా అతడు?"

"అవును. మా ఆఫీస్‌లో గుమస్తా"

"మీది పెద్ద బిజినెస్ లాగుందే?"

గర్వంగా నవ్వాను నేను బదులుగా!

"మీ గుమస్తాల జీతాలుఎలా ఉంటాయి?"

గొంతులో పచ్చి వెలక్కాయ పడ్డట్టయింది నాకు.

"నా దగ్గర బాగా చదువుకున్నవాళ్ళు గుమస్తాలుగా పని చేస్తున్నారు. నేను వాళ్ళకు ఇచ్చేది స్వల్పమైన జీతాలు మాత్రమే! మావాళ్ళ జీతాలకు రెట్టింపు ఉంటుంది ఆర్టీసీ క్లర్క్ జీతం. నిజం చెప్పానంటే నన్ను పురుగును చూసినట్లు చూస్తాడీ మనిషి. మర్యాద కాపాడుకోవడం కోసం అబద్ధం ఆడడం తప్పు కాదనుకుంటాను నేను. అందుకే–

"మావాళ్ళ జీతాలు బాగా ఎక్కువ! మీ జీతాలకు రెట్టింపు ఉంటుంది నేనిచ్చే జీతం." పచ్చి అబద్ధం నా నోటినుంచి బయటకు దొర్లుకుంటూ వచ్చింది.

నన్ను అభినందనపూర్వకంగా చూసాడతడు. నేను గిల్టీగా ఫీలయి తల పక్కకు తిప్పుకున్నాను.

బస్ వేగంగా పరుగెడుతోంది. అబద్ధం చెప్పానన్న అపరాధ భావం వెంటాడగా సీటుకు జారగిలబడి కళ్ళు మూసుకున్నాను.

ఉన్నట్టుండి బస్ ఒక్కసారిగా తలక్రిందులైనట్లు పెద్ద కుదుపుకు లోనయ్యింది. నా తల కిటికీకి కొట్టుకుంది. నా పక్కాయన తూలి విసురుగా నామీద పడ్డాడు. కీచుగా చప్పుడు చేస్తూ బస్సాగింది. ఈ మీసాల డ్రైవర్ ఏం కొంప ముంచాడోనని అదిరిపడి కళ్ళు తెరిచాను. బస్సులో హాహాకారాలు చెలరేగాయి.

ఏమయిందని ఆత్రుతగా ప్రశ్నించాను.నా పక్కాయన వివరించి చెప్పాడు.– ఎదురుగా వస్తున్న లారీ డ్రైవరు విపరీతమైన వేగంతో కేవలం బస్సును ఢీ కొట్టడమే తన ధ్యేయమన్నట్లు ముందుకు దూసుకువస్తే బస్ డ్రైవర్ అతి చాకచక్యంతో పక్కకు

కోసి పెద్ద ఏక్సిడెంట్ నుండి రక్షించాడట.వెనక్కి చూసాను. ఆ లారీ కూడా ఒక రాళ్ళ గుట్ట ఎక్కేసి అంతదూరంలో ఆగి ఉంది. మా బస్సులోని కొందరు యోధులు అప్పటికే కోపంగా బస్సులో నుండి దూకి లారీ వైపు పరుగెత్తారు. నేనూ దిగాను.

లారీకి దెబ్బ తగల్లేదు. డ్రైవరూ నిక్షేపంగా ఉన్నాడు.అతడ్ని బయటకు లాగారు. అతడు గుర్రమెక్కి మరీ లారీ ఎక్కాడని చూడగానే అర్థమయింది. మా యోధులకు ఆగ్రహం అవధులు దాటింది. మరో క్షణంలో వాళ్ళ చేతుల్లో ఆ లారీ డ్రైవరుకు దేహశుద్ధి జరిగిపోయేదే!

కాని, "ఆగండి" అన్న కేకతో ఆగి చూసారు.

ఆగమన్న వ్యక్తి మరెవరో కాదు.మా మీసాల డ్రైవరే! లారీ డ్రైవర్ కి దెబ్బలు తగలకుండా చేతులడ్డం పెట్టి నిలబడ్డాడు.

"చూడండి! అతడ్ని కొట్టడం ద్వారా మీరేం సాధించగలుగుతారో నాకర్థం కావడం లేదు. అతడు తాగి డ్రైవ్ చేయడం తప్పే! నేను ఒప్పుకుంటాను. కాని, మనకేం అధికారం ఉంది? అంతేకాదు. అతడ్ని కొట్టి శిక్షించడం వల్ల ఇకపై అతడు తాగి నడపడని ఏమిటి గ్యారంటీ? అలా కాని పక్షంలో అతడ్ని చితకతన్నడం వల్ల ఏమిటి లాభం?" ఖంగుమంది మీసాల డ్రైవర్ కంఠం.

అతడి వాదనతో ఏకీభవించారో లేక గొప్ప ఆపద నుండి రక్షించాడన్న కృతజ్ఞతాభావం వల్లో – ఎవరూ ప్రతాపం చూపడానికి ముందుకు రాలేదు. మిన్నకుండి పోయారు.

లారీ డ్రైవర్‌కి కాస్త నిషా తగ్గినట్లుంది – తల వంచుకు నిలబడ్డాడు. అతని భుజం మీద చెయ్యేసి పక్కకు తీసుకువచ్చి మీసాల డ్రైవర్ ఇలా అన్నాడు –

"చూడు తమ్ముడూ! దేవుడు చల్లగా చూసాడు కాబట్టి ఈరోజు నువ్వూ, మేమందరం పెద్ద ప్రమాదం నుండి బ్రతికి బయట పడ్డాం. నేను నీకు పెద్దగా నీతి బోధ చెయ్యదల్చుకోలేదు, చిన్న విషయం చెబుతాను–విను.

ఈ ఉద్యోగంలోకి రాకముందు నేనూ విపరీతంగా తాగేవాడ్ని. ఒక్కరోజు తాగకపోతే నిద్ర పట్టేది కాదు. కాని, బస్ డ్రైవర్ గా నాది చాలా బాధ్యత గల ఉద్యోగం. ఎందరో పాసింజర్లను ప్రతిరోజూ వాళ్ళు వెళ్ళాల్సిన ప్రదేశాలకు భద్రంగా చేర్చాల్సిన విధి నాకుంది. నేను తాగి స్టీరింగ్ చేతబడితే నా ప్రాణాలే కాక మరెందరో పాసింజర్ల ప్రాణాలతో చెలగాటమాడిన వాడ్నవుతాను. అందుకే తాగాలన్న కోరిక అణుచుకున్నాను. తాగుడు పూర్తిగా మానేసాను.

ఇకపోతే – నేను నీకిచ్చే సలహా ఒకటే! – దయచేసి ఇక ముందెప్పుడూ డ్యూటీలో

ఉండగా తాగకు. ఇంతకుమించి నేను చెప్పేది లేదు."

లారీ డ్రైవరు మీసాల డ్రైవర్ కి రెండు చేతులెత్తి నమస్కరించాడు. అతని కళ్ళలో కృతజ్ఞత మాత్రమే కాక మరో కృత నిశ్చయానికి సంబంధించిన భావమేదో తొణికిసలాడడం నేను గమనించాను. ఆ క్షణంలో మీసాల డ్రైవర్ నా దృష్టిలో ఎంతో ఎత్తుకు ఎదిగిపోయాడు.

కాస్సేపటికి మా బస్ తిరిగి ముందుకు సాగింది.

నేను చేరాల్సిన నెల్లూరు క్షేమంగానే చేరుకున్నాను. బ్రీఫ్ కేస్ తీసుకుని బస్ దిగాను. మీసాల డ్రైవర్ కూడా అప్పుడే డ్యూటీ దిగిపోయాడు. మరో డ్రైవర్ బస్ ఎక్కబోతున్నాడు. అతనికి మీసాలు లేవు. ఈ డ్రైవరుకూ మీసాలు ఉంటే బాగుండుననిపించింది నాకెందుకో!

ఇంతలో ఇంటిదారి పట్టిన మీసాల డ్రైవర్ నేను నిలబడ్డ వైపుగానే వస్తున్నాడు. అతడ్ని అభినందించమని నా మనసు పురిగొల్పింది.

"మీరు ఈరోజు మమ్మల్నందర్నీ పెద్ద ఏక్సిడెంట్ నుండి తప్పించారు.ప్రజాసేవ కోసం అలవాట్లు సైతం మార్చుకున్న మీలాంటివాళ్ళు చాలా అరుదుగా కనిపిస్తారు. మేమంతా మీకు చాలా ఋణపడి ఉన్నాం." చాలా ఆవేశంగా అన్నాను.

అతడు నవ్వాడు...

"దాందేముందిలెండి! నా ధర్మం నేను నెరవేర్చాను. పోతే, మీకు చిన్న నిజం చెప్పనా? ఈ ఉద్యోగంలో చేరకముందు కూడా నేనెప్పుడూ జీవితంలో తాగి ఎరుగను. నాకా అలవాటు లేదు."

నేను విస్తుపోయాను.

"మరి అదేమిటి? ఇందాక అతనితో అలా చెప్పారు?" అన్నాను అప్రయత్నంగా.

"అబద్ధం చెప్పాను.అతనిలో ఒక మంచి మార్పు ఆశించి నేనలా చెప్పాను.నా అబద్ధం సత్ఫలితాన్నే ఇస్తుందని నా నమ్మకం.ఒక మంచి పని కోసం అబద్ధం చెప్పితే తప్పు కాదని నేను ఎప్పుడూ భావిస్తాను. నమస్కారం."

వెళ్తున్న మీసాల డ్రైవర్ వైపు కళ్ళార్పకుండా చూస్తూ కొద్ది క్షణాల పాటు అలాగే నిలబడిపోయాను.

(APZ త్రైమాసిక 1978)

16

పావులు

ఆ కాలనీలో అది కొత్తగా కట్టిన బిల్డింగ్. క్రింద రెండు, పైన రెండు. మొత్తం భాగాలు నాలుగు. క్రింద వాటాల్లో ఒకటి కామేశానిది. ఆ ఇంట్లో ఉండేది కామేశం, అతని భార్య. పిల్లల్లేరింకా. రెండోది మీనాక్షమ్మ మొగుడిగారిది. ఆ చుట్టుపక్కల వాళ్ళంతా ఆయన్ను మీనాక్షమ్మ మొగుడిగానే ఎరుగుదురు కాబట్టి, ఆయన పేరు అప్రస్తుతం. ఆ ఇంట్లో మొత్తం సభ్యులు ఆరుగురు. మీనాక్షమ్మ గారి మొగుడు. ఆయన భార్య, ఇద్దరు కూతుళ్ళు, ఇద్దరు కొడుకులు.

సరిగ్గా కామేశం వాటాకు పైన రామేశం వాటా. రామేశానికి భార్య, ఇద్దరు పిల్లలు. రామేశం పక్కవాటా గురించి పెద్దగా చెప్పాల్సిందేమీలేదు. ఎందుకంటే ఈ కథ మొదలయ్యే నాటికి రామేశం పక్క వాటా ఖాళీగానే వుంది.

ఆ రోజు ఉదయం సరిగ్గా ఏడుగంటల ముప్పై నిముషాలకు కథ మొదలయింది. ఆ టైమ్‌కి మీనాక్షమ్మ గారి మొగుడు ఇంట్లో లేడు. కూరగాయల మార్కెట్ కెళ్ళాడు.

రామేశం ఇంకా నిద్ర లేవలేదు.

కామేశం అప్పుడే నిద్రలేచాడు. కళ్లు విప్పి చుట్టూ కలియజూశారు. ఇంట్లో భార్య ఉన్న ఛాయలేవీ కనిపించలేదు. పై వాటాలో నుండి ఇద్దరు ఆడంగుల కిలకిలలు, పకపకలు వినిపిస్తున్నాయి. అందులో ఒక కిల, పక తన భార్య కమలవని, మరో కిలవక రామేశం భార్య విమల తాలూకువనీ అతనికి తెలుసు.

కప్పుకున్న దుప్పటి లుంగగా చుట్టి దూరంగా విసిరాడు. అంటే అతనికి కోపం వచ్చిందని అర్థం. మరో పది నిముషాలు ఆగి దగ్గరలో వున్న స్టూలును బలంగా తన్నాడు. అతని కోపం మరింత ఎక్కువయిందనడానికి అదో నిదర్శనం.

విసురుగాలేచి బయటకు వచ్చి 'కమలా' అని గావుకేక పెట్టాడు.

ఎడతెరిపి లేకుండా సాగుతున్న సంభాషణకు చిన్న కామా పెట్టి బాల్కనీలోకి వచ్చి తొంగి చూసింది కమల. "వస్తున్నానండీ!" అంటూనే అతని ముఖంలో కోప ఛాయలు పసిగట్టేసింది. అయిష్టంగానే ఫుల్‌స్టాప్ కూడా పెట్టేసి కాఫీ పౌడర్ డబ్బా చేతపట్టుకుని మెట్లు దిగింది.

"ఏం ముచ్చట్లు-మరీ ఎక్కువయిపోయాయి. మొగుడు లేచే వేళయిందనీ, వాడి ముఖాన కాసిని కాఫీ నీళ్ళు కొట్టాలన్న ధ్యాస ఏమైనా వుందా నీకు? హరికథ చెప్తున్నావక్కడ" విరుచుకుపడ్డాడు కామేశం భార్య ఇంట్లో అడుగుపెట్టగానే.

"మీరప్పుడే లేస్తారని అనుకోలేదండీ! ఇంట్లో..."

"ఏమిటీ అనుకోలేదూ? అవున్లే, నువ్వెందుకనుకుంటావ్. నేను లేవడం మూలంగా, మీ ఇష్టాగోష్టికి అంతరాయం కల్గింది కదూ? లేకపోతే మరో ముప్పై, నలభై ఏళ్ళు ముచ్చట్లాడుతూ కూర్చునే దానివక్కడ" కమల మాటలు పూర్తి కాకుండానే ఆకాశమంత ఎత్తున ఎగిరిపడ్డాడు కామేశం.

"అది కాదండి! నా మాట కాస్త వినిపించుకుంటారా?"

'సరేచెప్పు! ఏమిటా పించుకోవల్సింది? కాస్త తగ్గుతూ అన్నాడు కామేశం.

"ఇంట్లో కాఫీ పొడరు నిండుకుందని రెండు రోజుల క్రితమే మీకు గుర్తుచేశాను. మీరు పట్టించుకోలేదు. ఇక తప్పనిసరయి కాఫీ పౌడర్ కోసమని వాళ్లింటికెళ్లాను. ఆవిడేదో చెప్తుంటే వినక తప్పలేదు. ఇంతలోనే మీరు పిలిచారు."

మళ్లీ రెచ్చిపోయాడు కామేశం.

"ఇంతకీ వాళ్లింట్లో కాఫీ పొడి బదులు తీసుకొచ్చావన్నమాట. అడ్డమైన వాళ్ల దగ్గర బదులు తెచ్చి నా పరువు బజారుపాలు చేస్తున్నావ్! వెళ్లు- వెంటనే వెళ్లి వాళ్ల

కాఫీ పొడి వాళ్ల మొఖాన కొట్టు. ఇప్పుడే పోయి రెండు నెలలకు సరిపడే కాఫీ పౌడర్ తెచ్చి ఇంట్లో పడేస్తాను. అంతే! ఇకపై నువ్వు వాళ్లింటి గడప కూడా తొక్కడానికి వీల్లేదు."

కమలకు కామేశం ధోరణి ఏమీ అర్థం కాలేదు. ఏమంటే ఏం కొంప మునుగుతుందో అని మాట్లాడకుండా ఉండిపోయింది.

"ఏం ఎందుకని అడగవే? నామోషీయా? విను. నేనూ రామేశం దెబ్బలాడుకున్నాం. వాడొక నీచుడు. అటువంటి నీచుడి పెళ్లాంతో నువ్వు మాట్లాడడం నేను సహించలేను. వాడు నాకు విరోధి. వాడి పెళ్లాం నీకు విరోధి (మన వాటా మీద వాలే కాకులకు కూడా గట్టి చెప్పు) అర్థమయిందా?"

కమల నోరు మెదపలేదు.

"అన్నట్లు జేబులో డబ్బులు తక్కువగా ఉన్నట్లున్నాయి (రేపెలాగూ అప్పు చెయ్యాలి) రేపు ఊళ్లో ఉన్న కాఫీపౌడర్ అంతా తెచ్చి ఇంట్లో పోస్తాను. కానీ వాళ్ల దగ్గర అప్పుచేసి నా పరువు బజారుకెక్కించడం నేను భరించను. తక్షణం వాళ్ల కాఫీ పొడి వాళ్లకిచ్చేసి పక్కింటి మీనాక్షమ్మ గారి దగ్గర ఈ రోజుకు సరిపడే కాఫీ పొడి తీసుకో!"

"మీనాక్షమ్మను నేను అడగను. ఆమెకూ నాకూ పడడం లేదు" నసిగింది కమల.

"ఎందుకు పడదు? మొగుడు నానా బాధలు పడి సంపాదించి తెస్తుంటే తిని కూర్చోక ఇరుగు పొరుగు వాళ్లతో తగువులు పెట్టుకోవడం మీ ఆడాళ్లకు బాగా అలవాటు. పిచ్చి పిచ్చి వేషాలు వెయ్యక వెంటనే వెళ్లు" ఆజ్ఞ జారీ చేశాడు కామేశం.

కావాలని అడిగి తెచ్చిన కాఫీ పొడి తిరిగి ఇచ్చేయాలంటే మనస్కరించలేదు కమలకి. అకారణంగా విమలతో తగువు తెచ్చుకోవడం కూడా ఇష్టం లేదామెకు. కానీ తప్పదు. తన భర్త మాటను పాటించడం తన ధర్మం.

అంతే!

కమల భర్త ఆజ్ఞను తు.చ. తప్పకుండా పాటించిన మరో అరగంటకు రామేశం నిద్ర లేచాడు. సరిగా కమలకు జరిగిన ఉపదేశం లాంటిదే విమలకు కూడా జరిగింది.

భర్త తన స్నేహితురాలు కమలతో మాట్లాడొద్దంటే విమల ఒకక్షణం విస్తుపోయింది. అంతలోనే ఆమెకు గుర్తుకొచ్చింది. కమల తీసుకున్న కాఫీపొడి వెంటనే తిప్పి కొట్టిన సంగతి.

"ఓహో! ఇదా సంగతి" అనుకుంది. ఆమెలో పౌరుషం పెల్లుబికింది.

"నీకంత పట్టింపయినప్పుడు నాకేనాలేనిది? నేనూ పతివ్రతనే అని రెచ్చిపోయింది.

చస్తే కమలతో మాట్లాడకూడదని గట్టి నిర్ణయానికొచ్చేసింది.

ఇంతకీ–

కామేశం, రామేశం చాలా పెద్ద విషయం గురించి శత్రువులయిపోయారు. వాళ్లిద్దరూ తోటి ఉద్యోగులు మాత్రమే కాదు. మంచి మిత్రులు కూడా. అలాంటి వాళ్లను భేదాభిప్రాయానికి గురిచేసి ఒకరంటే మరొకరికి అసహ్యం పుట్టించేలా చేసింది డబ్బు కాదూ. ప్రమోషనూ కాదూ –

క్రితం రాత్రి వాళ్లిద్దరూ బార్‌లో దేవతలతో పోటీపడి మధుపానం చేస్తున్నప్పటి సంగతి –

ఒక మూలగా ఉన్న టేబిల్ వద్ద కూర్చున్నారు ఇద్దరూ. ముచ్చట్లు చెప్పుకుంటూ తాగుతున్నారు. (ఇక్కడో విషయం తప్పక మనవి చేసుకోవాలి. వాళ్లీమధ్యే మందు సేవించడం మొదలుపెట్టిన వాళ్లు. మందులో పరిపూర్ణ పాండిత్యం వాళ్లకింకా అబ్బలేదు)

మూడో రౌండ్‌లో ఉండగా మత్తు కళ్లతో తన గ్లాసులో ఉన్న విస్కీని చూసి పరవశంతో గ్లాసును ముద్దు పెట్టుకున్నాడు రామేశం.

ముద్దు పెట్టుకుని అన్నాడు – "నా మాట నమ్ము కామేశం! విస్కీ ఇచ్చే కిక్ మరోటేదీ ఇవ్వదు, ఇవ్వలేదు"

"కానీ బ్రాందీ ఆరోగ్యానికి మంచిది. అంత చెరుపు చెయ్యదు" తన బ్రాందీ గ్లాసును పెదాలకు తాకి(గి)స్తూ అన్నాడు కామేశం.

అంతే! రామేశం చురుగ్గా చూశాడు కామేశం వంక.

రామేశంలో టెన్షన్ పెరిగిపోయింది. గ్లాసులో మిగిలిన విస్కీని గటగటా తాగేసి గ్లాసును విసిరి కొట్టాడు. తూలుతూ లేచి నిలబడ్డాడు.

"నా ప్రాణ సమానమైన విస్కీని అవమానించిన నిన్ను ఇంకా స్నేహితుడని అనుకోవడమంత బుద్ధి తక్కువతనం లేదు" కామేశాన్ని తినేటట్లు చూస్తూ అన్నాడు.

"స్నేహమా! అదీ నీతోనా? బ్రాందీ విలువ తెలియని అవివేకితో నాకు స్నేహమా? ఛీత్కారం చేశాడు కామేశం.

"అలాగా?"

"ఊ... అలాగే!"

"ఛీ! పో!"

"ఛీ ఛీ! పో!!"

రామేశం తూలుతూ వెళ్లిపోయి మరో చోట కూర్చున్నాడు. పెగ్గు పెగ్గుకూ

బ్రాందీని, కామేశాన్ని శపిస్తూ పీకలదాకా తాగాడు. విస్కీని నిరసిస్తూ కామేశమూ అంతే చేశాడు.

అర్థరాత్రి తరువాత విడివిడిగా ఇళ్లకు చేరారు.

అలా వాళ్లిద్దరూ బద్ధ శత్రువులయిపోయారు. తమ భార్యలు కూడా తమలాగా ఉండాలని కోరుకున్నారు. వాళ్లపై ఆంక్షలు విధించారు.

ఆ తరువాత భర్తల ఆజ్ఞానుసారం భార్యలూ నడుచుకున్నారు. గిల్లి కజ్జాలు పెట్టుకున్నారు. ఏదో ఒక వంకన ఒకరినొకరు సాధించుకోవడం పరిపాటయిపోయింది.

ఆ రోజు కమల, విమల వాళ్ల జీవితంలో చివరిసారిగా హోరా హోరీగా యుద్ధం చేసిన రోజు - అదిలా సాగింది!

ఆ సాయంత్రం విమల ఇల్లంతా కడిగి బాల్కనీ కడుగుతూంది. అప్పుడే కమల బయటకొచ్చి వాకిట్లో నిలబడడం విమల కడిగిన నీళ్లు బాల్కనీలోని ఔట్ లెట్ గుండా కమల నెత్తిమీద ధారాపాతంగా కురవడం ఒకేసారి జరిగిపోయాయి.

కమలకు వళ్లు మండిపోయింది. కోపం ముంచుకొచ్చింది. శాపనార్థాలు మొదలెట్టింది.

చీపురు పక్కనబెట్టి బయటకు తొంగి చూసింది విమల. కమల అవతారం చూసేసరికి నవ్వొచ్చేసింది విమలకి. నవ్వేసింది.

విమల నవ్వు చూసేసరికి మరింత ఉక్రోషం ముంచుకొచ్చింది కమలకు.

“చేసిన వెధవ పనికి సిగ్గుపడక పళ్లన్నీ కనబడేట్టు వెధవ నవ్వొకటి! బంగారం లాంటి చీర కాస్తా పాడైపోయింది. ఏం చూసుకుని ఈ మిడిసిపాటు?” కసిరింది.

“చాల్లేవమ్మా! నేనేమైనా కలగన్నానా? నువ్వెప్పుడూ వాకిట్లోనే నిలబడతావని? అనుకోకుండా జరిగిపోయింది. అంతమాత్రానికే నోరు పారేసుకుంటావెందుకు?” అందుకుంది విమల.

“హవ్వ! నీ నోరు పడిపోను! అణా మందం మేకప్‌కొట్టి హొయలు ఒలకబోస్తూ పగలస్తమానం బాల్కనీలోనే నిలువు కాళ్ల జపం చేసే నువ్వా నన్ను అనేది? నీకు పోయేకాలం వచ్చింది.’ మెటికలు విరిస్తూ శోకరస పోషణకు దిగింది కమల.

వీళ్ల గొడవ చెవులకు సోకీ సోకగానే మేస్తున్న చిరుతిండి అలాగే వదిలేసి ఆ దృశ్యాన్ని తిలకించడానికి పరుగుల మీద బయటకొచ్చి నిలుచుంది మీనాక్షమ్మ. అంతేకాక అవసరమైన చోటల్లా మాటలందిస్తూ వాళ్ల తగువు తారాస్థాయిని చేరుకునేందుకు తన శక్తివంచన లేకుండా తోడ్పడింది.

భార్యామణులిద్దరూ ఈ విధంగా విజృంభించి కొట్లాడుతుంటుండగా వాళ్ల పతి దేవుళ్లు ఏం చేస్తున్నారయ్యా!

వాళ్లిద్దరూ పోయి బార్‌లో కూర్చున్నారు. వాళ్లిద్దరితో పాటు కోదండపాణి కూడా ఉన్నాడు. అతనికి ప్రమోషన్ వచ్చింది. వాళ్లాఫీసులో మందు ప్రేమికులు కామేశం, రామేశం ఇద్దరే ఉండడం మూలంగా వాళ్లకు స్పెషల్ పార్టీ ఇస్తున్నాడు. ఒకరివైపు మరొకరు గుర్రుగా చూసుకుంటూ ఎదురెదురుగా కూర్చున్నారు బద్ధశత్రువులిద్దరూ వారిద్దరి మధ్యగా కోదండపాణి కూర్చున్నాడు.

బేరర్ వచ్చాడు.

"ఏం తీసుకుందాం గురూ?" కామేశాన్ని అడిగాడు కోదండపాణి.

"బ్రాందీ తప్ప మరొకటి సేవించి బ్రాందీకి ద్రోహం చెయ్యగలనా? ఐ ప్రిఫర్ బ్రాందీ" చటుక్కున సమాధానం ఇచ్చి ఎగతాళిగా రామేశంవైపు చూశాడు కామేశం.

రామేశానికి చిర్రెత్తుకొచ్చింది. వెంటనే అందుకున్నాడు. – "బ్రాందీకి మనకూ పడదుగురూ! మనిద్దరం విస్కీ కొడదాం. విస్కీ ఈజ్ మై ఫేవరెట్ డ్రింక్! ఏమంటావ్?"

"అదేం కుదరదు. నువ్వు నాతోపాటు బ్రాందీయే తాగాలి. మన స్నేహం మీద ఒట్టు" ఆవేశంతో అన్నాడు కామేశం.

"విస్కీని కాదని నువ్వు బ్రాందీని ముట్టుకుంటే నన్ను చంపినంత ఒట్టు. నీకు నేను కావాలో బ్రాందీ కావాలో తేల్చిచెప్పు" మరింత మొండిగా అన్నాడు రామేశం.

తల రెండు చేతులతో గట్టిగా పట్టుకుని "ఎరక్కపోయి మిమ్మల్నడిగాను బాబూ! నాకు బ్రాందీ వద్దు... విస్కీ వద్దు. నేను రమ్ము తీసుకుంటాను. బేరర్ ఈయనకు విస్కీ. ఆయనకు బ్రాందీ. నాకు రమ్ము – వెంటనే తెచ్చిపెట్టు" అరిచేంత పని చేశాడు కోదండపాణి.

మందొచ్చింది. పూజ ప్రారంభమయింది. ఎడముఖం పెడముఖంగానే కూర్చున్నారు రామేశం, కామేశం. అప్పుడప్పుడూ ఒకరివైపు ఒకరు కొరకొరా చూసుకుంటూ.

పానసేవ జోరుగా సాగిపోతోంది.

రామేశం అప్పుడే రెండో రౌండ్ ముగించాడు. మందు ప్రభావం అతని మీద అప్పుడే పనిచెయ్యడం ప్రారంభించింది. కళ్లు చికిలించి కామేశం వైపు చూశాడు. తరువాత కోదండపాణి వైపు వంగి మెల్లిగా అన్నాడు–

"ఒక రహస్యం చెప్తాను విను గురూ! ఎవరికీ చెప్పమాకు. బ్రాందీ ఉంది చూశావ్ – అది చాలా గొప్పదే గురూ! నిజానికి దాని స్పెషాలిటీ దానికుంది"

కామేశం కళ్లు పెద్దవి చేశాడు. పరవశంతో ఊగిపోయాడు.

"వినేశాను. నేను వినేశాను. ఎంత గొప్పోడివి గురువా నువ్వు! బ్రాందీ గొప్పదని ఒప్పుకున్నావు. నీలో ఉన్న స్పోర్టివ్‌నెస్ నాలో లేదు. నిజంగా నీకన్నా నేను చాలా హీనుడ్ని" లేచి నిలబడి ముందుకు వంగి రామేశం రెండు చేతులు పట్టుకున్నాడు.

రామేశం పొంగిపోయేడు. నవ్వేశాడు. కామేశం చెయ్యి మృదువుగా నొక్కి ఆ చెయ్యిని గట్టిగా ముద్దు పెట్టుకున్నాడు.

"మరి నన్ను నిన్ను ముద్దుపెట్టుకోనివ్వవా? ఒక్కటే. ఒక్కటంటే ఒక్కటే" ఆరాటపడి పోయాడు కామేశం.

"ఒక్కటేమిటి గురూ! వంద పెట్టుకో" ఆప్యాయంగా చూసాడు రామేశం.

కామేశం రామేశం ముఖంపై ముద్దుల వర్షం కురిపించేశాడు.

వాళ్లిద్దరి అన్యోన్యత చూసి మరింత సంబరపడిపోయాడు కోదండపాణి.

కామేశం తన సీటులో కూలబడ్డాడు. తన గ్లాసులో బ్రాందీ గుటకేయబోయి ఒక క్షణం ఆగి రామేశంతో అన్నాడు

"నీకు పిచ్చెక్కించే విషయం ఒకటి చెప్తున్నా! చెప్పేస్తున్నా! నాకూ విస్కీ తాగాలని ఉంది. మరి నాకు నీ విస్కీ రుచి చూపించవా?"

"అమ్మో అమ్మో అంతకన్నానా గురూ నువ్వు తాగుతానంటే ప్రపంచంలో విస్కీ మొత్తం తెచ్చి నీ గ్లాసులో పోసేస్తాను" తనప్పుడే నింపిన విస్కీ గ్లాసును కామేశం వైపు తోశాడు రామేశం ఎంతో ఇదైపోతూ.

"థాంక్స్ గురూ! నీ విస్కీ నాది. నా బ్రాందీ నీది- పుచ్చుకో" రామేశం గ్లాసులోని విస్కీ సిప్ చేస్తూ తన బ్రాందీ గ్లాసును రామేశానికి అందించాడు కామేశం.

ఆ తరువాత వాళ్లు మరింత దగ్గరయిపోయారు. ఒకరినొకరు నొప్పించినందుకు పరస్పరం క్షమాపణలు చెప్పుకుంటూ మందులో మునిగిపోయారు. తెలిన తరువాత కోదండపాణికి వీడ్కోలు చెప్పి ఒకే ఆటోలో ఇళ్లకుచేరారు.

మర్నాడు పొద్దున్న కామేశం భార్యతో అంటున్నాడు. "ఏమిటీ? నువ్వు రామేశం భార్యతో మరీ ఇదిగా ఉంటున్నట్లున్నావ్? ఒక బిల్డింగ్‌లో ఉంటున్నాం. ఒక కుటుంబంలా కలిసి కట్టుగా ఉండాలిగాని కలహాలు తెచ్చి పెట్టుకోవడం మంచిపనా? చెప్పు! సఖ్యతగా ఉండడం నేర్చుకో! అర్థమయిందా?"

అదే సమయంలో రామేశమూ భార్యకు హితబోధ చేస్తున్నాడు. "ఇదిగో చూడు! గోరంతలు కొండంతలు చేసి రభస చేయడం నీకు మరీ అలవాటయిపోయింది.

కామేశం భార్యతో నువ్వు రోజూ పెట్టుకుంటున్న కీచులాటల సంగతి నాకు తెలియదనుకుంటున్నావా? నువ్వు చేస్తున్న రాద్ధాంతం ఎప్పటికప్పుడు నా చెవులపడుతూనే ఉంది. ఈసారి మళ్లీ ఆమెతో తగువు పెట్టుకున్నావని విన్నానంటే ఊరుకోను. పిచ్చి పిచ్చి వేషాలు కట్టిపెట్టి ఆమెతో మాటలు కలుపుకో. తెలిసిందా?"

భర్త మాటలు వినగానే నిర్ఘాంత పోయింది విమల. గత సాయంత్రం జరిగిన రభస గుర్తుకొచ్చింది. ఇన్ని గొడవలు జరిగిన తరువాత మళ్లీ కమలతో మాటలు కలుపుకోవడమా? అసలు తన భర్త మాటమీదే కాదూ తను కావాలని కమలతో వైరం తెచ్చిపెట్టుకున్నది. ఏ మొహం పెట్టుకుని మళ్లీ ఇప్పుడు కమలను పలకరించేది? ఆమెకేమీ పాలుపోవడం లేదు. తనకేమీ పట్టనట్లు పేపర్ చదువుకుంటున్న భర్త వైపే వెర్రిగా చూస్తూ ఉండిపోయింది.

క్రింద వాటాలో కమల కూడా ఆ క్షణంలో తనున్న పరిస్థితిలోనే ఇరుక్కుపోయి అలాగే మనో వేదన అనుభవిస్తున్నదన్న సంగతి పాపం ఆమెకు తెలియదు.

❖❖❖

(ఆంధ్రజ్యోతి సచిత్ర వారపత్రిక - 24.6.77)

17

కసి

నరహరి టాక్సీ దిగాడు. పర్సుతీసి టాక్సీ డ్రైవర్‌కి అయిదు రూపాయిల నోటు అందించాడు. చిల్లర తీసుకున్నాడు. ఇంటివైపు నడవసాగాడు.

అతడు చాలా హుషారుగా ఉన్నాడు. భార్యను రైలెక్కించి అతడు స్టేషను నుండి తిరిగి వస్తున్నాడు. ఇక పదిరోజులవరకూ తను సర్వస్వతంత్రుడు. ఈ పదిరోజులు మేనక కౌగిలిలో స్వర్గ సౌఖ్యాలు అనుభవించవచ్చు.

మరో గంటలో మేనక తన ముందుంటుంది. తన భార్య మరీ చాదస్తురాలు. ఆమెను లాలించి బండెక్కించేసరికి తాతలు దిగొచ్చారు.

గుమ్మం దగ్గరే ఆగిపోయాడు నరహరి.

తాళం తీసుంది. కొంపదీసి దొంగలు పడలేదుకదా?

కంగారుపడ్డాడు. లోపల లైటు వెలుగుతోంది. తలుపులు ఓరగా తెరిచి ఉన్నాయి. సంశయిస్తూనే లోపలికి అడుగు పెట్టాడు.

"ఏమిటింత లేటు చేసారు? మీ గురించి చాల సేపటి నుండి ఎదురుచూస్తున్నాను" ఈ మాటలన్నది ఎదురుగా సోఫాలో కూర్చుని చిరునవ్వులు చిందిస్తున్న యువకుడు.

నరహరి తెల్లబోయాడు. ఆ యువకుడు తనకు పూర్తిగా అపరిచితుడు. ఇంతకు పూర్వం ఎప్పుడూ చూసిన గుర్తు కూడ లేదు.

మెల్లిగా తేరుకుని "మీరు...?" అంటూ ప్రశ్నార్థకంగా చూసాడు.

"కంగారుపడకండి. మీరు నన్ను ఇదివరలో ఎప్పుడూ చూడలేదు. నా పేరు కాళీ. మీతో చాల ముఖ్యమైన పని ఉండి వచ్చాను."

'కాళీయో? పాళీయో? ఇతని పేరు ఏదైతే తనకెందుకు? ఇతడు తాళం వేసి ఉన్న తన ఇంట్లోకి ఎలా రాగలిగాడు?' లోలోనే అనుకున్నాడు నరహరి.

"తాళం వేసి ఉండగా మీరు లోపలికి ఎలా రాగలిగారు?" తమాయించుకుని అడిగాడు.

బదులుగా చిరునవ్వు నవ్వాడా యువకుడు.

"ఒక మహత్తర కార్యసాధనకు పూనుకున్న నాకు మీ ఇంటి తాళం తెరిచి లోపలకు ప్రవేశించడం పెద్ద కష్టమైన పనేమీ కాదు."

నరహరి మనసులో సవాలక్ష సందేహాలు మెదులుతున్నాయి. ఎవరితడు? దొంగా? దొంగయితే అందినవి పట్టుకుని పారిపోక తనకోసం ఎందుకు కాచుకున్నాడు? తన మనసులోని భావాలేవీ ముఖంలో ప్రస్ఫుటం కాకుండా తగిన శ్రద్ధ తీసుకుంటూ "ఇంతకీ మీకేం కావాలి?" అన్నాడు విసుగును ప్రదర్శిస్తూ.

"కోప్పడకండి, చెప్తాను. తప్పకుండా చెప్తాను. ముందు అలా కూర్చోండి" కుర్చీ చూపించాడు కాళీ.

వళ్ళు మండిపోయింది నరహరికి. తన ఇంట్లో దొంగతనంగా జొరబడింది కాక, తనకు మర్యాదలు చేస్తున్నాడు.

"సిగరెట్ ఉందా?" అడిగాడు కాళీ.

నరహరి జేబులో నుండి సిగరెట్ పేకెట్ బయటకు తీశాడు.

"అరె! ఒక్కటే సిగరెట్ ఉంది" అంటూ అది కాళీకి అందియ్యబోయాడు.

"ఒక్కటే ఉందా? అయితే అది మీరే కాల్చండి" అన్నాడు కాళీ.

"ఫర్వాలేదు. మీరు కాల్చండి" అన్నాడు నరహరి.

"లేదు. ఆ సిగరెట్ మీరే కాల్చాల్సిన అవసరం ఎంతయినా ఉంది. ఇదిగో! ఈలోగా నేనిది తింటాను" జేబులో నుండి కాడ్ బరీస్ ఫైవ్ స్టార్ చాక్లెట్ బయటకు తీశాడు కాళీ.

అయోమయంగా చూస్తూ సిగరెట్ ముట్టించాడు నరహరి.

చాక్లెట్ నవులుతూ మెల్లిగా అడిగాడు కాళీ, "సిగ రెట్ ఎలా ఉంది."

గట్టిగా దమ్ములాగి ముక్కులగుండా పొగ వదుల్తూ, "ఏం అలా అడిగారు? సిగరెట్ తాగడం నాకేమీ కొత్తకాదే? మామూలుగానే ఉంది" కాళీని విచిత్రంగా చూస్తూ అన్నాడు నరహరి.

"ఎందుకంటే...?" ఒక క్షణం ఆగి నరహరి కళ్ళలోకి సూటిగా చూసాడు కాళీ.

"ఎందుకంటే ఇది మీరు జీవితంలో కాల్చే ఆఖరి సిగరెట్ కాబట్టి," తాపీగా అన్నాడు.

ఉలిక్కిపడ్డాడు నరహరి.

"అంటే?" కలవరపాటుతో అన్నాడు.

"అంటే... మీరు కాస్సేపటిలో చావబోతున్నారు. నేను మిమ్మల్ని చంపబోతున్నాను."

ఒక క్షణం గుండాగినంత పనయింది నరహరికి, చేతిలోని సిగరెట్ జారిపోయింది.

"ఏమిటి నువ్వనేది?" తడబడుతూ అన్నాడు.

"ఏమీ లేదు. వెరీ సింపిల్. కాళీ అనబడే నేను, నరహరి అనబడే నిన్ను చంపబోతున్నాను." ఏమాత్రం తొణక్కుండా అన్నాడు కాళీ.

అతడు తమాషాకు అనడం లేదని, సీరియస్‌గానే అంటున్నాడనీ అర్థమవుతూనే ఉంది నరహరికి, ఎలాగైనా తప్పించుకోవాలి. ఎలా? నాలుగు అడుగులు వేస్తే గుమ్మం చేరుకోగలడు. తరువాత తను వీధిలో ఉంటాడు. గట్టిగా అరిస్తే చాలమంది పోగవుతారు. రకరకాల ఆలోచనలు అతని మెదడులో మెదులుతున్నాయి.

"ఏమిటి ఆలోచిస్తున్నావు? ఎలా తప్పించుకోవాలనా? అలాంటి పిచ్చి ఆశ లేమి పెట్టుకోక, బ్రహ్మదేవుడు కూడ నిన్ను రక్షించలేడు." గట్టిగా నవ్వాడు కాళీ.

బిక్క మొగమేసాడు నరహరి.

ఒక క్షణమాగి, ఒక్క ఉదాటున లేచాడు. మెరుపులా బయటకు పరుగెత్తబోయాడు. కాని అతనికన్నా ముందు జాగ్రత్తతోనే ఉన్నాడు కాళీ. యముడిలా నరహరికి అడ్డంగా నిలబడ్డాడు. అతని చేతిలో మెరుస్తున్న కత్తి. నరహరికి చెమట్లుపడుతున్నాయి. గట్టిగా అరవాలనుకున్నాడు. గొంతు పెగల్లేదు. ఆపాదమస్తకం వణికిపోతున్నాడు.

"కూర్చో" అన్నాడు కాళీ. అతని గొంతు చాల కర్కశంగా ఉంది. అతని కళ్ళల్లోకి చూడలేకపోయాడు నరహరి. కాళీ కళ్ళల్లో నిప్పులు కురుస్తున్నాయి.

యాంత్రికంగా కుర్చీలో కూలబడ్డాడు నరహరి. కత్తిమొన అతని గడ్డం కింద పదునుగా గుచ్చుకుంటోంది.

"నన్నెందుకు చంపాలనుకుంటున్నావ్ ?" హీన స్వరంతో అన్నాడు.

"చెప్తాను. ఈ ఫోటో చూడు. ఈమెను ఎప్పుడైనా చూసిన గుర్తుందా?" కాళీ ఎడమ చేతిలో ఒక స్త్రీ ఫోటో ఉంది.

ఆమెను ఎరుగనన్నట్లు తల అడ్డంగా తిప్పాడు నరహరి.

"సరిగా చూడు. తప్పకుండా గుర్తొస్తుంది. "

నరహరి మళ్ళీ చూశాడు. కళ్ళు రెపరెపలాడాయి. ఆమెను గుర్తుపట్టినట్లు అతని ముఖకవళికలు తెలియజేస్తున్నాయి.

"అవును... ఈ మె... ఈమెకు నీకు ఏమిటి సంబంధం" గొణిగాడు నరహరి.

నొసలు చిట్లించాడు కాళీ.

జుట్టు పైకెగరేసాడు. పెదాలు అదురుతున్నాయి. చూపుడువేలు కసిగా కొరికాడు.

"గుర్తొచ్చిందా? నే నెవరో తెలిస్తే భరించలేవు. ఇదిగో! అనుభవించు" అంటూ నరహరి పొట్టలో గట్టిగా పొడిచాడు. ఎడమచేతితో నరహరి నోటిమీద గట్టిగా అదిమిపట్టాడు. కళ్ళు తేలవేసాడు నరహరి. మరో పోటు పొడిచాడు. కసిగా మరో పోటు మరింత కసిగా మరో పోటు.

అంతే! నరహరి పరలోకానికి పయనం కట్టాడు. జీవం లేని అతని శరీరం కుర్చీలో ఒరిగిపోయింది.

నిటారుగా నిలబడ్డాడు కాళీ. కత్తికున్న రక్తాన్ని నరహరి చొక్కాతోనే తుడిచాడు. కత్తిని మడిచి జేబులో పెట్టుకున్నాడు. కిందపడివున్న ఫోటోను తీసి జేబులో పెట్టుకున్నాడు.

2

టెలిఫోన్ మ్రోగడంతో చూస్తున్న ఫైలు పక్కకు నెట్టి రిసీవరు అందుకుని "హలో!" అన్నాడు కోణంగి.

"ఎవరు మాటాడేది?" అంది అవతలి కంఠం.

"ఇన్‌స్పెక్టర్ కోణంగిని మాట్లాడుతున్నాను."

"ఇన్ స్పెక్టర్ గారూ! నేనిప్పుడే ఒక హత్య చేసాను. శవం మీ కోసం ఎదురుచూస్తోంది. నేను చెప్పే అడ్రస్‌కి వచ్చి, శవాన్ని రిసీవ్ చేసుకోండి."

ఇన్‌స్పెక్టర్ కనుబొమలు చిట్లించాడు. అంతలోనే ఏదో గుర్తుకువచ్చి మెల్లిగా అన్నాడు.

"మిస్టర్! వేళాకోళాలాడానికి మీకింకెవరూ దొరక లేదా? ఈరోజు ఏప్రిల్ ఫస్టన్న సంగతి నాకు బాగా గుర్తుంది."

"ఓహ్! ఈరోజు ఏప్రిల్ ఫస్టన్న సంగతి నాకసలు గుర్తు లేనేలేదు. ఖర్మకాలి ఈరోజు ఏప్రిల్ ఫస్టయింది, నేను సీరియస్‌గానే మాట్లాడుతున్నాను" అన్నాడు అవతలి వ్యక్తి.

కోణంగి ముఖం గంభీరంగా మారిపోయింది.

"మీ రెక్కడనుండి మాట్లాడుతున్నారు?"

"నేను చంపిన వ్యక్తి పేరు నరహరి. ఆలస్యం చెయ్యక త్వరగా రండి. శవం అట్టే ఆలస్యాన్ని భరించలేదు," అడ్రస్ చెప్పి, ఫోన్ పెట్టేసాడు అవతలి వ్యక్తి.

సీటులోనుండి చివాలున లేచి టోపీ అందుకున్నాడు కోణంగి.

పావుగంట తర్వాత, నరహరి ఇంటిముందు పోలీస్ జీపాగింది. కోణంగి బయటకు దూకాడు. చకచకా ముందుకు సాగాడు. కానిస్టేబుల్స్ అతన్ని అనుసరించారు. అతడు గుమ్మంలో అడుగు పెట్టేలోగా ఒక యువతి నరహరి ఇంట్లోనుండి బయటకు దూసుకువచ్చింది. ఇన్‌స్పెక్టర్‌ని చూసి భయంతో ఆగిపోయింది.

"పరుగు పందాలలో పోటీ చెయ్యబోతున్నారా?" తాపీగా అడిగాడు కోణంగి.

"హ... త్య... హత్య జరిగింది. నరహరి గార్ని ఎవరో హత్యచేసారు" వణుకుతూ అందామె.

కోణంగి ఆమెను పరీక్షగా చూసాడు. ఆమెకు ఇరవై ఏళ్ళుంటాయి. అందంగా, నాజూకుగా ఉంది. విపరీతంగా భయపడిందన్న విషయం ఆమె ముఖకవళికలే తెలియజేస్తున్నాయి.

"లోపలికి పదండి" అన్నాడు కోణంగి.

కుర్చీలో ఒరిగి పడివున్న శవాన్ని చూసాడు. గదంతా పరకాయించి చూసాడు. వంగి నేలమీద తన దృష్టినాకర్షించిన వస్తువులను జాగ్రత్తగా తీసి భద్రపరిచాడు.

"మీ పేరు?" యువతివైపు తిరిగి అన్నాడు.

"మేనక" అంది ఆ యువతి మెల్లగా.

"మీకు నరహరి ఏమవుతారు?"

"ఆయన నా యజమాని. నేను ఆయన ఆఫీసులో స్టెనోగా పనిచేస్తున్నాను."

"అయితే ఈ టైంలో ఇక్కడేం చేస్తున్నారు?"

మేనక ఒక క్షణం మౌనంగా ఉండిపోయింది.

"ఏవో అర్జెంట్ లెటర్స్ డిక్టేట్ చెయ్యాలని నన్ను ఇంటికి రమ్మన్నారు. తీరా నేను వచ్చేసరికి ఆయన చచ్చి పడున్నారు. నాకు భయం వేసింది. ఏం చెయ్యాలో తోచలేదు. అలాగే బైటికి పరుగెత్తాను. అంతలో మీరు వచ్చారు. ఇంతకుమించి నాకేమి తెలియదు" ఇనస్పెక్టర్ ముఖంలోకి భయంగా చూస్తూ అంది.

"నరహరి గారు వంటరిగా ఉంటున్నారా?"

"కాదు. భార్య, ఇద్దరు పిల్లలతో ఉంటున్నారు. వారికి సంబంధించిన దగ్గర బంధువులెవరో పోయారట. భార్యను, పిల్లల్ని ఈ సాయంత్రం బండికే ఊరు పంపిస్తున్నానని ప్రొద్దున్న మాటల సందర్భంలో నాతో అన్నారు."

"అలాగా!" అంటూ తల పంకించాడు కోణంగి.

"సార్! మరి ఇక నేను వెళ్ళవచ్చునా?" భయంగా అడిగింది మేనక.

"నో! నో! అదెలా కుదురుతుంది. మీరు మాతో పోలీస్ స్టేషన్‌కి రావలసి ఉంటుంది. మీ వాంగ్మూలం తీసుకోవాలి. అలా కూర్చోండి," అనేసి రొటీన్ ప్రొసీడింగ్స్‌లో మునిగిపోయాడు కోణంగి.

3

రాత్రి పదకొండుగంటలు దాటింది.

పక్క మీద అసహనంగా అటునుండి ఇటు దొర్లాడు కాళీ. అతని మస్తిష్కం ఆలోచనలతో వేడెక్కిపోతోంది. అతనికి చాల చిరాకుగా ఉంది.

అతడు చంపాలని నిర్ణయించుకున్న రెండో జీవి రమణరావు కొద్దిలో తప్పించుకున్నాడు. తను చంపాలనుకున్న మొదటి వ్యక్తి నరహరిని ఏ ఆటంకమూ లేకుండానే మరో లోకానికి పంపించగలిగాడు.

వచ్చిన చిక్కల్లా ఈ రెండో శాల్తీతోనే. రమణా రావు జైలుకు వెళ్ళిన పక్షి. అంతకు క్రితంరోజే అతడు జైలునుండి విడుదల కావల్సిన రోజు. అలాగే అతడు విడుదలయ్యాడు కూడ. కాళీ చేసిన తప్పల్లా జైలుకు కొంచెం ఆలస్యంగా చేరుకోవడమే. ఈ లోపులోనే రమణారావు బయటకు రావడం, బయట ప్రపంచంలో కలిసిపోవడం రెండూ జరిగిపోయాయి.

జైలునుండి బయటకొచ్చిన ఖైదీ అతడు. అతనికి ఒక అడ్రస్ అంటూ లేదు. ఇప్పుడు అతన్ని ఎక్కడని వెదికి పట్టుకోవడం? వెదికి పట్టుకుని ఎలా తనకత్తికి ఎర చెయ్యడం?

జైలుకెళ్ళే దారిలో ఆ ఏక్సిడెంట్ జరక్కుండా ఉన్నట్లయితే తను సమయానికే అక్కడకు చేరుకుని ఉండేవాడు. ఇప్పుడిలా అతడ్ని వెదికి పట్టుకోవాలన్న సమస్యకూడ తనకు ఎదురై ఉండేదికాదు. ఏం చెయ్యాలి? ఎంత ఆలోచించినా అతని ఆలోచనలు ఒక దారికి రాలేదు.

కాళీ పక్కమీదనుండి లేచాడు. చాల దాహంగా ఉంది. ఫ్రిజ్ వైపు నడిచాడు. ఫ్రిజ్ తెరిచి కోకాకోలా ఒకటి తీసి తాగాడు. ఫ్రిజ్ మూసి మళ్ళీ పక్కవైపు నడిచాడు.

పక్క మీదకి ఒరగబోతూ ఉండగా ఏదో పడిన శబ్దం వినిపించింది.

కాళీ అలాగే నిలబడి ఉండిపోయాడు. ఏమిటా శబ్దం? పక్కగదిలోనుండి వచ్చివుండాలి. చరచరా బైటికి నడి చాడు. పక్కగది తలుపులు ఓరగా తెరిచివున్నాయి. లోపలంతా చీకటిగా ఉంది.

ఒక అడుగు లోపల వేసి తలుపు పక్క నేవున్న స్విచ్ నొక్కాడు. లైట్ ప్రకాశవంతంగా వెలిగింది. గదిలో ఎవ్వరూ లేరు.

స్టాండ్ మీద ఉండాల్సిన ఫ్లవర్ వేజ్ ముక్కలయి క్రింద పడివుంది. చుట్టూ పరీక్షగా చూసాడు. గదికి అవతల వైపున్న తెర కొద్దిగా కదలడంతో అటు తీక్ష ణంగా చూసాడు. తెర వెనుక రెండుపాదాలు కనిపిస్తున్నాయి.

నొసలు చిట్లించాడు కాళీ. జుట్టు పైకెగ రేసాడు. కుడి చేతి చూపుడు వేలును గట్టిగా కొరికాడు, ఏదో అనబోయి ఒక క్షణం ఆగాడు.

"ఎవరక్కడ తెరచాటున? మర్యాదగా బయటకు రా! పిచ్చిపిచ్చి వేషాలేస్తే నిర్దాక్షిణ్యంగా కాల్చిపారేస్తాను. నా చేతిలో పిస్తోలుంది" బెదిరించాడు.

రెండు క్షణాలు మౌనంగా గడిచాయి.

"ఏమిటి ఆలస్యం? నిజంగానే కాలుస్తాను. చేతులు పైకెత్తి బయటకు రా!" మళ్ళీ హెచ్చరించాడు. తెరచాటునుండి బయటకు వచ్చాడో వ్యక్తి. సంస్కా రంలేని

జుట్టు, మాసిన గడ్డం, వాడిన ముఖం, పెదాలపై విచిత్రమైన నవ్వు -

అతన్ని చూడగానే కాళీ కళ్ళు ఆనందంతో మెరిసాయి. వెదకబోయిన తీగ కాళ్ళకు తగిలింది. అత నెవరోకాదు. తనెవరి గురించి అయితే బుర్ర బద్దలు కొట్టుకుంటున్నాడో అతనే ఆ వ్యక్తి - తను చంపాలనుకుంటున్న రమణారావు. కాళీ బిగ్గరగా శ్వాసపీల్చి విడిచాడు.

"ఎవరు నువ్వు?"

" నేను... నేను దొంగను" అదోరకంగా నవ్వాడతడు.

"లోపలికి ఎలా ప్రవేశించావు?"

"దొంగకు దార్లే దొరకవా? మురికినీటి గొట్టంద్వారా పైకివచ్చాను. కంగారులో ఫ్లవర్ వేజ్ పడేసాను. దొరికి పోయాను. ఇక తరువాత కథ మీరు చెప్పాలి" నిర్లక్ష్యంగా అన్నాడతడు.

"నీ పేరు?"

"రమణారావు. నేను మొన్న జైలునుండి విడుదల అయ్యాను. ఈ రెండురోజుల నుండి తినడానికింత తిండి కూడా దొరకలేదు. చివరికి మీ ఇంటో దూరారు. మీరు మళ్ళీ పంపిస్తే తిరిగి జైలుకు వెళ్ళిపోతాను. ఇంకా తెలుసుకోవలసిన వివరాలేమైనా ఉన్నాయా?"

కాళీ అతడ్నే చూస్తూ ఒకక్షణం ఉండిపోయాడు. తరువాత మెల్లిగా అన్నాడు- "సరే పద! భోంచేద్దువు గాని."

రమణారావు కళ్ళు విచిత్రంగా మెరిసాయి. కాళీ డైనింగ్ హాల్ వైపు నడిచాడు. రమణారావు అతన్ని అనుసరించాడు.

4

ఆత్రంగా భోంచేస్తున్నాడు రమణారావు. అతన్నే పరిశీలనగా చూస్తూ కూర్చున్నాడు కాళీ.

"భోజనం చాల రుచికరంగా ఉంది. వంట ఎవరు చేసారు ?" అన్నాడు రమణారావు.

"మా వంటమనిషి."

"ఆమె ఎక్కడ?"

"ఏం? ఎందుకు?"

"ఆమెకు నేను థాంక్స్ చెప్పాలి."

"ఆమె లేదు. రోజూ సాయంత్రం వంటచేసేసి, తన ఇంటి కెళ్ళిపోతుంది."

రమణారావు, కాళీ వంక చూస్తూ అన్నాడు– "మీరు ఒక్కరే ఉంటున్నారా? మీకింకా పెళ్ళి కాలేదని అర్థమవుతూ నేవుంది. నా ఉద్దేశం నౌకరెవరూ లేరా అని!"

"నౌకరు రెండు రోజులు సెలవడిగి స్వగ్రామం వెళ్లాడు. ప్రస్తుతానికి నేను వంటరి నే"

"అలాగా!" సాలోచనగా అన్నాడు రమణారావు.

"భోంచేస్తూ ఉండు, నేనిప్పుడే వస్తాను."

"పోలీసులకు ఫోన్ చెయ్యడానికి వెళ్తున్నారా?"

కాళీ నవ్వాడు. "లేదు. నిన్ను పోలీసులకు అప్పగించే ఉద్దేశం నాకు లేదు."

"థాంక్స్!"

"నో మెన్షన్!"

కాళీ మళ్ళీ తిరిగి వచ్చేసరికి అతడింకా తింటూనే ఉన్నాడు.

"నీ కెవ్వరూ లేరా?"

"భార్యాపిల్లలు కారు ఏక్సిడెంటులో పోయారు. నేను స్మగ్లింగ్ రేకెట్ నడుపుతూ పట్టుపడ్డాను. నేను అలా పట్టుబడడానికి కారణం కూడ నేను ప్రాణ స్నేహితుడని నమ్మిన ఒక మిత్రద్రోహి మూలంగానే.

ఇక పోతే. నన్నాదరించే స్నేహితుడొకడున్నాడు. అతని పేరు నరహరి. కాని నేను వెళ్లేసరికే అతడ్ని ఎవరో ఘోరంగా పొడిచి చంపారన్న వార్త తెలిసింది."

"సరే సరే! భోజనం కానియ్!" అంటూ జేబులో నుండి కాడ్ బరీస్ ఫైవ్ స్టార్ పేకెట్ బయటకు తీసాడు కాళీ.

"వంకాయకూర ఎలా ఉంది?" అడిగాడు కాళీ చాక్లెట్ కొరుకుతూ.

"బ్రహ్మాండంగా ఉంది. అసలు వంకాయకూరంటె నేను పడిచస్తాను,"

"అయితే తృప్తిగా తిను. వంకాయకూర తినడం నీకిదే ఆఖరుసారి. మళ్ళీ మరోమారు వంకాయకూర తినడం నీకు కుదరదు."

అర్థంకానట్లు చూసాడు రమణారావు.

"పోనీలెండి. వంకాయకూర దొరక్కపోతే మిగతా కూరలతోనే సర్దుకుంటాను," అంటూ నవ్వేసాడు. రమణారావు భోజనం పూర్తయింది. చేతులు టవల్‌కి తుడుస్తూ కాళీ వంక చూసి అన్నాడు– "దొంగనైనా చాల మర్యాద చేసారు. మరి నాకిక సెలవు ఇప్పించండి."

" సెలవా? అదెలా కుదుర్తుంది? నీతో నాకు చాల ముఖ్యమైన పని ఉంది."

"నాతో పనా? ఏమిటది?"

"ఏం లేదు. నిన్ను నేను చంపాలనుకుంటున్నాను" ఎంతో తేలికైన విషయం చెప్పినట్లు అన్నాడు కాళీ పళ్ళు కోసే కత్తి అటు ఇటూ త్రిప్పుతూ.

తలమీద పిడుగు పడ్డట్లు ఫీలయ్యాడు రమణారావు .

"ఏమిటి మీర నేది?" అదిరిపాటుతో అన్నాడు.

"కొద్ది సేపటిలో నేను నిన్ను చంపబోతున్నాను."

"అన్యాయం. తిండి పెట్టి ఆదరించిన మీరు ఇంత ఘోరంగా ప్రవర్తిస్తారంటే నేను నమ్మలేను. ప్లీజ్ !... నన్ను చంపకండి" భయపడుతూ అన్నాడు రమణా రావు.

"ఘోరంగా ప్రవర్తిస్తున్నది నేను కాదు. ఘోరాతి ఘోరంగా ప్రవర్తించింది నువ్వు. ఆ పాపానికే నువ్వు శిక్ష ననుభవించబోతున్నావు" చివాలున జేబులో నుండి ఫొటో బయటకు లాగాడు కాళీ.

"చూడు! ఈ ఫొటో సరిగ్గా చూడు. ఈమెను నువ్వు గుర్తు పట్టగలవా?" రమణారావు మీదకు ఒరుగుతూ అన్నాడు కాళీ.

రమణారావు దీక్షగా ఫొటోవైపు చూశాడు, ఫొటో లోని స్త్రీని గుర్తు పట్టడానికి ప్రయత్నం చేస్తున్నాడు. అతని కళ్ళు పెద్దవయ్యాయి.

"ఆ... గుర్తొచ్చింది... ఇంతకీ..."

"మరి నన్ను గుర్తు పట్టగలవా?" నవ్వాడు కాళీ.

అయోమయంగా చూసాడు రమణారావు.

"గుర్తు పట్టలేవు. చెప్పినా విని భరించలేవు. అందుకే నిన్ను చంపబోతున్నాను" కాళీ చేతిలో కత్తి వాడిగా

మెరిసింది.

నొసలు చిట్లించాడు కాళీ. జుట్టు పైకెగరేసాడు. చూపుడువేలు గట్టిగా కొరికాడు.

భయంతో వణకసాగాడు రమణారావు.

"నన్ను చంపొద్దు, దయచేసి క్షమించి వదిలిపెట్టు" అతని మాటలు పూర్తయ్యే లోపలే కాళీ చేతిలో కత్తి అతని పొట్టలోకి విసురుగా దిగి, మళ్ళీ రెండోసారి దిగడానికి సిద్ధమైంది. కసిగా పోటుమీద పోటు పొడిచాడు కాళీ.

రమణారావు ప్రాణాలు బొందిని విడిచి బయటకు వచ్చేసి గాల్లో కలిసిపోయాయి.

బరువుగా శ్వాస విడిచాడు కాళీ. నుదురుకు పట్టిన చెమటలు తుడుచుకున్నాడు.

పక్కనేవున్న కుర్చీలో కూలబడ్డాడు.

ఫొటో వంక రెండు క్షణాలు చూస్తూ ఉండిపోయాడు. అప్రయత్నంగా రెండు కన్నీటి బొట్లు అతని కళ్ళనుండి ! జారాయి.

"భగవాన్! నన్ను క్షమించు," లోలోనే గొణిగాడు.

5

టేబిల్ లాంప్ ముందు కూర్చుని ఏదో వ్రాసుకుంటూ గట్టిగా ఆవులించాడు కోణంగి. నిద్ర వచ్చేస్తోంది. ఇక రాత సాగేట్లు లేదు. తల తిప్పి చూసాడు.

ఆ పక్కన భార్య అందంగా నిద్రపోతోంది. అలాగే చూస్తూ ఉండిపోయాడు. అలా చూస్తూవుంటే అతనిలో ఏదో తియ్యని ఊహ రేగింది. మంచం వైపు నడవబోయాడు.

ఇంతలో చప్పుడు చేస్తూ టెలిఫోన్ మోగడంతో విసుగ్గా ఫోన్ అందుకుని హలో! అన్నాడు.

"కోణంగి గారేనా మాటాడేది?""

"అవును. ఇన్స్పెక్టర్ కోణంగినే మాట్లాడు తున్నాను."

"ఇన్‌స్పెక్టర్ గారూ! నేను మరో హత్య చేశాను. హతుడి పేరు రమణారావు. శవాన్ని రైల్వే వంతెన దగ్గర పారేసాను" అంటూ ప్రాంతం వివరాలు తెలియజేసాడు అవతలి వ్యక్తి.

ఇన్ స్పెక్టర్ కోణంగి ఆ గొంతును గుర్తు పట్టాడు. నరహరి హత్య జరిగినప్పుడు తనకు ఫోన్ చేసిన వ్యక్తే అతడు.

"మిస్టర్! మీరెందుకిలా హత్యలు చేస్తున్నారు?"

నవ్వాడు అవతలి వ్యక్తి. "కసి ఇన్స్పెక్టర్! కసి!! అందుకే చంపుతున్నాను.'

"మీరు చట్టాన్నుండి తప్పించుకోలేరు. మీ అంతట మీరు చట్టానికి లొంగిపోతే మంచిది," సలహా ఇస్తున్నట్లుగా అన్నాడు కోణంగి.

"సారీ! కోణంగి గారూ! చట్టానికి లొంగిపోవడానికి నాకే అభ్యంతరమూ లేదు కాని, నేను చెయ్యాల్సిన హత్యలు ఇంకా రెండున్నాయి. ఆ రెండూ పూర్తి చేసిన తరువాత మీరు చెప్పిన విషయం గురించి ఆలోచిస్తాను."

"మీరింకా ఎవరిని చంపాలనుకుంటున్నారు?"

"పూర్తి వివరాలు చెప్పి నా అంతట నేనే లక్ష్యసాధనకు అవరోధాలు కల్పించుకునే సాహసం చెయ్యలేను. అయినా అడిగారు కాబట్టి, ఒక్క విషయం మాత్రం చెప్తాను.

నేను ముందు నరహరిని చంపాను. అతని పేరులో వున్న మిగిలిన మూడు అక్షరాలు పూర్తి చెయ్యడం నా లక్ష్యం. ఇప్పుడు రమణారావును చంపాను. అంటే 'నర' పూర్తయింది. ఇక హరి మిగిలుంది. నేను చంపాలనుకున్న నలుగురి పేర్లలో మొదటక్షరాలు కలిపితే నేను చంపిన మొదటి వ్యక్తి పేరు వచ్చింది. ఇది కేవలం కాకతాళీయమేననుకోండి. ఇక ఉంటాను. మూడో హత్య చేసిన తరువాత మళ్ళీ ఫోన్ చేస్తాను."

అవతల ఫోన్ పెట్టేసిన శబ్దం రాగానే ఒక చిన్న నిట్టూర్పు విడిచి, తనూ ఫోన్ పెట్టేసాడు కోణంగి.

మెలుకువ వచ్చింది కాబోలు, అతని భార్య లేచి అతని వేపే దీక్షగా చూస్తోంది.

"ఏమిటి?" అంది.

"ఏముంది? మామూలే! చావు కబురు" అని విసుక్కుంటూ యూనిఫారం వేసుకోసాగాడు.

కోణంగి మందీమార్బలంతో శవమున్న చోటికి చేరుకునే సరికి మరోగంట గడిచింది.

శవం ఒక చెట్టుకింద పడివుంది. చుట్టూ చీకటిగా వుంది. ఆ చోటంతా నిర్మానుష్యంగా వుంది. శవాన్ని

పరీక్షించాడు కోణంగి.

శరీరం నిండా కత్తిపోట్లు. సరిగ్గా నరహరి చంపబడ్డ విధంగానే ఇతడూ చంపబడ్డాడు. శవం పడివున్న చోట రక్తం కారిన ఛాయలేమీ లేకపోవడం గమనించాడు కోణంగి, ఎక్కడో హత్యచేసి ఇక్కడకు తీసుకువచ్చి

పారేసి వుండాలని తేలికగానే ఊహించాడు.

ఇంతలో అతనిదృష్టి నాకర్షించింది అక్కడే పడి వున్న 'కాడ్ బరీస్ ఫైవ్ స్టార్' కాగితం. దాన్ని తీసి భద్రం చేసాడు కోణంగి.

నరహరి శవం వద్దకూడ సరిగా ఇలాంటి రేపరే దొరికింది. అక్కడ దొరికిన సిగరెట్ పీకపై వున్న వేలిముద్రలు హతుని వేలిముద్రలతో సరిపోయాయి. చాక్లెట్ రేపర్ మీదున్న వేలిముద్రలు బహుశా హంతకుడివై వుంటాయని తను అనుకున్నాడు. దీన్ని బట్టి హంతకుడికి ఫైవ్ స్టార్ చాక్లెట్ తినే అలవాటు బాగా వుందని తెలుస్తోంది. హంతకుడ్ని పట్టిచ్చేందుకు తనకుపకరించే 'క్లూ' ఇది ఒక్కటి మాత్రమే.

హంతకుడు తరువాత చంపబోయేది 'హ' అక్షరంతో 'మొదలయ్యే పేరున్న వ్యక్తిని. కాబట్టి 'హ, రి' అక్షరాలతో పేరు మొదలయ్యే వ్యక్తులు జాగ్రత్తగా ఉండాలని

వెంటనే ప్రకటన చెయ్యాలి అనుకున్నాడు ఇన్‌స్పెక్టర్ కోణంగి.

6

సిగరెట్ వెలిగించి షాప్ దగ్గరే నిలబడి ఆ సాయంత్రం పేపర్ చూస్తున్నాడు కోణంగి.

"ఆరు కాడ్ బరీస్ ఫైవ్ స్టార్ చాక్లెటివ్వండి."

పిడుగు మీదపడ్డట్లు ఫీలయ్యాడు కోణంగి, ఆ మాటలు తన చెవికి సోకగానే.

పేపరులో ముఖం దాచుకుంటూ ఓరగా అవైపు చూసాడు. షాపులో నిలబడివున్నాడు ఓ యువకుడు. షాపువాడిచ్చిన చాక్లెట్లు తీసుకుని బిల్లు చెల్లించాడు. మెల్లిగా వెనుతిరిగాడు.

పాతికేళ్ళుంటాయతనికి. అందంగా వున్నాడు. చాల అమాయకమైన ముఖం. అతడు హత్యలు చేస్తాడంటే ఎవరూ నమ్మలేరు.

అతడు రోడ్డెక్కాడు. కోణంగి అతన్నే గమనిస్తు న్నాడు. కాసేపాగి పేపరు మడిచి అతడ్ని అనుస రించాడు. తను మఫ్టీలో వున్నాడు. అతడు తనను చూడకుండా జాగ్రత్తపడ్డాడు.

ఆ యువకుడు బస్టాప్‌లో ఆగాడు. అతనికి కొంత దూరంలో ఆగాడు కోణంగి. రెండు బస్సులు వచ్చాయి. వెళ్ళిపోయాయి. వాటిలో యువకుడు ఎక్కలేదు, కాచుకున్నాడు కోణంగి.

మరో బస్ వచ్చింది. యువకుడు బస్సెక్కాడు. మెరుపులా పరుగెత్తి కోణంగి కూడ బస్సెక్కాడు. ఆ యువకుడు కూర్చున్న రెండుసీట్లు వెనుక కూర్చున్నాడు. యువ కుడు ఎక్కడికి టికెట్ అడిగింది జాగ్రత్తగా గమనించాడు. తనూ అక్కడికే టికెట్ తీసుకున్నాడు.

బస్ వేగంగా పరుగెడుతోంది. కోణంగి మనసులో ఆలోచనలు కూడ అంతకుమించిన వేగంతో పరుగెడు తున్నాయి.

ఎక్కడో బస్ ఆగడంతో కోణంగి ఆలోచనల్లో నుండి బయటపడ్డాడు. ముందుకు చూసాడు. యువకుడు లేడు. బస్సంతా చూసాడు. లేడు. అతడు టికెట్ తీసుకున్న బస్‌స్టాప్ ఇంకా చాలదూరం ఉంది.

కిటికీలో నుండి బయటకు చూసాడు. అంతదూరంలో కనిపించాడు యువకుడు. అమ్మయ్య! ఫర్వాలేదు. అంత వరకూ తను అదృష్టవంతుడే. దిగ్గున లేచాడు. ఈలోగా బస్ కదిలింది. పరుగెడుతున్న బస్‌లో నుండి దూకేసాడు కోణంగి.

మధ్యలోనే ఎందుకు దిగిపోయాడతడు? తను అనుసరిస్తున్నట్లు పసిగట్టాడా? ఏమో?

యువకుడు రోడ్డుమీద నిలబడి అటూ ఇటూ చూసాడు.

అతని దృష్టిలో పడకుండా తప్పుకున్నాడు కోణంగి. రోడ్డు క్రాస్ చేసాడతడు. ఎదురుగావున్న పోస్ట్ బాక్స్ వైపు నడిచాడు. ఏదో ఉత్తరం పోస్టుచేశాడు. మళ్ళీ ముందుకు కదిలాడు. ఒక బస్ స్టాప్‌లో ఆగాడు. కోణంగి కూడ ఆగిపోయాడు.

యువకుడు వెళ్తోన్న ఆటోను ఆపాడు. మెరుపులా ఎక్కి కూర్చున్నాడు. ఆటో కదిలింది.

ఉలిక్కిపడ్డాడు కోణంగి. వెంటనే ఆటు వస్తున్న ఖాళీ టాక్సీ ఆపి ఎక్కాడు. ఆటోను అనుసరించమన్నాడు. ఆటో మలుపులు, సందులు తిరుగుతోంది. వెనుకనే అనుసరిస్తున్నాడు కోణంగి. ఒక చిన్న మేడ ముందు ఆగింది ఆటో. కొంతదూరంలోనే టాక్సీ ఆపించాడు కోణంగి.

యువకుడు దిగి డబ్బిచ్చి ఆటోను పంపించేసి తిన్నగా మెట్లెక్క సాగాడు.

కోణంగి మేడ ముందుకు వచ్చి ఆగాడు. ఒక క్షణం ఆలోచించి తనూ మెట్లెక్కాడు. మేడపైన రెండు వాటాలున్నాయి. ఒక వాటాకు బయట తాళం వేసి వుంది.

కాబట్టి రెండో వాటాలోకే యువకుడు వెళ్ళి వుండాలి.

తలుపులు మూసివున్నాయి. తోసి చూశాడు. తెరుచుకోలేదు. లోపలినుండి గడియపెట్టి వుండాలి. గది గుమ్మం పక్కనే వున్న నేమ్ ప్లేట్ చూసి అదిరిపడ్డాడు కోణంగి.

"ఎన్. హనుమంతరావు, ఎమ్.ఎస్.సి." అని వ్రాసివుంది.

'హ' అంటే హనుమంతరావు. మూడోహత్య జరగబోతోంది. ఎలాగయినా ఆపాలి. ఇక ఆలస్యం చేస్తే ఊహించిన అనర్థం కాస్తా జరిగిపోతుంది. కాబట్టి తను త్వరపడాలి.

ఇంకా పైకి టెర్రస్‌మీదికి వెళ్ళడానికి మెట్లున్నాయి. చకచకా మెట్లెక్కి పైకి వెళ్ళాడు. బాగా పరిశీలించాడు.

కింద గోడ పక్కగా వున్న గొట్టం సాయంతో బాల్కనీలోకి దూక డానికి అవకాశముంది. ఇక ఆలస్యం చెయ్యలేదు కోణంగి. గొట్టం పట్టుకుని క్రిందకు దిగజారాడు. బాల్కనీలోకి దూకాడు. గదిలో నుండి బాల్కనీలోకి వచ్చే తలుపు కూడ మూసివుంది.

ఆ పక్కనే ఒక పెద్ద పాత డ్రమ్ము వుంది. ఆ డ్రమ్ము ఎక్కితే వెంటిలేటరు

అందుకోవచ్చు. జాగ్రత్తగా డ్రమ్ము పైకి ఎక్కాడు. జాగ్రత్తగా బాలెన్స్ చేస్తూ వెంటిలేటర్ అందుకుని లోపలికి తొంగిచూసాడు.

అంతే! అతని కళ్ళు పెద్దవయ్యాయి. లోపలి దృశ్యం చూసి ఒక్క క్షణం ఊపిరిపీల్చడం మానేసాడు.

ఆ గదిలో డబుల్ కాట్ వుంది. ఆ మంచంమీద ఒక వైపు ఆ యువకుడు మోచేతులమీద ఆనుకుని పడుకుని వున్నాడు. అతనికి అభిముఖంగా ఒక యువతి అదేవిధంగా పడుకుని వుంది.

యువకుడు తన పళ్ళమధ్య ఫైవ్ స్టార్ చాక్లెట్ ఇరికించి పట్టుకుని వున్నాడు. ఆ యువతి ముందుకు జరిగి ఆ చాక్లెట్‌ను కాస్త కొరికి తింది. ఆ తరువాత చాకెట్‌ను తన పళ్ళమధ్య ఇరికించి పట్టుకుంది. ఈసారి రెండో చివర యువకుడు కొరికాడు. కొరికి తింటూ అంటున్నాడు.

"విమలా! నేను ఆలస్యం చేస్తే నువ్వు భరించలేవని నాకు తెలుసు. అందుకే వీలైనంత త్వరగానే బయలు దేరాను. బస్సెక్కాను. తీరా బస్సెక్కిన తరువాత గుర్తొచ్చింది. ప్రొద్దున్న నువ్వు పోస్టు చెయ్యమని యిచ్చిన ఉత్తరం పోస్టు చెయ్యలేదని. అసలే నా మతిమరుపు గురించి నువ్వు ఆటలుపట్టిస్తూ ఉంటావు. ఈసారి మరీ ఎగతాళి చేస్తావని పోస్టు బాక్స్ కనిపించిన చోట బస్ దిగేసి ఆ ఉత్తరం పోస్టు చేసేసాను. నీ ముందు వాలాలన్న తొందర. అందుకని బస్ కోసం టైం వేస్ట్ చెయ్యడం ఇష్టంలేక ఆటోలో వచ్చేసాను. ఈసారి మతిమరుపును జయించినందుకు నువ్వు నాకు స్పెషల్ ప్రెజెంట్ ఇవ్వాలి."

"ఏమిటది?" అస్పష్టంగా అంది విమల.

"తెలీదూ? ఇది" ఆమె బుగ్గమీద గట్టిగా ముద్దు పెట్టుకున్నాడు యువకుడు.

విమల కిలకిలా నవ్వింది.

శృంగారం చూస్తుంటే ఇక్కడ కోణంగికి నరాలు వేడెక్కుతున్నాయి.

చాక్లెట్ను మళ్ళీ యువకుడు కరిచి పట్టుకున్నాడు. విమల చాక్లెట్ కొరికింది. తింటూ అంది.

"నేనంటే మీ కెంత ప్రేమండీ! ఏది మర్చిపోయినా ఈ చాక్లెట్లు తేవడం మాత్రం మరిచిపోరు కదా!"

నవ్వుతూ యువకుడు చాక్లెట్ కొరికాడు. మళ్ళీ విమల కొరికింది. ఆ తరువాత అతడు. చాక్లెట్ చివరిముక్క విమల కొరికేసి తినేసింది.

"మరి నాకేది చాక్లెట్? చివరి ముక్క నువ్వు కొరికేసావు కాబట్టి నీ పెదాలు

నేను కొరికేస్తాను" అంటూ ఆమెమీద పడ్డాడతడు. ఆమె నవ్వుతూ తప్పుకోబోయింది. అతడు సాగనివ్వలేదు.

కోణంగికి పిచ్చెక్కిపోయినట్లవుతోంది. ఆ ప్రేమజీవుల వింతధోరణి కళ్ళప్పగించి చూస్తూ తన ఒళ్ళు తానే మరిచిపోయి బాలెన్స్ తప్పాడు. పెద్ద చప్పుడు చేస్తూ డ్రమ్ము దొర్లింది. దాంతోపాటు కోణంగి క్రిందపడ్డాడు. ఛీ! పూర్తిగా రాంగ్ ట్రాక్. తను అనవసరంగా ఇతడ్ని అనుసరించి ఫూలయ్యాడు. ఇక ఫూల్ కాకుండ చూసుకోవాలి. మెల్లిగా లేవడానికి ప్రయత్నం చెయ్య సాగాడు.

ఈలోపుగానే బాల్కనీ తలుపు తెరుచుకుంది. యువకుడు తొంగిచూసాడు. కోణంగిని ప్రశ్నార్ధకంగా చూసాడు.

కోణంగి ముఖం సీరియస్‌గా మార్చుకున్నాడు.

"అయామ్ ఇన్ స్పెక్టర్ కోణంగి!" అంటూ డాంబికాన్ని ప్రదర్శిస్తూ జేబులో నుండి ఐడెంటిటీ తీసి యువకుడికందించాడు.

అది చూడగానే యువకుడి ముఖంలో రంగులు మారాయి.

"రండి సార్! లోపలికి రండి" అన్నాడు తడబాటుతో. ఠీవిగా లోపలికి అడుగు పెట్టాడు కోణంగి. భయపడుతూ ఒక మూలకు ఒదిగి నిలబడ్డ విమల వైపు తీక్షణంగా చూసాడు.

"ఈమె ఎవరు?"

"నా భార్య సార్."

"ఈ ఇంట్లో ఇంకా ఎవరెవరుంటున్నారు?"

"మేమిద్దరమే సార్! మాకీ మధ్యనే పెళ్ళయింది."

"మీ పేరు?"

"హనుమంత రావు"

"ఏం చేస్తుంటారు?"

"లెక్చరర్ గా పనిచేస్తున్నాను."

"సరే! నేను మీ ఇల్లు ఒకసారి పరిశీలించాలి" గంభీరంగా అన్నాడు కోణంగి.

కోణంగికి తెలుసు అదంతా అనవసరమని, అయినా తప్పదు. తను పొరబడ్డానని, తను వెధవనయ్యావని వాళ్లకు తెలియకుండా వుండాలని, నమ్మించాలని ఈ తాపత్రయం. తన పరువు కాపాడుకోవాలి మరి.

అన్ని గదులు గాలించాడు కోణంగి, బాత్ రూమ్, లెట్రిన్ కూడ తెరిచి చూసాడు. సాలోచనగా తల పంకిస్తూ హనుమంత రావు వైపు తల తిప్పాడు.

"చూడండి హనుమంత రావు గారూ! మీరు చాల జాగ్ర త్తగా ఉండాలి. ఒక హంతకుడ్ని వెంబడిస్తూ నేనిక్కడికి వచ్చాను. అతడు మీ మెట్లెక్కినట్లు గమనించి నేను మీ బాల్కనీలో ప్రవేశించాను. డామిట్! తప్పించుకున్నాడు. 'హ' అనే అక్షరంతో మొదలయ్యే పేరుగల వ్యక్తిని అతడు చంపాలనుకుంటున్నాడు. కాబట్టి మీరుకూడ జాగ్రత్తగా ఉండడం అవసరం. రాత్రిళ్ళు జాగ్రత్త. తెలియని వ్యక్తులెవ్వరికీ తలుపులు తియ్యొద్దు. ఇక నేను వెళ్తాను. బట్ బి కేర్ ఫుల్" అంటూ బయటకు నడిచాడు.

దంపతులిద్దరూ ఒకరి మొఖాలొకరు చూసుకుంటూ ఉండిపోయారు.

రోడ్డుమీదకు వచ్చి అనుకున్నాడు కోణంగి– 'చాక్లెట్ ఎంత పని చేసింది? నన్ను ఫూల్ని చేసిపారేసింది. ఐనా, ఇతడిమీద ఎందుకైనా మంచిది నిఘా వేసి వుంచాలి.'

7

మూన్ లైట్ బార్ చాల సందడిగా వుంది.

లోపల పాశ్చాత్య సంగీతం వినవస్తోంది. నిజానికి ఆ సంగీతాన్ని విని ఆనందించే పరిస్థితుల్లో ఆ బార్లో వాళ్ళెవ్వరూ లేరు. ఎవరి లోకంలో వాళ్ళున్నారు. ఒకమూలగా ఉన్న టేబుల్ దగ్గర కూర్చుని విస్కీ తాగుతున్నాడు హరిగోపాల్.

గ్లాసులో ఉన్న చివరి పెగ్గు మింగేసి సిగరెట్ పేకెట్ కోసం టేబిల్ మీద చెయ్యి పెట్టి తడిమాడు. అతి కష్టం మీద అందుకుని సిగరెట్ తీయాలని ప్రయత్నించాడు. కాని సిగరెట్ రాలేదు. తల గట్టిగా విదిలించి బరువుగా ఉన్న కళ్ళను గట్టిగా చిట్లించి తన చేతిలో వున్న వస్తువును పరీక్షగా చూసాడు. అది సిగరెట్ పేకెట్ కాదు. ఫైవ్ స్టార్ చాక్లెట్ పాకెట్.

అప్పుడే తలెత్తి ఎదురుగా కూర్చుని వున్న కాళీని చూసాడు. చూసి "నమ స్తే! నమ స్తే!" అన్నాడు బిగ్గ రగా నవ్వుతూ.

కాళీ కూడ నవ్వి "నమస్తే" అన్నాడు.

"మీరు మాంత్రికులా?"

"కాదే?"

"మరి మీకు మెస్మరిజం వచ్చా?"

"ఏం అలా అడుగుతున్నారు?"

"మరి నా సిగ రెట్ పేకెట్ చాక్లెట్గా ఎలా మారిపోయింది?""

నవ్వాడు కాళీ, "ఆదేం మారలేదు. ఆ చాక్లెట్ నాది. మీ సిగరెట్లు ఆ పక్క గా వున్నాయి. సరిగ్గా చూడండి."

హరిగోపాల్ తల పక్కకుతిప్పి చూసాడు. సిగరెట్ పేకెట్ చూసి గట్టిగా నవ్వాడు.

"నమస్తే! నమస్తే" అంటూ పలుకరించాడు.

"ఇందాకటినుండి వంటరిగా తాగుతున్నానని బెంగ పడిపోయాను. ఇక నాకు బెంగ లేదు. మీరు నాకు కంపెనీ ఇస్తారు కదూ?" కళ్ళు చికిలిస్తూ అన్నాడు హరిగోపాల్.

"ష్యూర్ " అన్నాడు కాళీ.

ఇద్దరి గ్లాసులూ తనే నింపాడు. గ్లాసెత్తి ఛీర్స్ అన్నాడు. "ఛీర్స్ కాదు. నమస్తే! నమస్తే! అనాలి" అన్నాడు హరిగోపాల్. తన గాసును కాళీ గ్లాసుతో తాకినూ.

కాళీకూడ నవ్వుతూ "నమస్తే! నమస్తే!" అన్నాడు.

"అదీ! అలా రండి దారికి" బిగ్గరగా నవ్వాడు హరిగోపాల్.

"అవునూ! ఇంతకీ మీ పేరు చెప్పనేలేదు."

"నా పేరు కాళీ "

"నా పేరు హరిగోపాల్. మరి మీరేం చేస్తుంటారు?"

"అప్పుడప్పుడూ ఇలా తాగుతుంటాను."

"నేనూ అంతే! కాని అప్పుడప్పుడూ కాదు. ఎప్పుడూ! ఎల్లప్పుడూ!" హరిగోపాల్ నవ్వాడు. కాళీ కూడ నవ్వాడు.

"కాళీగారూ! మిమ్మల్ని చూస్తుంటే నాకెంతో ముద్దేస్తోంది. ఒక ముద్దు పెట్టుకోనా?"

"దానికేం పెట్టుకోండి."

హరిగోపాల్, ముందుకి వంగి కాళీని గట్టిగా ముద్దు పెట్టుకున్నాడు.

ఆ తరువాత హరిగోపాల్ ఉపన్యాసం మొదలెట్టాడు. చాల విషయాల గురించి అనర్గళంగా మాటాడేడు.

అలా ఏవేవో చెప్తూనే వున్నాడు. మధ్యమధ్యలో నవ్వు తున్నాడు. నమస్తే! నమస్తే! అంటున్నాడు. కాళీ అతడు చెప్తున్నదంతా వింటున్నట్లే ఊకొడుతున్నా అతని మనసు మరెక్కడో వుంది. అతని ఆలోచనల్లో అతడున్నాడు. హరిగోపాల్ సీసా గ్లాసులోకి వంచాడు. ఒక చుక్క కూడ పడకపోయేసరికి సీసా పక్కకు నెట్టేసి అన్నాడు.

"చూసారా కాళీ గారూ! ఇంకా సగం కిక్కయినా ఎక్కలేదు. అప్పుడే మందు నమ స్తే! నమ స్తే అంటోంది. మన దేశం సరుకు ఇంతే. ఎంతయినా ఫారిన్ లిక్కర్ ఇచ్చే మజాయే మజా."

కాళీ ముందుకు వంగాడు. రహస్యం చెప్తున్నట్లుగా అన్నాడు. "నా దగ్గర మంచి స్కాచ్ విస్కీ ఉంది. కొడదామంటారా?"

"ఎక్కడుంది?" కళ్ళు చికిలించి జుట్టు పైకెగరేస్తూ అడిగాడు హరగోపాల్.

“ఇక్కడే” తన బ్రీఫ్ కేస్ చూపించాడు కాళీ.

“నమస్తే! నమస్తే! మరింకేం? ఇక్కడొద్దు, మా ఇంటికి పోదాం రండి. అక్కడెవరూ వుండరు. ఫ్రెష్ గా మొద లెట్టొచ్చు” అపరిమిత మైన ఆనందంతో అన్నాడు హరి గోపాల్.

బిల్ చెల్లించి, ఇద్దరూ బయటికి వచ్చారు. టాక్సీలో హరిగోపాల్ ఇల్లు చేరుకున్నారు. కాస్సేపు తాళంతో కుస్తీపట్టి ఎలాగయితేనేం తలుపులు తెరిచాడు హరిగోపాల్.

తలుపులు తెరిచి, తలుపులకి నమస్తే! నమస్తే చెప్పాడు. అతని వెనుకే కాళీ ఇంటిలో అడుగు పెటాడు.

లోపలికి అడుగు పెట్టగానే చుట్టూ పరిశీలనగా చూస్తూ ఉండిపోయాడు.

“రండి కూర్చోండి! అలాగే నిలబడిపోయారేం?” అంటూ మందు పూజకు కావల్సిన సరంజామా సమకూర్చడంలో మునిగిపోయాడు హరిగోపాల్.

ఏర్పాట్లన్నీ పూర్తిగావించి, “మరి ఇక మొదలెడదామా?” అన్నాడు.

ఇద్దరూ “నమస్తే! నమస్తే” అనుకుని త్రాగడం మొదలెట్టారు.

మొదటి రౌండ్ పూర్తయింది.

రెండో రౌండ్లో వుండగా కాళీ అన్నాడు– “మీ భార్యా పిల్లలూ ఎవరూ లేరా ఇంటిలో?”

“ఎవ్వరూ లేరు. నే నొక్కడినే, నా ‘మొదటి భార్య నాకెప్పుడో నమ స్తే చెప్పేసింది.”

“అంటే?”

“ఈ లోకాన్ని వదిలి వెళ్ళిపోయింది.”

“మొదటి భార్య అంటున్నారు. అంటే మరి రెండో ...”

“ఆ! రెండో భార్య కూడా నమస్తే నమస్తే అనేసింది.”

“పాపం! ఆమె కూడా చనిపోయిందా?”

“అబ్బే! చావలేదు! దివ్యంగా వుంది. నాకు విడాకులిచ్చేసింది” హరిగోపాల్‌కి ముద్దగా వస్తున్నాయి మాటలు.

సిగరెట్ పెట్టెతీసి ఒక సిగరెట్ అతి కష్టంమీద పెదాల మధ్య ఇరికించి అగ్గిపుల్ల వెలిగించడానికి తంటాలు పడుతున్నాడు.

కాళీ అగ్గిపుల్ల వెలిగించి అతనికి సహాయం చేశాడు.

నమస్తే! నమస్తే!! అంటూ పక పక నవ్వేశాడు హరిగోపాల్.

మూడో రౌండ్ లో పడ్డారిద్దరూ.

సరిగ్గా అప్పుడే అన్నాడు కాళీ– “మందు ఎలా ఉంది?”

“భేషుగ్గా వుంది. ఏం?”

“ఏం లేదు! తనివితీరా తాగండి. మందుకొట్టడం మీ జీవితంలో ఇదే ఆఖరుసారి. ఇక పై మందు కొట్టాల్సిన అవసరం నేను కలుగనివ్వను.”

“ఎందుకనో?” గ్లాసు పెదాలకు తాకిస్తూ మత్తుగా అన్నాడు హరిగోపాల్.

“ఎందుకంటే... ఈ మందు పూర్తయిపోయిన తరువాత నేను మిమ్మల్ని చంపబోతున్నాను.”

ఈ మాటలు హరిగోపాల్‌లో ఏ మాత్రం సంచలనం కలిగించలేకపోయాయి. గ్లాసులోని ద్రవాన్ని గటగటా తాగేసి, మత్తు కళ్ళతో కాళీ వైపు చూసేడు.

“ఏమిటి చంపుతావా? నమ స్తే! నమస్తే! మందు పూర్తయిన తర్వాతకదూ నన్ను చంపుతానన్నావ్ మందు ఇంకా చాలా వుంది. అంతవరకూ మాత్రం చంపకు గురూ! నీకు పుణ్యముంటుంది. మందు పూర్తవకుండా చంపేవంటే నేను నిజంగానే చచ్చిపోతాను” నవ్వేస్తూ అన్నాడు.

కాళీ మరేమి మాట్లాడలేదు. ఖాళీ అయిన తన గ్లాసు నింపుకోలేదు. హరిగోపాల్ గ్లాసులో మాత్రమే విస్కీ పోసాడు.

ఇదేమీ పట్టించుకోనట్లు హరిగోపాల్ గ్లాసు అందుకుని నమస్తే నమస్తే అని తాగసాగాడు.

సమయం గడుస్తున్నకొద్దీ కాళీ ముఖంలో రంగులు మారుతున్నాయి. మౌనంగా జేబులో నుండి ఫైవ్ స్టార్ చాక్లెట్ తీసి నోట్లో పెట్టుకున్నాడు.

విస్కీ అంతా అయిపోయింది.

హరిగోపాల్ గ్లాసులో చివరి బొట్లు మాత్రం మిగిలున్నాయి.

ఏదో గుర్తుకు వచ్చినట్లు కళ్ళు చికిలిస్తూ, అన్నాడు హరిగోపాల్ చివరి బొట్లతో పెదాలు తడుపుకుంటూ, “ఇందాకేదో చంపుతానన్నావ్! నిజంగానే చంపుతావా గురూ?”

“అబద్ధాలు చెప్పడం నా కలవాటు లేదు. నిన్ను నిజంగానే చంపుతాను” కళ్ళు చికిలించాడు కాళీ. జుట్టు పైకెగ రేసాడు. అతని పెదాలు అదురుతున్నాయి. చూపుడు వేలు కసిగా కొరికాడు.

మరుక్షణంలో అతని చేతిలోని కత్తి తళుక్కున మెరిసింది.

కంగారుపడ్డాడు హరిగోపాల్. అతని మత్తు దాదాపు దిగిపోయింది.

"అదేమిటి? నన్ను చంపితే నీకే మొస్తుంది?"

"నాకా? నా కసి తీరుతుంది. ఇదిగో ఈమెకు జరిగిన అన్యాయానికి ప్రతిగా నిన్ను చంపి నా పగ తీర్చుకుం టాను" తన జేబులో నుండి స్త్రీ మూర్తి ఫోటోతీసి చూపిస్తూ అన్నాడు.

ఫోటో వంక భయం భయంగా చూసాడు హరి గోపాల్ .

"గుర్తు పట్టగలవా?"

ఫోటో వంకే తేరిపార జూస్తున్నాడు హరిగోపాల్ . అతని మెదడులో జ్ఞాపకాల పుటలు తిరిగిపోతున్నాయి. తిరిగి తిరిగి ఒక చోట ఆగిపోయాయి.

"అవును... అవును... ఈ మె... ఆమే" తడబడుతూ అన్నాడు.

"మరి నన్ను గుర్తు పట్టావా?"

తల అడ్డంగా తిప్పాడు హరిగోపాల్.

భయంతో కళ్ళు చిన్నవైనాయి హరిగోపాల్‌కి. పెదాలు అదురుతున్నాయి. జుట్టు పైకెగరేసాడు. అదే పనిగా తనుకూడ చూపుడువేలు కొరుకుతున్నాడు.

"నమ స్తే! నమస్తే! నన్ను చంపకు! ఇది నిజమైన నమస్తే! నమస్తే" చేతులు జోడిస్తున్నాడు.

కాళీ ఆగలేదు. ఎత్తిన కత్తిని బలంగా హరిగోపాల్ పొట్టలో దించాడు. భయంకరంగా కేకవేసాడు హరి గోపాల్ , మరోపోటు పొడిచాడు కాళీ.

బద్ధకంగా వళ్ళు విరుచుకుంటున్న ఇన్ స్పెక్టర్ కోణంగి 'చావు కేక' విని ఉలిక్కిపడ్డాడు.

ఏమిటా కేక? తన పక్కవాటాలో నుండి వచ్చిందది. పక్క వాటాలో వున్న తాగుబోతు హరిగోపాల్ ఎందు కలా అరిచాడు?

చటుక్కున స్ఫురించిందతనికి, అతని పేరు 'హ'తో మొదలవుతుందని. ఇక అతడు ఆలస్యం చెయ్య లేదు. రివాల్వర్ తీసుకుని సుడిగాలిలా బయటకు పరుగెత్తాడు. హరిగోపాల్ ఇంటి తలుపులు ఓరగా తెరిచివున్నాయి. లోపలంతా చీకటిగా వుంది. గడప దగ్గరే ఆగిపోయాడు కోణంగి, హంతకుడింకా లోపలే వున్నా డా?

కేక వినిపించిన వెంటనే తను మెరుపులా ఇక్కడకు చేరుకున్నాడు. హంతకుడు పారిపోవడానికి తగిన వ్యవధి లేదు. కాబట్టి హంతకుడు లోపలే వున్నాడు.

చెవులు గట్టిగా రిక్కించి ఏమైనా శబ్దం వినిపిస్తుందేమోనని యెదురుచూసాడు. ఎలాంటి అలికిడి లేదు.

నిముషాలు గడుస్తున్నాయి. ఓపికగా కాచుకున్నాడు కోణంగి.

అంతలోనే అతని మెదడులో మరో ఆలోచన మెరిసింది. ఒక వేళ హంతకుడు వెనుకనున్న ద్వారంగుండా పారిపోతే?

ఈ ఆలోచన రాగానే కోణంగి విసురుగా లోపలకు జొరబడ్డాడు. లైటు వెయ్యాలని స్విచ్ బోర్డు వైపు జరిగాడు.

అంతలోనే అతని నెత్తిపై బరువైన దెబ్బ పడింది. కళ్ళ ముందు చుక్కలు కనబడ్డాయి. తల పట్టుకుని ఉన్న పాటున కుప్పలా కూలిపోయాడు.

మరునాడు పదకొండు గంటలకు కోణంగి పోలీస్ స్టేషన్‌లో కూర్చుని ఉన్నాడు. తలంతా బరువుగా, బాధగా ఉంది.

'హ' ఎక్కడో చంపబడతాడని తను అనుకున్నాడే కాని 'హ' తన పక్కింటో హరిగోపాల్ అని, హంతకుడు తను సమీపంలో వుండగానే హత్య చేస్తాడని తను ఊహించనైనా లేదు. పైగా తెలివిగా తనను దెబ్బకొట్టి పారిపోయాడు.

తను తేరుకుని లేచి సిబ్బందిని పిలిపించి జరగవలసిన తతంగమంతా జరిపించి, స్టేషనుకు చేరుకున్నాడు.

హంతకుడు హత్య చేసిన తరువాత తనకు ఫోన్ చేసి? చావు కబురు తెలియజేసేవాడు. రాత్రి ఆ అవసరం లేక పోయింది, కాబట్టి ఈసారి తనకు ఫోన్ చెయ్యకపోవచ్చు. అయినా చేస్తాడేమోనన్న ఆశతో కాచుకున్నాడు కోణంగి.

ఇంతలో ఫోన్ మ్రోగనే మోగింది.

కోణంగి రిసీవర్ అందుకుని "హలో! ఇన్ స్పెక్టర్ కోణంగి స్పీకింగ్ " అన్నాడు ఆదుర్దాగా.

"మీరు నన్ను క్షమించాలి కోణంగి గారూ! రాత్రి తప్పనిసరి అయి మిమ్మల్ని దెబ్బ తీసాను."

"ఇప్పుడింతకీ ఎందుకు ఫోన్ చేస్తున్నట్లు?" గొంతులో కర్కశత్వాన్ని కొనితెచ్చుకుంటూ అన్నాడు కోణంగి.

"కేవలం మీకు క్షమాపణలు చెప్పుకోవాలనే."

"మిస్టర్ ! ఇంతటితో ఈ హత్యలు చెయ్యడం ఆపడం మంచిది. చట్టానికి లొంగిపోవడం శ్రేయస్కరం."

నవ్వాడు అవతలి వ్యక్తి. "ఆపేస్తాను ఇన్స్పెక్టర్ ! ఇంకొక్క హత్య చేస్తే నా లక్ష్యం నెరవేరుతుంది. "రి"ని కూడ చంపేసి ఆ నలుగురి పాపానికి తగిన శిక్ష విధించిన వాణ్ణవుతాను. ఇంకొక గంట తరువాత మిగిలిన హత్యకూడ చెయ్యబోతున్నాను. మీ

చేతికి చిక్కకుండ ఈ హత్యకూడ చెయ్యగలనన్న ధీమా నాకుంది" ఫోన్ పెట్టేసాడతడు.

కోణంగి ఫోన్ పెట్టేసి, తీక్షణంగా ఆలోచిస్తూ ఉండి పోయాడు. ఒక గంట వ్యవధి ఇచ్చాడు హంతకుడు. ఈలోగా 'రి' ఎవరో కనుక్కోవాలి. అతడ్నయినా చావునుండి రక్షించాలి.

'రి' మీద మొదలయ్యే నేమ్స్ గురించి ఆలోచించసాగాడు.

అతనికి ఎక్కువ పేర్లేమి తట్టలేదు. రి మీద మొదలయ్యే పేర్లు చాల తక్కువగా ఉంటాయి.

హంతకుడు చెప్పిన మాటలన్నీ మననం చేసుకుంటున్నాడు.

"నలుగురి పాపానికి తగిన శిక్ష" అంటే ఈ నలుగురూ కలిసి హంతకుడికి ఏదో అన్యాయం కలిగించి ఉండాలి. ఈ నలుగురికి లింక్ ఉందని వాడన్న మాటల ద్వారా అర్థ మవుతూనే ఉంది.

కాబట్టి నరహరి, రమణారావు, హరిగోపాల్, "'రి' మధ్య కొన్నాళ్ళ క్రితం మంచి సంబంధ బాంధవ్యాలే ఉండివుండాలి. 'రి' ని గురించిన వివరాలు తనకెలా తెలుస్తాయి?

హరిగోపాల్ ఇంటిని పరిశోది స్తే ఏమైనా లాభ ముంటుందా? ఇంకాట్టే టైము లేదు. ఈ గంటలోనే ఏదో

ఒకటి చెయ్యాలి. ఏది ఏమైనా మరో చావుకబురు రాకుండానే దానిని అరికట్టాలి! వెంటనే జీపుతీసుకుని బయలు దేరాడు, ఇన్ స్పెక్టర్ కోణంగి.

మరో కొద్ది నిముషాలో తన ఇంటిముందు దిగాడు. హరిగోపాల్ గుమ్మం ముందు కాపలావున్న కానిస్టేబుల్ సెల్యూట్ కొట్టాడు. ఆ సెల్యూట్ అందుకుంటూ గబగబా ముందుకు నడిచాడు.

తాళం తెరిచి హరిగోపాల్ ఇంట్లో ప్రవేశించాడు. ఇంట్లో వస్తువులన్నీ ఆ స్తవ్యస్తంగా పడివున్నాయి. తన పరిశోధనకు ఉపకరించే వస్తువులకోసం చక చకా వెదకసాగాడు.

9

రిచర్డ్ తన ఎయిర్ కండిషన్డ్ రూమ్లో కూర్చుని దీర్ఘంగా ఆలోచిస్తున్నాడు.

ఆతడు నగరంలో పేరుమోసిన ఇండస్ట్రియలిస్ట్. లక్షాధికారి. అతని ముఖంలో అశాంతి గోచరిస్తోంది.

హరిగోపాల్ హత్యగురించి విన్న తరువాత అతనిలో తలెత్తిన అనుమానం ధృవపడింది. నరహరి చంపబడ్డాడు. రమణారావు హత్య చెయ్యబడ్డాడు. ఆ తరువాత

హరిగోపాల్.

పోలీసుల ప్రకటన ప్రకారం వాళ్లతో సంబంధం ఉన్న "రి' తనే. అందులో సందేహం లేదు. కాబట్టి మృత్యువు ఏ క్షణంలోనా తన ముందు ప్రత్యక్షం కావొచ్చు. తామందరూ ఒకనాటి మిత్రులు. ఎన్నో అరాచకాలకు బాధ్యులు.

లక్షలు గడించి తనేం అనుభవిస్తున్నాడు? తనకంటూ ఎవరున్నారు? భార్యా? పిల్లలా? పెళ్లి చేసుకోవడం మాని తనెంత పెద్ద తప్పు చేశాడో అతనికిప్పుడిప్పుడే అర్థమవుతోంది. జీవితమంతా తీరని వెలితి.

వరుసగా తన మిత్రులందరూ చంపబడడానికి కారణమేమిటి? అతని మనసు కారణాలు వెదుక్కుంటూ కొన్ని సంవత్సరాల వెనక్కి పరుగెడుతోంది. కానీ ఎంత ఆలోచించినా అతని ఆలోచనలు ఒక స్పష్టమైన రూపాన్ని దాల్చడం లేదు. ఆలోచించి ఆలోచించి బుర్ర వేడెక్కుతోంది.

ఏది ఏమైనా వేళ మించిపోక ముందే తను పోలీసుల సహకారం కోరడం మంచిదనే నిర్ణయానికి వచ్చాడు.

అప్పుడే మెల్లిగా తలుపులు తెరుచుకుని అతని మేనేజర్ లోపలికి అడుగుపెట్టాడు. అతని రాకను కూడా రిచర్డ్ గమనించలేదు.

"సార్!" అన్నాడతడు.

తల తిప్పి "యస్! కాళీ!" అన్నాడు రిచర్డ్.

"మీరు చెప్పినట్టే ఈ రోజు బోర్డ్ మెంబర్స్‌తో మీటింగ్ కేన్సిల్ చేయించాను సార్!" అన్నాడు కాళీ.

"ఓ.కె. ఎందుకో ఈరోజు మనసేమీ బాగోలేదు. పిచ్చిపట్టినట్లు ఉంది. కాసేపు కార్డ్స్ ఆడదాం. ఇలా కూర్చో అన్నాడు రిచర్డ్.

ఆట మొదలయింది. నిజానికి వాళ్ళిద్దరిలో ఎవరికీ ఆట మీద సరయిన ఇంట్రెస్ట్ లేదు. ఎవరి ఆలోచనల్లో వాళ్ళున్నారు.

కాళీ, రిచర్డ్ ముఖంలోకి చూసాడు. రిచర్డ్ తన ముక్కలు సర్దుకుంటున్నాడు. అతని ముఖం చూస్తుంటే కాశీలో అంతర్గతంగా దాగివున్న క్రోధం, కసి పైకి తన్నుకువస్తున్నాయి. ఇక మిగిలింది వీడొక్కడే. వీడ్ని కూడ యమపురికి పంపించేస్తే తరువాత ఏమయినా ఫర్వా లేదు.

"ఏమాలోచిస్తున్నావ్ కాళీ? నేను ముక్క వేసి చాల సేపయింది" అన్నాడు రిచర్డ్.

"ఏమి లేదు సార్!" తన భావాలు పైకి కనిపించకుండా సర్దుకుంటూ పేకలో

నుండి ముక్క లాగాడు కాళీ. ఆట సాగుతూనే ఉంది. ఉన్నట్లుండి కాళీ రిచర్డ్ రెక్కపట్టుకుని బలంగా తనవైపు లాగాడు, రిచర్డ్ పిల్లి మొగ్గ లేస్తూ అంతదూరంలో పడ్డాడు.

రిచర్డ్‌కి పట్టరాని కోపం వచ్చింది.

"నీకేమైనా పిచ్చి పట్టిందా?" అని అరవబోయి, భయభ్రాంతులతో కళ్ళు పెద్దవి చేసి, నోటమాట రాక అలాగే ఉండిపోయాడు.

రిచర్డ్ అంతకుముందు కూర్చుని వున్న సోఫాకు అవతల ఒక నల్లత్రాచు పడగవిప్పి బుసలు కొడుతోంది.

కాళీ గనుక తనను లాగి ఉండకపోతే ఈ పాటికి అది తనను తప్పకుండా కాటువేసి వుండేది. తను అంతిమ ఘడియలు లెక్క పెడుతూ ఉండివుండేవాడు.

ఈలోగా కాళీ అందుబాటులో ఉన్న కుర్చీ ఒకటి పాముమీదకి బలంగా విసిరాడు. ఆ దెబ్బ పాముకు బలంగానే తగిలింది. అయినా సర్దుకుని పడగవిప్పి కాళీని కాటు వెయ్యడానికి ముందుకు వంగింది. కాళీ స్ప్రింగ్‌లా గెంతాడు.

మరుక్షణంలో అతని బూటుకాలు పాము పడగ పై పడింది. తన శక్తినంతా ఉపయోగించి బూటుతో బలంగా పాము తలపై ఆదిమాడు. గట్టిగా నేల రాచాడు. రెండో కాలితో పామును గట్టిగా తన్నుతున్నాడు. అతని తాపులతో పాము తల చితికిపోయింది. విలవిలా కొట్టుకుని ఇక కదలడం మానేసింది.

పామును దూరంగా తన్నేసి, గట్టిగా శ్వాస విడిచాడు కాళీ.

రిచర్డ్ ఇంకా అలాగే నిలబడి వణికిపోతున్నాడు. అనుకోకుండ జరిగిన ఈ సంఘటన నుండి తేరుకోవడానికి అతనికి మరి కాస్త టైము పట్టింది.

అతనికి కాళీ మనిషిలా కనిపించడంలేదు. దేవుడే దిగి వచ్చి తనను రక్షించినట్లు ఫీలయ్యాడు.

గబగబా ముందుకు నడిచి తన ప్రాణదాత రెండు చేతులు పట్టుకున్నాడు.

"కాళీ! నువ్వీ రోజు నిజంగా నా ప్రాణాన్ని కాపాడావు. నీ రుణం నేనెప్పటికీ తీర్చుకోలేను. నువ్వే లేక పోయినట్లయితే..." ఇక అతడు మాట్లాడలేకపోయాడు. కాళీ పట్ల కృతజ్ఞత అతని కళ్ళల్లో స్పష్టంగా కనబడుతోంది.

కాళీ అదోరకంగా నవ్వాడు.

"దీనిలో నేను చేసిందేముందండీ! పదండి! ఆట మధ్య లోనే ఆపేసాం" అంటూ జేబులో నుండి 'ఫైవ్ సార్ ' చాక్లెట్ బయటకు తీసాడు.

10

ఇన్‌స్పెక్టర్ కోణంగి తన చేతికి చిక్కిన డైరీలు ఆత్రంగా తిరగేయసాగాడు, ఒక డైరీలో ఇలా ఉంది–

రమణారావు మరీ ప్రతిబంధకంగా తయారయ్యాడు. ఇక ఉపేక్షి స్తే లాభంలేదు. అడ్డు తొలగించుకోవాలి.

కొన్ని పేజీలు తిరిగాయి.

పోలీసులకు ఫోన్ చేసి రమణారావు సరుకుతో రెడ్ హేండెడ్‌గా దొరికేటట్లు చేసాను. రమణారావు జైలు కెళ్ళాడు. చాల తేలిక గా అతనికి నమస్తే చెప్పేసాను. "తన ఊహ కరెక్టే. రమణారావుతో హరిగోపాల్‌కి కాంటాక్ట్ ఉంది" మరో డైరీ తీసాడు కోణంగి.

నరహరి దుర్మార్గుడు. రమణారావు జైలు కెళ్ళడానికి కారణం నేనేనని దుమ్మెత్తిపోసాడు. మా ఇద్దరికీ ఘర్షణ జరిగింది. నీ అంతు తేలుస్తానని నన్ను బెదిరిస్తాడా? వాడినిలా వదలకూడదు.

పేజీలు తిప్పుతున్నాడు కోణంగి. తనకు కావాల్సిన ముఖ్యమైన సమాచారమేమీ లేదందులో, టైము చూసుకున్నాడు. ఇంకా అరగంటే ఉంది. ఖంగారుగా కాస్త కొత్తదిగా కనిపిస్తున్న డైరీ అందు కున్నాడు.

మంచి పనే జరిగింది. నరహరి చచ్చాడు. ఎవడో వాడి చేత నమస్తే నమ స్తే చెప్పించేశాడు.

మరికొన్ని పేజీల తరువాత –

వ్యాపారం లాభసాటిగా లేదు. అప్పులవాళ్ళ ఒత్తిడి ఎక్కువవుతూంది. రిచర్డ్ దగ్గరకు వెళ్ళాను. కోణంగి కళ్ళు మెరిసాయి.

'రి' అంటే రిచర్డ్ చకచకా చదవసాగాడు.

పదివేలు కావాలని అడిగాను. స్నేహితుడనిపించు కున్నాడు. ఇచ్చాడు. తనవల్ల ఏమైనా అవసరముంటే ఫోన్ చెయ్యమన్నాడు. రిచర్డ్ నెంబర్ 74482.

డైరీ మూసేసాడు కోణంగి. రిచర్డ్‌ని రక్షించాలి. రాకెట్ వేగంతో బయటకు పరుగెత్తాడు.

11

"ఆట ఎలా ఉంది సార్" అడిగాడు కాళీ.

"ఇంకా బ్రతక లేదోయ్! కౌంట్ ఆర్ షోలో ఉంది."

“నా ఆట అయిపోవచ్చింది. టచ్ కోసం ఎదురుచూస్తున్నాను. నేను ఆట ముగించేలోగా ఆట బ్రతికించ డానికి ట్రై చెయ్యండి. పైగా ఇది మీరు జీవితంలో ఆడే చివరి ఆట.”

రిచర్డ్ చురుగ్గా చూసాడు కాళీని.

ఏమనుకున్నాడో! నవ్వేసాడు.

“గుడ్ జోక్” అంటూ ముక్క లాగాడు. నిరుత్సాహంగా ముఖం పెట్టి ఇదీ పనికిరాదు అన్నాడు. కాస్సేపు ఆలోచించి ముక్క కొట్టాడు.

ఆ ముక్క అందుకుని ‘షో’ అన్నాడు కాళీ.

“ఛీ! కౌంటయిపోయింది” ఓకులు లెక్కెట్టసాగాడు రిచర్డ్?

“ఓకులుకాదు మిస్టర్ రిచర్డ్! మీ అంతిమ క్షణాలు లెక్కెట్టండి,” అన్నాడు కాళీ కఠినంగా.

కాళీ చేతిలో మెరుస్తున్న కత్తిని చూడగానే రిచర్డ్ అవాక్కయిపోయాడు.

“ఏమిటిది?” అన్నాడు తత్తరపాటుతో.

“కత్తి! రిచర్డ్! కత్తి! ఇంకా కొద్దిక్షణాల్లో నిలువునా విషం నిండుకున్న నీ దేహంలోకి దూసుకుపోయే పదునైన కత్తి” వెటకారంగా నవ్వాడు కాళీ.

“డోంట్ బి ఫూలిష్ ! ఆ కత్తి దూరంగా ఉంచు” అరిచాడు రిచర్డ్.

“అరవాలని ప్రయత్నించకురిచర్డ్! నిన్నెవరూ ఆదుకో లేరు. నీ స్నేహితులు నరహరి, రమణారావు, హరిగోపాల్ నీకోసం యమలోకంలో ఎదురుచూస్తూ ఉంటారు. నిన్ను వాళ్ళదగ్గరకే పంపిస్తాను.”

“అయితే వాళ్ళను నువ్వేనా చంపింది” నమ్మలేనట్లు అడిగాడు రిచర్డ్.

“అవును. నిన్నూ నేనే చంపుతాను.”

“నేను నమ్మలేను. ఇంతకుముందే పాముకాటు నుండి నన్ను రక్షించావు. నా ప్రాణాలు కాపాడావు. నువ్వే నన్ను చంపుతావంటే నమ్మశక్యం కావటంలేదు,” పిచ్చిగా చూస్తూ అన్నాడు రిచర్డ్.

“ఆ పాము నిన్ను కాటు వేసి చంపితే నా పగ ఎలా తీరుతుంది? నా చేతులతో నిన్ను చంపి నా కసి తీర్చు కోవడం కోసమే పాము బారినుండి నిన్ను రక్షించాను” ఈసడింపుగా చూస్తూ అన్నాడు కాళీ.

“ఎందుకు నీకు నామీదంత కసి” వాపోయాడు రిచర్డ్.

“ఎందుకా? ఇందుకు” జేబులో నుండి ఫోటో బయటకు లాగాడు కాళీ.

"ఈమె గుర్తుందా?"

రిచర్డ్ కళ్ళార్పకుండా ఫోటో వంక చూసాడు.

"గుర్తుంది. ఈమెకూ నీకూ ఏమిటి సంబంధం."

"ఆ సంబంధం నీకు తెలియజేయడం నా కిష్టం లేదు, ఆ విషయం తెలియకుండానే నువ్వు చావడం నా కిష్టం."

"నన్ను గుర్తుపట్టగలవేమో ప్రయత్నించి చూడు."

అర్థంకానట్లు ముఖం పెట్టాడు రిచర్డ్.

"చెప్పినా విని భరించలేవు. చావు" అంటూ క త్తితో బలంగా పొడిచాడు కాళీ. భయంకరంగా ఆర్తనాదం చేసాడు రిచర్డ్.

కాళీ జుట్టు పైకెగరేసాడు. చూపుడువేలు, కసిగా కొరికాడు. మరింత కసిగా మరో నాలుగు పోట్లు పొడిచాడు.

12

జీపులో నుండి క్రిందకు ఉరికాడు ఇన్ స్పెక్టర్ కోణంగి. శరవేగంతో రిచర్డ్ ఇంట్లోకి పరుగెత్తాడు. నౌకర్లిద్దరు ఎదురొచ్చారు. భయంతో వణుకుతూ "సార్! అయ్యగారిని ..."

వాళ్ళ మాటలకు ఎదురొచ్చి "ఎక్కడ" అని గట్టిగా అరిచాడు కోణంగి.

వాళ్ళు చూపించిన వైపుగా పరుగెత్తాడు. గదిలో ప్రవేశించి అలాగే నిలబడిపోయాడు. రిచర్డ్ శవం సోఫాలో ఒరిగిపడుంది. మరికొంత దూరంలో ఒక యువకుడు చచ్చి పడున్నాడు. అతని గుండెల్లో కత్తి దిగబడి ఉంది. అతని ఎడమ చేతిలో ఏదో కవరుంది.

మెల్లిగా అటువైపు నడిచాడు ఇన్ స్పెక్టర్, వంగి కవరందుకున్నాడు. తెరిచి చదివాడు.

"ఇన్ స్పెక్టర్ కోణంగిగారికి–

ఈ ఉత్తరం మీకు నా చావు తరువాత అందాలన్న ఉద్దేశంతో ముందే వ్రాసి ఉంచాను.

నరహరి, రమణారావు, హరిగోపాల్, రిచర్డ్ ఈ నలుగుర్నీ నేనే చంపాను. సరదాకోసం నేను వీళ్ళని చంపలేదు. నేనెందుకు వీళ్ళను చంపాల్సి వచ్చిందీ మీకు తెలియాలనే అంతా విపులంగా వ్రాస్తున్నాను.

ఇప్పటికి ఇరవై మూడేళ్ళ నాటి సంగతి. వీళ్ళు నలుగురూ ఆ రోజుల్లో ప్రాణమిత్రులు పేరుమోసిన రౌడీలు. పొగరు మోత్తనంతో తామేం చేసినా ఎదురులేదని విర్రవీగే వాళ్ళు.

ఒకరోజు అడివి ప్రాంతానికి వేటకు వెళ్లారు. సాయంత్రమయ్యే వరకూ వేటాడారు. చీకటి పడింది. దారి తప్పారు. ఎలాగోలా దగ్గరలో ఉన్న పల్లెకు చేరుకున్నారు.

ఒక ఇంట్లో ఆ రాత్రికి ఆశ్రయం కోరారు.

ఆ ఇంట్లో ఆ సమయంలో ఒక అమాయకురాలు వంటరిగా కనిపించేసరికి వారిలోని పైశాచికత్వం ద్విగుణీకృతమైంది. ఆమెను వాళ్ళ కామానికి ఎరచేసారు.

అమానుషంగా ఆమె శీలాన్ని కొల్లగొట్టారు. వాళ్ళ రాక్షస రతికి బలయిపోయింది. ఆమెనలాగే వదిలేని వాళ్లు పారిపోయారు. ఆ తొందరలో హరిగోపాల్ తన డైరీ అక్కడే వదిలి పారిపోయాడు. అందులో వాళ్ళు తీయించు కున్న గ్రూప్ ఫోటో కూడ ఉంది.

పాపం ఆ అమాయకురాలు మూగది కూడ. తనకు జరిగిన అన్యాయాన్ని ఎవరికీ నోరు తెరిచి కూడ చెప్పుకోలేని పరిస్థితి ఆమెది.

ఆమెకు ఒక అన్నయ్య ఉన్నాడు. చుట్టుపక్కల ఊర్లలో బొమ్మలమ్ముకొని అతడెప్పటికో ఇల్లు చేరుకున్నాడు. పరిస్థితులనర్థం చేసుకున్నాడు.

డైరీలోని వివరాల ద్వారా పట్నం వెళ్ళి వాళ్ళ గురించి కూపీతీసాడు. కాని బదులుగా ఏమీ చెయ్యలేని నిస్సహాయుడతడు. అతనికి ఒక చెయ్యి లేదు. పోలీస్ రిపోర్టు చేశాడు. కాని ఫలితం కనిపించలేదు. ధైర్యం కూడగట్టుకుని చెల్లెల్ని ఊరడించాడు.

ఆమెకు జరిగిన అన్యాయం చాలదన్నట్లుగా ఆమె గర్భం దాల్చింది. నన్ను కన్నది. లోకులు కాకుల్లా పొడి చినా లెక్కచేయక నన్ను సాకింది. ఎంతో ప్రేమతో పెంచింది. చదివించింది.

నేను కాలేజీలో ఉండగా మా అమ్మ కన్నుమూసింది. అంతేగాని, ఈ వివరాలేవీ నా కప్పట్లో తెలియవు. నేను బాగా చదువుకున్నాను. కాకతాళీయంగా రిచర్డ్ దగ్గరే నాకు ఉన్నతోద్యోగం దొరికింది.

సరిగ్గా నెలరోజుల క్రితం మా మామయ్య కూడ మర ణించాడు. ఆయన పోయేముందు నాకీ ఘోర మైన నిజాన్ని వెల్లడించి మరీపోయాడు.

నాకు పిచ్చెక్కినంత పనయింది. ఇంతకీ నేనెవరి బిడ్డను? వాళ్ళలో నా తండ్రి ఎవడు? వాళ్ళలో ఫలానా వాడు నా తండ్రి అని తెలిసినా నేను భరించలేను. భయంకరమైన నిజాన్ని నేను ఒప్పుకోలేను. సహించలేను.

అందుకే బాగా ఆలోచించి ఒక నిర్ణయానికొచ్చాను.

వాళ్ళందర్నీ వెంటనే చంపేయాలనుకున్నాను. బ్రతికినన్నాళ్ళూ అనుభవించిన నా తల్లి నరకయాతనకు కారణమైన వాళ్ళమీద కసి తీర్చుకోవాలనుకున్నాను.

ఒకరి తరువాత ఒకరిని హత్యచేసాను. నా తల్లికి జరిగిన అన్యాయానికి తగిన ప్రతీకారం చెయ్యగలిగాననే అనుకుంటున్నాను.

నా లక్ష్యం నెరవేరింది. ఇక నేను బ్రతికి సాధించాల్సిందేదీ లేదు. నేను చేసింది చట్టం దృష్టిలో నేరమనీ తెలుసు. అందుకే ఆత్మహత్య చేసుకుంటున్నాను.

నా కసికి వెనక దాగున్న వ్యధను సానుభూతితో అర్థం చేసుకోగలిగితే నాకంతే చాలు సెలవ్.

- కాళీ

ఉత్తరం పూర్తి చేసిన కోణంగి కళ్ళనుండి అప్రయత్నంగానే రెండు కన్నీటిబొట్లు రాలిపడ్డాయి.

❖❖❖

(అపరాధ పరిశోధన - జూలై 1976)

శుభాకాంక్షలు
ఆ

మాడభూషి శ్రీధర్
పూర్వ కేంద్ర సమాచార కమీషనర్
పూర్వ నల్సార్ న్యాయ శాస్త్ర ఆచార్యులు
ప్రస్తుత డీన్ (లా) మహింద్ర విశ్వవిద్యాలయం
హైదరాబాద్

విజయ్ ఉప్పులూరి రాసిన " అనుభూతి కథలు " చదివాను. చాలా మంచి కథలు – చదివించే కథలు – కదిలించే కథలు! ఇప్పుడు " తిరిగి పాత రోజుల్లోకి " కథా సంపుటి పాఠకుల ముందుకు తెస్తున్నారని తెలిసి ఆనందించాను.

మరి కొన్ని ఆలోచనలు, మెదడును కదిలించే కథలు చదివే

అవకాశం కోసం ఎదురు చూస్తూ – విజయ్ ఉప్పులూరి కి నా శుభాభినందనలు తెలియజేస్తున్నాను.

మాడభూషి శ్రీధర్

గంగిశెట్టి లక్ష్మీనారాయణ,
పూర్వ ఉపకులపతి, ద్రావిడ విశ్వవిద్యాలయం

నాకు చాలా ఆలస్యంగా పరిచయమైనా, ఆత్మీయులుగా మారినవారు శ్రీ విజయ్ ఉప్పులూరి గారు. విజయ్ ఉప్పులూరి గారు ఎంత నిరాడంబరంగా ఉంటారో, వారి కథలూ అలాగే నిరాడంబరంగా, సహజ సుందరంగా ఉంటాయి.. వారి కళ్ళల్లో చూస్తున్న దృశ్యం పట్ల, మాట్లాడుతున్న మనుష్యుల పట్ల ఎంత ఆత్మీయ అనుభూతి ప్రతిఫలిస్తూ ఉంటుందో, వారి కథల్లో అక్షరమక్షరంలో అదే అనుభూతి ప్రతిబింబిస్తూ

ఉంటుంది. వారి కథాసంపుటి “అనుభూతి కథలు” చదువుతూంటే, ఒకనాటి మనల్ని మనమే చూసుకొంటున్న అనుభూతి! మరలిరాని మన ‘పదుచుదనం రైలుబండి’ ఆఖరు నిమిషంలో హడావుడిగా అందుకొని, లోన మన కలల సౌందర్యాన్ని చూస్తున్న అనుభూతి!!

ఇప్పుడు ఈ తిరిగిరాని రోజుల కథల్లోకి వెళ్లినా అదే అనుభూతి ఉంటుందని నా నమ్మకం...

విజయ్ గారి కథల్లో మనలాటి సగటుమనుష్యులే ఉంటారు. సగటు జీవితాల్లోని సున్నితమైన పార్శ్వాలే సరదాగా కథనం చేయబడుతుంటాయ్.. సరదా సరదాగానే చెబుతూ చటుక్కున మన గుండెను రాజకపూర్ లా మెలిబెట్టి, జలదరింపచేస్తారు.. ఆ తడికంటితో మనలోకి మనం చూసుకొని, మన మీడియోక్రిటీని మనమే సంస్కరించుకొనేలా ప్రేరేపిస్తారు. విజయ్ గారి కథల్లో ఈ రాజకపూర్ బాణీ అంటే నాకు చాలా ఇష్టం..

నాలాటి మరెందరికో ఇవి ఇష్టమౌతాయని కూడా నాకు తెలుసు....

శుభాకాంక్షలు...

గంగిశెట్టి లక్ష్మీనారాయణ

❖❖❖

కిరణ్ ప్రభ
కౌముది అంతర్జాల పత్రిక సంపాదకుడు
వాక్చిత్రాల ప్రయోక్త (టాక్ షో హోస్ట్)

విజయ్ ఉప్పులూరిగారి కథలు తెలుగు కథా స్వర్ణయుగంలోనివి. కథా శీర్షిక, కథా వస్తువు, రచనా శైలి, పాత్రల చిత్రణ.. అన్ని కోణాల్లోనూ ప్రామాణికత ప్రతిబింబించే కథలు. కథ చదవడం పూర్తికాగానే సమయం సద్వినియోగమైందన్న భావం కలిగిస్తాయి. ఎంపిక చేసుకున్న ఇతివృత్తం ఏదైనా తనదైన ముద్రతో ఆ కథను మనకందించడంలో నూరుశాతం న్యాయం చేకూర్చే రచయిత విజయ్ గారు. ఒకప్పుడు ఇంత మంచి కథలు వ్రాసిన విజయ్ గారి కలానికి మళ్ళీ చైతన్యం సమకూరి, ఆధునిక ఇతివృత్తాలతో మరిన్ని ఆలోచింపచేసే కథలు రావాలని మనసారా ఆశిస్తూ...

కిరణ్ ప్రభ

❖❖❖

కల్పనా రెంటాల
రచయిత్రి
ఎడిటర్ సారంగ సాహిత్య పక్ష పత్రిక

పాఠకుల ప్రశంసలకు నోచుకున్న మీ "అనుభూతి కథలు" నాకు కూడా ఎంతో నచ్చిన కథలు. మీరు తిరిగి "తిరిగి పాత రోజుల్లోకి" కథా సంపుటి తెస్తున్నారని తెలిసి చాలా సంతోషిస్తున్నాను. మీ ప్రయత్నం సఫలీకృతం కావాలనీ, మీరింకా మరెన్నో వైవిధ్యమైన కథలు రాయాలని మనసారా కోరుకుంటున్నాను.

కల్పనా రెంటాల

వేణు ఆసూరి
సాహితీ ప్రియుడు, సమీక్షకుడు

విజయ్ 'అనుభూతి కథలు' చదివి, ఆయన మరిన్ని రచనలు చేయాలని కోరుకునే పాఠకులలో నేను ముందు వరుసలో ఉంటాను. చదివింపజేసే చక్కని శైలి, ఆలోచింపజేసే కథా వస్తువు, చిన్న కథలే అయినా మనస్సులో మెదిలే పాత్రలు, ఆయన రచనలలోని ప్రత్యేకత. త్వరలోనే వెలువడే "తిరిగి పాత రోజుల్లోకి"లో వారి కొత్త రచనలు చూస్తామని ఆశిస్తూ –

వేణు ఆసూరి

www.ingramcontent.com/pod-product-compliance
Lightning Source LLC
LaVergne TN
LVHW091957210825
819277LV00035B/359